Một Cuộc Sống Hạnh Phúc Hơn

Làm thế nào để phát triển hạnh phúc và an lạc đích thực trong mọi giai đoạn của cuộc đời bạn.

Tác giả Shar Khentrul Jamphel Lodrö

Biên tập viên Dr. Adrian Heckel

Dzokden

Tác giả: Shar Khentrul Jamphel Lodrö
Phiên dịch tiếng Việt: Tùng Vũ (Sechen Wangchuk)
Hiệu đính tiếng Việt: Tùng Vũ (Sechen Wangchuk)

Xuất bản Lần đầu
ISBN (Paperback): 978-1-961659-26-1
ISBN (PDF): 978-1-961659-28-5

Nhà Xuất bản:
DZOKDEN

Tác phẩm này được thực hiện bởi Dzokden, một tổ chức phi lợi nhuận được điều hành hoàn toàn bởi các tình nguyện viên. Tổ chức này được dành riêng để truyền bá quan điểm bất bộ phái về tất cả các truyền thống tâm linh của thế giới và giảng dạy Phật giáo theo cách hoàn toàn xác thực, đồng thời thực tế và dễ tiếp cận với văn hóa phương Tây. Nó đặc biệt dành riêng cho việc truyền bá truyền thống Jonang, một viên ngọc quý hiếm từ một vùng xa xôi của Tây Tạng nhằm bảo tồn những giáo lý quý giá của Kalachakra..

Để biết thêm thông tin về các hoạt động theo lịch trình hoặc các tài liệu có sẵn, hoặc nếu bạn muốn quyên góp, vui lòng liên hệ:

Dzokden
3436 Divisadero Street
San Francisco, CA 94123 USA
www.dzokden.org
office@dzokden.org

Nội dung

Lời cảm tạ

Tôi xin kính tặng những phẩm tính tốt đẹp của cuốn sách này cho cha mẹ tôi, những người đã mang tôi đến thế giới này và chăm sóc tôi hết lòng – tôi không bao giờ có thể thực sự đền đáp được lòng tốt của họ. Tôi rất vui và biết ơn khi có cơ hội viết cuốn sách này vì tôi vẫn còn khá mới mẻ với ngôn ngữ và văn hóa Anh, đồng thời kinh nghiệm sống ở một đất nước phương Tây của tôi có phần hạn chế. Vì vậy, tôi vô cùng biết ơn những người đã đóng góp và hỗ trợ phát triển cuốn sách này, không chỉ trong việc hiểu rõ vốn tiếng Anh kém cỏi của tôi mà còn trong việc thảo luận và đóng góp ý kiến. Tôi muốn cảm ơn Tiến sĩ Adrian Hekel vì sự hỗ trợ to lớn của ông trong việc tạo ra cuốn sách này, cuốn sách này ngoài tầm hiệu đính. Tôi tin rằng tâm ý và động cơ của Adrian là chân thật và vô điều kiện. Tôi hy vọng rằng khi đọc cuốn sách này, bạn sẽ đánh giá cao nỗ lực của Adrian, vì nếu không có anh ấy thì cuốn sách này có thể đã không được hoàn thành. Tôi cũng muốn bày tỏ lòng biết ơn của mình tới Julie O'Donnell, người đã giúp tôi bắt đầu cuốn sách này và cung cấp sự hỗ trợ vô tận, sự rộng lượng, sự cống hiến và lòng trung thành. Mọi cơ hội mà tôi có được để thực hiện dự án này và các dự án khác đều nhờ vào sự hỗ trợ tử tế của Julie, vì vậy tôi không thể cảm ơn đủ và sẽ không bao giờ quên tất cả sự giúp đỡ của cô ấy. Tôi cũng xin ghi nhận và cảm ơn tất cả những cá nhân đã đóng góp cho cuốn sách này, đặc biệt là Stephanie Davis, Mark Cleary, Lisa Jobson, Dorothy Welton và Kristy Peters. Chúc quý bạn gặp được may mắn và phát triển tâm linh hơn nữa.

Khentrul Rinpoche
Melbourne, Úc
tháng 7 năm 2015

Lời Nói Đầu của Biên Tập Viên

Lần đầu tiên tôi gặp Khentrul Rinpoche cách đây sáu năm. Vào thời điểm này, ngài là một người mới nhập cư đến Úc - ngài chỉ biết một chút tiếng Anh và hầu như không biết ai cả. Tuy nhiên, trong những nỗ lực giao tiếp vụng về của chúng tôi, tôi phát hiện ra rằng ngài ấy có một câu chuyện rất đáng chú ý và việc tu luyện về Phật giáo của ngài không ai sánh kịp. Khi ngài đề cập đến ý tưởng viết một cuốn sách về hạnh phúc cách đây vài năm, tôi phải mất một thời gian mới bị thuyết phục rằng chúng tôi có thể viết một cái gì đó độc đáo và thực tế, nhưng sau một thời gian, tôi nhận ra rằng mặc dù nhiều ý tưởng của ngài khá đơn giản, chiều sâu trí tuệ đằng sau chúng rất sâu sắc.

Cùng lúc với việc viết bản thảo này, tôi đã hoàn thành khóa đào tạo bác sĩ và làm việc một thời gian trong lĩnh vực hành nghề (y khoa) tổng quát. Tác phẩm này giống như một chiếc kính lúp soi vào thế giới nội tâm của người Úc hàng ngày. Đó là cơ hội để chứng kiến sự đau lòng, khổ đau, và khốn cùng mà con người phải trải qua hàng ngày, đồng thời cũng là niềm vui và sự kiên cường đáng kinh ngạc mà một số người có được khi đối mặt với những hoàn cảnh thử thách nhất. Cũng như kinh nghiệm sống của bản thân, việc làm bác sĩ đã thuyết phục tôi rằng hạnh phúc không "tự nhiên" xảy ra và nó chắc chắn không phải là chuyện tầm thường. Chắc chắn đó là điều mà chúng ta nên suy nghĩ sâu sắc. Rốt cuộc thì còn điều gì thực sự quan trọng nữa?

Thêm vào đó, qua công việc bác sĩ của mình, tôi nhận thấy nhiều người dường như phớt lờ thực tế về khổ đau, hấp hối, và cái chết. Họ thường coi tâm linh là vấn đề riêng tư, hoặc chưa thực sự nghĩ đến những vấn đề sâu sắc hơn mà chỉ tập trung vào việc tiếp tục cuộc sống. Do đó, tôi cảm thấy một cuốn sách như thế này có thể giúp mọi người biết tâm linh gắn liền với trải nghiệm cuộc sống hàng ngày như thế nào chứ không phải là một thứ gì đó tách rời khỏi nó. Có lẽ nó cũng có thể đóng vai trò là 'cầu nối' cho những người lớn lên trong nền văn hóa phương Tây và quan tâm đến 'đời sống tâm linh'.

Khi biên tập cuốn sách này, tôi hy vọng phong cách viết và những bổ sung mà tôi đưa ra không tầm thường hóa hay làm hoen ố trí tuệ mà Khentrul Rinpoche đã cố gắng truyền đạt. Để làm cho cuốn sách dễ tiếp cận hơn, tôi đã cố gắng tham khảo đối chiếu các ý tưởng của ngài với một số nghiên cứu mới nhất về tâm lý học (như chi tiết trong phần ghi chú). Phần lớn điều này dựa trên kinh nghiệm của tôi tại hội nghị quốc tế Hạnh phúc và Nguyên nhân của nó ở Sydney, cũng như quá trình đào tạo về y học và trò chuyện của tôi với những người cố vấn có nhiều kinh nghiệm về tư vấn và tâm lý học. Tôi hy vọng rằng những bổ sung này sẽ không làm mất đi thông điệp thiết yếu của cuốn sách và tôi chấp nhận mọi trách nhiệm nếu có bất kỳ sai sót hoặc thiếu sót nào.

Cuối cùng, tôi muốn dành tặng phần đóng góp của mình cho cuốn sách này tới cha mẹ tôi, những người đã luôn ở bên tôi vô điều kiện. Ngoài ra, tôi thực sự mong muốn rằng việc đọc cuốn sách này sẽ giúp tạo ra sự khác biệt nào đó đối với phẩm chất cuộc sống của bạn.

Adrian Hekel

tháng 3 năm 2010

CHƯƠNG 1

Lời Mở đầu về Hạnh phúc

Bạn có thể tự hỏi tại sao một người như tôi lại quan tâm đến việc viết một cuốn sách về hạnh phúc. Tôi chưa bao giờ đến trường, không có bằng đại học và rất ít tiếp xúc với thông tin và công nghệ của thế giới hiện đại. Thay vào đó, tôi đã sống phần lớn cuộc đời mình như một tu sĩ đơn giản, biệt lập với phần còn lại của thế giới ở vùng núi xa xôi của Tây Tạng.

Tuy nhiên, khi suy ngẫm về cuộc đời mình, tôi nhận ra rằng tôi đã trải qua vô số trải nghiệm tuyệt vời, những trải nghiệm này thực sự đã giúp tôi nắm bắt khá rõ điều gì thực sự cần thiết và quan trọng trong cuộc sống, đến mức tôi không thể ngăn mình thoát khỏi mong muốn khám phá câu hỏi về hạnh phúc và chia sẻ với người khác những gì tôi đã học được. Mong muốn chân thành của tôi là viết một cuốn sách về hạnh phúc để khám phá mọi khía cạnh và từng bước của cuộc sống theo cách độc đáo và hữu ích cho mọi người, dù già hay trẻ, mộ đạo hay không mộ đạo, giàu hay nghèo. Tôi muốn viết nó theo cách mà việc đọc nó một cách cẩn thận, suy ngẫm về nội dung của nó và áp dụng một số bài tập nhất định có thể thực sự thay đổi mức độ hạnh phúc của bạn.

Khi tôi nhìn lại cuộc đời mình và nhớ lại những mối quan hệ tôi đã có, những quyết định tôi đã đưa ra và những bài học tôi đã học được, tôi chỉ có thể nghĩ rằng sẽ hữu ích biết bao nếu có được một cuốn sách hướng dẫn hoặc cẩm nang về cách dẫn dắt một cuộc sống hạnh phúc. và cuộc sống mãn nguyện. Tôi cảm thấy thật may mắn khi có cơ hội được đọc một cuốn sách như thế này. Đây là lý do tại sao tôi quyết định viết cuốn sách này với suy nghĩ rằng giờ đây tôi có thể chia sẻ một số hiểu biết sâu sắc của mình về cách đối phó với những thách thức mà tất cả chúng ta phải đối mặt ở các giai đoạn khác nhau của cuộc đời và hạnh phúc thực sự là gì.

Hầu hết mọi người đều cho rằng chúng ta không thể tìm thấy hạnh phúc khi đối mặt với những hoàn cảnh khó khăn, bất hạnh. Tôi dần dần biết rằng điều này thực sự có thể xảy ra, vì tôi đã trải qua nhiều thời điểm thử thách, tuy nhiên từ khi còn trẻ tôi chưa bao giờ thực sự bất hạnh đến thế - thực tế là có lẽ tôi hạnh phúc hơn nhiều người có cuộc sống dễ dàng. Khi còn nhỏ, tôi đã bị từ chối một địa vị xã hội cao và thay vào đó phải sống một cuộc sống khắc nghiệt, chăn bò trên núi trong điều kiện nhiệt độ thấp tới âm ba mươi độ. Khi tôi còn là một thiếu niên, tôi đã tìm thấy niềm hạnh phúc mãnh liệt trong tình yêu lãng mạn mà tôi cảm thấy sẽ tồn tại mãi mãi, tuy nhiên sau khi cha tôi qua đời, tôi đã đưa ra quyết định khó khăn là hy sinh điều này, vì tôi cảm thấy một lời kêu gọi chân thành là tôn trọng mong muốn của cha mẹ tôi và trở thành một tu sĩ.

Khi bắt đầu đời sống tu viện ở độ tuổi tương đối muộn, tôi cảm thấy khó chấp nhận và thích nghi với lối sống hoàn toàn mới này. Tôi đang cạnh tranh với các tu sĩ đã được đào tạo toàn thời gian từ khi còn nhỏ, trong khi tôi chỉ là một người chăn bò yak tầm thường. Sau này tôi thấy khá khó khăn để thích nghi với văn hóa và lối sống ở Úc, nơi tôi hoàn toàn không quen biết ai và chỉ có thể nói được vài từ tiếng Anh.

Nhiều năm tu học Phật giáo đích thực của tôi, cũng như những trải nghiệm phong phú và đa dạng của tôi khi sống trong thế giới phương Tây hiện đại, đã giúp tôi mở rộng tầm mắt nhận ra rằng hạnh phúc không phụ thuộc vào những điều kiện mà mọi người thường liên tưởng đến điều này. Tôi may mắn có được sự hiểu biết sâu sắc hơn về hạnh phúc, ở chỗ nó có thể đạt được trong khó khăn và bất hạnh thay vì phụ thuộc vào một cuộc sống thoải mái. Khi suy ngẫm về những trải nghiệm của bản thân, giờ đây tôi nhận ra rằng chính những khoảng thời gian khó khăn đã dạy tôi hạnh phúc, mang lại cho tôi sức mạnh nội tâm và sự trân trọng mới đối với nhiều thứ.

Khi tôi đến phương Tây, với nền văn hóa, lối sống và lối suy nghĩ hoàn toàn khác biệt, tôi ngạc nhiên rằng tất cả những hiểu biết tôi có được về hạnh phúc đều được củng cố. Thay vì thay đổi quan điểm của tôi, quan điểm của tôi lại trở nên phong phú và sâu sắc hơn. Điều này xảy ra sau khi gặp gỡ và nói chuyện với nhiều người phương Tây trong vài năm qua, cũng như có thể quan sát kỹ hơn cuộc sống ở phương Tây và tìm hiểu một chút về các khái niệm tâm lý, triết học và khoa học phương Tây. Tôi đã cố gắng lồng ghép những hiểu biết sâu sắc này vào văn bản với hy vọng làm cho trí tuệ sâu xa của truyền thống Phật giáo Tây Tạng trở nên dễ tiếp cận hơn (các tài liệu tham khảo cho mỗi chương được trình bày ở cuối cuốn sách này).

Tôi hy vọng cuốn sách này sẽ giống như một tấm gương mà qua đó bạn có thể nhìn thấy toàn bộ cuộc đời mình – quá khứ, hiện tại và tương lai. Mặc dù bạn còn trẻ nhưng bạn có thể thấy các chương dành cho người lớn tuổi hữu ích. Ngoài ra, bạn có thể khá già nhưng hầu hết đều thích những chương đầu tiên dành cho thanh thiếu niên và thanh niên. Tôi cũng chia sẻ nền tảng của mình về truyền thống Phật giáo xuyên suốt cuốn sách này. Tôi hy vọng rằng một số bạn sẽ thấy điều này hữu ích, đặc biệt nếu bạn tò mò với ý tưởng về 'đời sống tâm linh', điều mà mọi người trong thế giới hiện đại thường hiểu sai. Tôi cầu nguyện rằng cuốn sách này sẽ hỗ trợ bạn theo một cách nào đó, lập kế hoạch và cam kết sống một cuộc sống hạnh phúc và ý nghĩa, bất kể bạn theo tôn giáo hay tín ngưỡng nào.

HẠNH PHÚC LÀ GÌ?

Hạnh phúc là gì? Đó chỉ là cảm giác vui vẻ hay phấn khích, có một cuộc sống thoải mái và được đáp ứng những mong muốn của mình? Tôi tin rằng tất cả những điều này đều có thể là đặc điểm của hạnh phúc, nhưng thực sự nó còn hơn thế nữa. Khi dùng từ hạnh phúc, chúng ta thường không ý thức được rằng đó là một chủ đề rộng lớn và sâu sắc. Một từ này không thể mô tả đầy đủ mức độ hạnh phúc vô hạn.

Nhìn bề ngoài, hạnh phúc có thể bao gồm sự thoải mái về thể chất, sự hưng phấn về tinh thần hoặc cảm giác vui sướng nhất thời cũng như cảm giác yêu thương và chấp nhận. Ở mức độ sâu hơn một chút, nó cũng có thể bao gồm việc hoàn toàn say mê với một hoạt động cụ thể hoặc quá trình phấn đấu để đạt được một mục tiêu cụ thể. Một trạng thái tinh thần vui vẻ không nhất thiết phải đi kèm với việc đạt được các mục tiêu mà đúng hơn là trong quá trình nhiệt tình hướng tới chúng. Ở mỗi cấp độ này, cũng như trong mỗi cấp độ, người ta cảm nhận được mức độ hài lòng hoặc hài lòng khác nhau.

Một lần nữa, từ góc nhìn sâu sắc hơn, một mức độ hạnh phúc nào đó đến từ việc hiểu rằng thất bại và mất mát là một phần tự nhiên của cuộc sống. Với sự hiểu biết này, chúng ta có thể sử dụng mọi hoàn cảnh làm nền tảng học tập để khám phá niềm hạnh phúc đến từ bên trong, bất chấp mọi thăng trầm. Điều này dẫn đến cảm giác bình thản và bình an nội tâm, đồng thời tăng khả năng kiểm soát cảm xúc của chúng ta. Nhiều triết lý tâm linh và phi tâm linh:

- Nhận ra rằng có nhiều cấp độ hạnh phúc
- Đánh giá cao rằng hạnh phúc có thể tồn tại trong mọi tình huống

Chúng ta thường chỉ nhìn thấy một trong những cấp độ này. Nếu chúng ta thực sự nhận ra và đánh giá cao nhiều khía cạnh của nó, cánh cửa sẽ mở ra cho sự hiểu biết và nhận ra những cấp độ hạnh phúc sâu sắc hơn. Sự hiểu biết này dẫn đến tiềm năng hạnh phúc vô hạn, lớn hơn nhiều so với bất kỳ điều gì chúng ta từng biết đến.

Việc 'chấp nhận' bóng tối trong cuộc sống của chúng ta có nghĩa là gì? Nói chung, chúng ta rơi vào hai thái cực – một mặt chúng ta phớt lờ nỗi đau khổ vốn là một phần của cuộc sống, mặt khác chúng ta có thể hoàn toàn tập trung vào nỗi đau khổ này. Trong trường hợp đầu tiên, chúng ta được bảo vệ khỏi thực tế cuộc sống và bị bất ngờ khi điều gì đó bất ngờ xảy ra, chẳng hạn như mất việc hoặc cái chết của người thân. Trong trường hợp thứ hai, chúng ta bị dính chặt vào mặt tối này, rơi vào trầm cảm, tiêu cực hoặc cam chịu chấp nhận, và không đánh giá cao nhiều phước lành mà cuộc sống mang lại.

May mắn thay, có một con đường trung đạo, một điểm thuận lợi mà từ đó chúng ta có thể nhận thức được nỗi đau khổ và đồng thời nhận thức được những phước lành. Chúng ta có thể mất hết của cải hoặc thậm chí là một người bạn thân, nhưng vẫn trân trọng những gì chúng ta có, chẳng hạn như sức khỏe và tinh thần tốt, và rằng chúng ta thật may mắn khi được sống một cuộc sống có rất nhiều thứ được cung cấp. Do đó, hạnh phúc và sự hài lòng chỉ có thể nảy sinh khi chúng ta thực sự trân trọng mặt tốt của cuộc sống đồng thời hiểu rằng mặt tối là tự nhiên và do đó không thể vượt qua được bởi những điều không may. Chúng ta chỉ có thể thực sự trân trọng cuộc sống nếu chúng ta nhận thức được cả bản chất thỏa mãn và bản chất "đau khổ" của nó.

Hiểu được bóng tối trong cuộc sống sẽ làm tăng lòng bi mẫn của chúng ta, khi chúng ta nhận ra rằng tất cả chúng sinh đều trải qua những khó khăn giống như chúng ta. Khi đó, chúng ta có thể tạo ra mong muốn sâu sắc muốn trở nên tử tế và phát triển tình yêu thương và lòng bi mẫn không thiên vị, vô điều kiện, làm giảm xu hướng chỉ nghĩ đến lợi ích cá nhân của mình. Điều này đưa chúng ta đến một mức độ hạnh phúc sâu sắc hơn, thúc đẩy chúng ta cống hiến cuộc đời mình cho điều gì đó lớn lao hơn bản thân mình.

Cuối cùng, mức độ hạnh phúc sâu sắc và uyên thâm nhất là việc khám phá ra "bản chất vị tha" bẩm sinh nằm ở cốt lõi của con người chúng ta. Đây là nguồn vui thường xuyên và tình yêu thương không thiên vị, hoàn toàn không phụ thuộc vào hoàn cảnh bên ngoài. Trong truyền thống Phật giáo, chúng ta gọi đây là 'bản chất giác ngộ', mà chúng ta có thể bộc lộ bằng cách loại bỏ mọi dấu vết của tư lợi.[1] Sau đó, chúng ta khám phá tiềm năng thực sự của mình để có được hạnh phúc trọn vẹn, hoàn toàn kiểm soát được cảm xúc của mình và mang lại lợi ích cho người khác một cách tự nhiên.

Tâm lý học hiện đại cũng nói đến những mức độ hạnh phúc khác nhau. Theo Martin Seligman, đôi khi được coi là cha đẻ của tâm lý học tích cực, có ba cấp độ cơ bản.[2] Thứ nhất, có cảm giác vui sướng trong từng khoảnh khắc mà tất cả chúng ta đều cố gắng đạt được, sau đó là niềm vui đến từ việc đắm mình trong một nhiệm vụ cụ thể hoặc quá trình đạt được một mục tiêu cụ thể và cuối cùng, có ý thức sâu sắc về mục đích và sự thỏa mãn xuất phát từ việc biết rằng cuộc sống rất sâu sắc và có ý nghĩa, điều này có thể được nâng cao bằng cách phát triển những phẩm chất đạo đức quan trọng.

Mặc dù mỗi chúng ta đều có những quan niệm khác nhau về ý nghĩa của hạnh phúc đối với mình, nhưng những mức độ khác nhau này áp dụng cho tất cả chúng ta, bất kể chúng ta là ai. Hiểu hạnh phúc theo cách này có thể mang lại cho chúng ta sự đánh giá sâu sắc hơn về tiềm năng và sức mạnh tối thượng của nó. Tôi sẽ nói về cách tìm ra những khía cạnh khác nhau của hạnh phúc trong suốt cuốn sách này. Tôi hy vọng rằng mỗi bạn sẽ hiểu được điều này và có thể áp dụng nó theo cách phù hợp với loại tính cách và mức độ hiểu biết hiện tại của bạn. Tuy nhiên, tôi sẽ nhấn mạnh đến việc tu dưỡng ở những cấp độ sâu hơn, nơi có thể tìm thấy sự thỏa mãn thực sự dựa trên lòng từ bi và lòng vị tha. Nếu chúng ta có thể tìm thấy điều này trong chính mình, chúng ta sẽ khám phá ra chiều sâu trong con người chúng ta, vốn là nguồn vui, bình yên, mãn nguyện và can đảm bất chấp thăng trầm của cuộc sống.

HẠNH PHÚC CÓ THỂ ĐẠT ĐƯỢC KHÔNG?

Mọi sinh vật đều có mong muốn bẩm sinh là đạt được một mức

độ hạnh phúc nào đó, bất kể họ ở vị trí nào trong cuộc sống hay họ bao nhiêu tuổi. Một số người có thể vỡ mộng và chọn những phương cách thiếu khôn ngoan để đạt được hạnh phúc. Ví dụ, một số người có thể làm hại ai đó về mặt thể chất hoặc tinh thần khi nghĩ rằng, trong sự thiếu hiểu biết của họ, điều này sẽ mang lại cho họ sự hài lòng và hạnh phúc. Bất kể mọi người nghĩ họ sẽ đạt được điều này như thế nào, điều quan trọng là phải nhận ra rằng việc tìm kiếm hạnh phúc và sự hài lòng thực sự là động lực tối thượng đằng sau mọi việc chúng ta làm. Đây là một sự thật tự nhiên và chẳng ích gì khi tìm hiểu lý do tại sao chúng ta lại có mong muốn này. Nó giống như việc cố gắng phân tích tại sao lửa lại nóng hay nước là chất lỏng và do đó sẽ không thực sự giúp ích gì cho chúng ta.

Tuy nhiên, điều tuyệt đối cần thiết là chúng ta phải xem xét liệu hạnh phúc có thể đạt được hay không. Có phải tất cả chúng ta đều có tiềm năng bẩm sinh để có được hạnh phúc? Nó có phụ thuộc vào nguyên nhân và điều kiện không? Và nếu vậy thì nguyên nhân và điều kiện phù hợp là gì? Hay đó là 'số phận', một điều gì đó chỉ xảy ra khi mọi thứ 'rơi vào đúng chỗ'?

Để trả lời câu hỏi đầu tiên, vâng, tất cả chúng ta đều có tiềm năng bẩm sinh để đạt được hạnh phúc. Mọi hệ thống niềm tin trên khắp thế giới, cả hữu thần lẫn vô thần, sẽ cho chúng ta biết rằng hạnh phúc không phải chỉ là ngẫu nhiên hay là sản phẩm của vận may hay vận rủi. Hơn nữa, ý tưởng cho rằng mỗi chúng ta đều có một tiềm năng hạnh phúc cố định không thể thay đổi được nhiều đang bị thách thức.[3] Cả kinh nghiệm của các nền văn hóa tâm linh truyền thống và nghiên cứu khoa học hiện đại đều cho thấy rằng, nếu chúng ta vun trồng hạnh phúc một cách siêng năng và khéo léo, chúng ta có thể chắc chắn đạt được nó.

Trên thế giới ngày nay và trong suốt lịch sử loài người, có bằng chứng sống cho thấy nhiều người đã đạt được mức độ hạnh phúc cao. Đây thường là kết quả của sự đấu tranh đáng kể hoặc làm việc chăm chỉ. Chúng ta biết điều này từ lời chứng của họ và lời chứng của những người khác, và chúng ta có thể thấy điều này trong hành động của họ. Có một số người mà chúng ta thậm chí có thể gọi là 'đã giác ngộ'. Không có ngoại lệ, họ chỉ ra tiềm năng giác ngộ bẩm sinh giống nhau ở tất cả chúng ta.

Thứ hai, chúng ta đặt ra câu hỏi: hạnh phúc có phụ thuộc vào nhân duyên hay chỉ là ngẫu nhiên hay 'số phận'? Vâng, hạnh phúc hoàn toàn phụ thuộc vào nguyên nhân và điều kiện. Nếu chúng ta nhìn vào lịch sử nền văn minh nhân loại và nếu chúng ta điều tra kỹ lưỡng trải nghiệm của chính mình, chúng ta sẽ thấy không có gì mà không dựa vào nguyên nhân và điều kiện để khiến nó xảy ra. Tương tự như vậy, hạnh phúc không thể nào nảy sinh một cách ngẫu nhiên được.

Ở mức độ có thể quan sát được, tất cả chúng ta đều đồng ý rằng không có gì xảy ra mà không có nguyên nhân cụ thể. Tương tự như vậy, cách chúng ta nhận thức sự việc, bao gồm tất cả những suy nghĩ và cảm xúc đi qua tâm trí chúng ta, cũng phụ thuộc vào những nguyên nhân và điều kiện cụ thể. Đây là lý do tại sao chúng ta có thể nói về hạnh phúc theo cách tương tự.

NGUYÊN NHÂN VÀ ĐIỀU KIỆN ĐÚNG

Nếu hạnh phúc chắc chắn có thể đạt được thì chúng ta phải tự hỏi xem nguyên nhân và điều kiện nào sẽ mang lại hạnh phúc đó. Đây là câu hỏi quan trọng nhất và là câu hỏi cần câu trả lời sâu rộng nhất. Bây giờ tôi sẽ đưa ra một phác thảo ngắn gọn và sau đó sẽ đề cập lại vấn đề này trong các chương sau.

Đầu tiên, chúng ta nên tự hỏi liệu đa số con người có thực sự hạnh phúc hay không. Nếu chúng ta phản ánh một cách trung thực thì câu trả lời chắc chắn phải là 'không'. Mặc dù chúng ta có thể tỏ ra vui vẻ nhưng thường ẩn chứa một cảm giác không hài lòng tiềm ẩn, hoặc "thiếu thiếu điều gì đó", hoặc chúng ta có thể dễ dàng bị lung lay khi điều gì đó bất ngờ xảy ra.

Hầu hết mọi người đều nghĩ rằng 'giá như họ có nhiều của cải như thế', hoặc 'giá như họ khỏe mạnh hay xinh đẹp', hoặc 'giá như mối quan hệ đó suông sẻ' thì họ sẽ hạnh phúc. Lối suy nghĩ này dẫn chúng ta đến hạnh phúc hạn chế thông qua sự thoải mái về thể chất, hưng phấn tinh thần, cảm giác vui sướng nhất thời hoặc được chấp nhận và yêu thương. Chúng ta thậm chí có thể không nhận thấy rằng mình có thể dành cả đời không ngừng theo đuổi những thứ như sự giàu có và địa vị xã hội.

Thật không may, khi nghĩ theo cách này, chúng ta nhầm lẫn những điều kiện mang lại sự thoải mái hay vui thú nhất thời với hạnh phúc chính nó. Chúng ta có thể quá tập trung vào những điều kiện phụ này đến nỗi bị mắc kẹt trong một tầm nhìn hẹp hòi, không nhận thức được những điều kiện chính yếu. Điều quan trọng là phải phân biệt giữa:

- Điều kiện chính – thái độ của bạn
- Điều kiện phụ—tiền bạc, mối quan hệ, sức khỏe, sắc đẹp

Ví dụ, chúng ta có thể không đánh giá cao niềm hạnh phúc thực sự được tìm thấy khi tham gia đầy đủ và đắm mình vào một hoạt động mà chúng ta thấy có ý nghĩa. Chúng ta có thể bỏ qua niềm hạnh phúc và sự hài lòng đến từ lòng biết ơn và niềm vui trong những điều đơn giản.

Ở mức độ sâu sắc hơn, hạnh phúc phụ thuộc vào việc chúng ta hiểu cuộc sống sâu sắc đến mức nào và mọi hoàn cảnh mà chúng ta gặp phải. Một quan điểm khôn ngoan cho phép chúng ta thấy rằng chúng ta không thể mong đợi cuộc sống sẽ dễ dàng hay thành công, hoặc chúng ta nhất thiết sẽ đạt được điều gì đó nhờ làm việc chăm chỉ. Chúng ta tin rằng chúng ta có thể phấn đấu chăm chỉ và đạt được những gì chúng ta đặt ra, bất kể định nghĩa thành công của chúng ta là gì, nhưng nhìn chung không cho phép mọi thứ không như kế hoạch. Tuy nhiên, ngay cả khi chúng ta thất bại, điều quan trọng là phải phấn đấu và có thể có những lợi ích căn bản đáng kể từ những nỗ lực của chúng ta. Nếu có thể suy ngẫm cẩn thận, chúng ta có thể chuẩn bị tốt hơn nhiều để chấp nhận điều tồi tệ nhất, bất kể bất hạnh hay đau buồn nào xảy đến với chúng ta.

Hơn nữa, chúng ta có thể nhận thức được rằng mục tiêu thực sự của cuộc đời này là tập trung vào việc phát triển lòng từ bi không thiên vị, giúp đỡ người khác và học cách chấp nhận con người thật của bản thân, thay vì bám víu vào hình ảnh của bản thân mà chúng ta cố gắng sống theo.

Điều này tự nhiên dẫn đến một trạng thái tâm mà chúng ta không còn bất mãn nữa và lòng ái ngã của chúng ta giảm đi rất nhiều. Tâm ái ngã không có nghĩa là chúng ta là người đặc biệt ích kỷ. Đúng hơn, nó có nghĩa là không coi người khác quan trọng như mình hoặc đặt mình lên trên người khác. Đặt bản thân lên hàng đầu là một thói quen bình thường, đã ăn sâu và coi người khác ngang hàng với mình thường đòi hỏi phải siêng năng luyện tập.

Cuối cùng, nguyên nhân mạnh mẽ và đích thực nhất của hạnh phúc là khả năng phát triển lòng từ bi chân thành một cách không thiên vị. Trạng thái tâm như vậy là nền tảng thực sự của hạnh phúc cho mọi người, bất kể hoàn cảnh của họ. Chúng ta khám phá ra rằng việc tập trung vào hạnh phúc của người khác sẽ khiến chúng ta hạnh phúc một cách tự nhiên, trong khi chỉ quan tâm đến hạnh phúc của chính mình có thể dẫn đến thất vọng và không đạt được những gì chúng ta mong đợi. Nếu bạn đạt được mức độ sâu sắc nhất của tình yêu và lòng từ bi thì bất cứ nơi nào bạn đi bạn sẽ cảm thấy như ở nhà. Bạn sẽ có thể giữ được lòng từ bi và lòng bao dung sâu sắc đối với mọi người bạn gặp, bất kể thái độ và hành động của họ, cảm thấy hoàn toàn thoải mái và thư giãn.

Thông thường, ngay cả khi chúng ta có một số hình thức tử tế và bi mẫn, nó vẫn bị giới hạn hoặc một phần, gắn liền với một mức độ chấp trước, ích kỷ hay ái ngã nào đó. Mặt khác, nếu chúng ta phát triển tình yêu thương và lòng bi mẫn một cách vô điều kiện thì hạnh phúc của chúng ta có thể trở nên mạnh mẽ và an toàn đến mức những cảm giác như buồn bã, trầm cảm, cô đơn và thậm chí căng thẳng sẽ ít có cơ hội nảy sinh hơn. Cuối cùng, nền tảng của loại lòng bi mẫn vô điều kiện này là bản chất 'vị tha' giác ngộ hay bẩm sinh của chúng ta, và ngay cả lòng bi mẫn có giới hạn cũng đưa chúng ta đến gần hơn với điều này.

TẦM QUAN TRỌNG CỦA TÂM TRÍ

Không có gì là tốt hay xấu nhưng suy
diễn mới khiến nó trở nên như vậy.
— *William Shakespeare* —
∽

Cũng giống như cách chúng ta nghĩ rằng hạnh phúc của mình phụ thuộc vào hoàn cảnh bên ngoài, chúng ta cũng có thể rơi vào cái bẫy tin rằng nỗi bất hạnh là do những điều kiện bên ngoài quyết định. Chúng ta có thể đổ lỗi cho sự bất hạnh của mình là do thiếu tiền, hoặc có thể chúng ta có đủ tiền nhưng làm việc quá sức và không có thời gian cho một kỳ nghỉ. Chúng ta có thể đổ lỗi cho sếp không tôn trọng chúng ta hoặc đối tác không yêu thương chúng ta đủ nhiều. Tuy nhiên, không phải những sự kiện bên ngoài gây ra sự bất hạnh cho chúng ta mà chính là tâm trí của chúng ta.

Khi tôi bắt đầu viết cuốn sách này, tôi vừa mới chuyển đến một ngôi nhà mới. Chúng tôi cảm thấy mình đã phải trả nhiều hơn mức đáng lẽ phải trả và vài ngày sau, hệ thống nước nóng bị hỏng, nghĩa là chúng tôi phải sống sót với những cơn mưa rào lạnh giá giữa mùa đông. Thật dễ dàng để cảm thấy khó chịu và cảm thấy có lỗi với chính mình. Tuy nhiên, khi suy ngẫm về hoàn cảnh của mình, chúng tôi có thể nhìn sự việc từ một góc độ khác. Chúng tôi nhận ra rằng mình thực sự rất may mắn khi có một ngôi nhà riêng và có nước sinh hoạt, vì nhiều người trên thế giới thậm chí còn không có nước sạch để uống. Bằng cách nhìn vấn đề của chúng ta từ góc độ mới này và đánh giá cao những gì chúng ta có hơn là những gì chúng ta không có, chúng ta có thể thấy nỗi bất hạnh đó nhỏ bé đến mức nào.

Ví dụ này thực sự khá tầm thường so với rất nhiều thách thức mà chúng ta phải đối mặt. Một ví dụ khác, gần đây người tôi yêu quý nhất trong đời, người mẹ thân yêu của tôi, đã qua đời. Thêm vào đó, một số người mà tôi rất tử tế và tôi tin tưởng sâu sắc, đã cố gắng làm hại tôi bất chấp ý định tốt nhất của tôi là giúp đỡ họ. Lúc đầu tôi vô cùng sốc. Cảm giác như thể cả thế giới của tôi đã bị đảo lộn, tôi đã mất tất cả và công việc cả đời của tôi chẳng là gì cả. Tuy nhiên, khi tôi xem xét tất cả những điều tồi tệ nhất có thể xảy ra, tôi nhận ra tình hình của mình thực ra không tệ đến thế. Tôi vẫn còn sức khỏe và sự chính trực, tôi vẫn cảm thấy an toàn và vẫn có những người xung quanh quan tâm và chăm sóc tôi.

Khi suy ngẫm về một số trải nghiệm khác của mình, tôi có thể hiểu rằng sự bất hạnh thường mang đến những cơ hội bất ngờ. Nếu chúng ta cho phép mình nhìn nhận các tình huống theo hướng tích cực này, thì chúng ta có thể được hưởng lợi rất nhiều bằng cách thực hành lòng biết ơn. Ví dụ, tình huống cụ thể này đã dạy tôi một số bài học quan trọng về bản thân mà tôi có thể áp dụng trong tương lai. Nó cũng đã củng cố một số mối quan hệ của tôi với những người thân thiết với tôi.

Nếu chúng ta học cách nhìn mọi thứ từ một góc độ khác, thì chúng ta có thể đánh giá cao tất cả những gì chúng ta có, như nước máy, và biết rằng việc không có nước nóng trong một thời gian ngắn thực sự không phải là vấn đề lớn. Chúng ta cũng có thể học cách nhận ra và chấp nhận rằng bất hạnh là một phần tự nhiên và không thể tránh khỏi trong cuộc sống của tất cả chúng ta. Lúc đầu, điều gì đó có vẻ như là điều không may nhưng nó thực sự có thể dạy cho chúng ta một số bài học quý giá. Bằng cách này, một người bạn quay lưng lại với chúng ta, cái chết của một người thân yêu hoặc sự mất mát của một thứ mà chúng ta đã dày công xây dựng không nhất thiết khiến chúng ta bất hạnh. Mặc dù chúng ta có thể cảm thấy vô cùng buồn bã, nhưng nếu chúng ta có thể học cách chấp nhận những hoàn cảnh khó khăn trong khi vẫn duy trì một quan điểm kiên định và quân bình thì chúng ta sẽ trải qua ít đau khổ hơn nhiều.

Như Đức Đạt Lai Lạt Ma giải thích, về căn bản, nguyên nhân thực sự của hạnh phúc có thể được tìm thấy trong tâm trí chúng ta:

Đành rằng hoàn cảnh bên ngoài có thể góp phần mang lại hạnh phúc và an lạc cho con người, nhưng cuối cùng, hạnh phúc và đau khổ phụ thuộc vào tâm trí và cách nó nhận thức.

HIỂU BIẾT VỀ ĐAU KHỔ VÀ NGUYÊN NHÂN CỦA NÓ

Những triết lý vĩ đại của hầu hết mọi nền văn hóa đều dẫn chúng ta đến một ý tưởng chung, đó là khi chúng ta nhìn nhận một cách trung thực hoàn cảnh của mình, chúng ta phải đi đến kết luận rằng hạnh phúc không phải là một trạng thái bẩm sinh hay tự nhiên của cuộc sống - vì vậy điều quan trọng là phải chấp nhận 'bóng tối' là để trân trọng 'ánh sáng' của cuộc sống. Thật không may, chúng ta rất dễ nghĩ rằng mình có "quyền" đạt được hạnh phúc thực sự và do đó chúng ta mong tìm được nó. Tuy nhiên, quan điểm này sẽ luôn dẫn đến sự thất vọng.

Bước đầu tiên để đạt được hạnh phúc là phải biết rằng đau khổ là một phần không thể tránh khỏi của cuộc sống. Hãy nhìn xung quanh bạn và nghĩ đến tất cả những người bạn yêu quý. Mỗi giây, kể từ lúc sinh ra, họ đang già đi và cận kề cái chết. Chúng ta không biết ai sẽ sống lâu hay ngắn ngủi. Điều này bao gồm cả bạn. Bệnh tật và cái chết có thể đến bất cứ lúc nào mà không báo trước và ngay cả với sự chăm sóc y tế tốt nhất trên thế giới, chúng ta cũng không thể làm gì được. Gần như tất cả những trải nghiệm của chúng ta đều chứa đựng một số yếu tố đau khổ – không đạt được điều chúng ta muốn, đạt được điều chúng ta không muốn, chia tay những người chúng ta yêu thương hoặc có lẽ yêu một người không thực sự quan tâm nhiều đến chúng ta. Chúng ta thậm chí có thể chỉ có một cảm giác không hài lòng chung mà chúng ta không thể xác định được, khiến chúng ta đặt câu hỏi về tất cả những quy ước mà những người xung quanh tuân theo. Những hoàn cảnh tốt đẹp cũng có số phận sẽ thay đổi, bất kể chúng ta đang ở giai đoạn nào của cuộc đời.

Chúng ta có thể hiểu rằng đau khổ là điều không thể tránh khỏi khi chúng ta thừa nhận rằng, dù có phấn đấu hết mình từ khi sinh ra cho đến khi chết đi, chúng ta cũng không bao giờ tìm được hạnh phúc lâu dài. Nếu cuộc sống không chứa đựng nỗi đau khổ cố hữu này mà thay vào đó là 'trung lập', thì hầu hết mọi người sẽ tìm thấy hạnh phúc đích thực vì mọi người đều theo đuổi hạnh phúc từ khi sinh ra cho đến khi chết. Tuy nhiên, trường hợp này không phải như vậy và rất hiếm khi tìm thấy ai đó thực sự đạt được hạnh phúc đích thực, do đó nếu chúng ta tìm thấy một loại hạnh phúc nào đó, thay vì coi đó là điều hiển nhiên, chúng ta nên học cách thực sự trân trọng nó, thậm chí là ngạc nhiên. Chúng ta nên nhận ra rằng việc tìm kiếm hạnh phúc trong một cuộc sống tràn ngập đau khổ cũng giống như tìm thấy một thác nước giữa sa mạc!

Tuy nhiên, tôi không nói rằng vì đau khổ là một phần không thể tránh khỏi của cuộc sống nên chúng ta phải chấp nhận nó như số phận của mình vì không có cách nào để vượt qua nó. Nếu chúng ta bị bệnh, chúng ta hỏi ý kiến bác sĩ, người sẽ cho chúng ta biết lý do tại sao chúng ta bị bệnh và cho chúng ta một số loại thuốc hy vọng sẽ giúp ích. Tương tự như vậy, nếu chúng ta nhận ra bản chất của đau khổ thì chúng ta có thể suy nghĩ sâu sắc về những nguyên nhân và điều kiện dẫn đến đau khổ và hạnh phúc. Chúng ta thường quá chú trọng vào hạnh phúc hay đau khổ mà chúng ta đang trải qua đến nỗi chúng ta tin rằng đó là do may mắn hay xui xẻo. Chúng ta hiếm khi xem xét việc cố gắng xác định nguyên nhân nhằm thay đổi nó. Vì vậy, điều khôn ngoan nhất cần làm là nhìn vào gốc rễ của vấn đề, giống như bác sĩ xác định nguyên nhân gây bệnh.

Điều này dẫn đến câu hỏi nguyên nhân gốc rễ của mọi đau khổ

và bất mãn của chúng ta là gì. Vì hạnh phúc và đau khổ không phải do các sự kiện bên ngoài gây ra trực tiếp như chúng ta thường nghĩ mà là do cách tâm trí phản ứng với các sự kiện bên ngoài, nên chúng ta có thể nói nguồn gốc của đau khổ là do suy nghĩ cứng nhắc hoặc thiếu khôn ngoan. Bất cứ khi nào chúng ta không thể chấp nhận những gì đang xảy ra xung quanh mình, chúng ta sẽ bị nhốt trong cái lồng của những suy nghĩ và cảm xúc tiêu cực như giận dữ, tham lam, kiêu hãnh, ghen tị hay sợ hãi. Những cảm xúc này kiểm soát chúng ta, củng cố những suy nghĩ tiêu cực của chúng ta. Chu kỳ này sẽ tiếp tục lặp đi lặp lại cho đến khi cuối cùng chúng ta có thể buông bỏ những cảm xúc tiêu cực này và thay thế chúng bằng những cách suy nghĩ và cảm nhận tích cực, lành mạnh hơn.

Một cách khác để nói điều này là sự đau khổ và bất mãn phụ thuộc vào việc tâm trí bám chặt vào những kỳ vọng của nó rằng cuộc sống sẽ diễn ra theo một cách cụ thể như thế nào. Khi chúng ta có xu hướng đặt quá nhiều tầm quan trọng vào các sự kiện bên ngoài, chúng ta trở nên gắn bó với chúng hoặc đẩy chúng ra xa, và thái độ này là điều hạn chế mức độ hạnh phúc của chúng ta.

Biết được điều này, liệu có thể đạt được hạnh phúc lâu dài? Câu trả lời chắc chắn là "có" bởi vì hạnh phúc phụ thuộc vào nguyên nhân và điều kiện, như tôi đã thảo luận. Đặc biệt, nó phụ thuộc vào việc trau dồi một tâm trí khôn ngoan, linh hoạt, không bị đè nặng bởi những kỳ vọng, cùng với những suy nghĩ và hành động lành mạnh như tình yêu thương và lòng bi mẫn vô tư. Lòng bi mẫn thực sự này phát triển một cách tự nhiên khi chúng ta phát triển những phẩm chất như đạo đức, tinh tấn và trí tuệ.

Bởi vì hạnh phúc và đau khổ đều phụ thuộc vào những nguyên nhân cụ thể, nếu chúng ta từ bỏ những nguyên nhân của đau khổ và nắm lấy những nguyên nhân của hạnh phúc, chúng ta có thể hoàn toàn tin tưởng rằng chúng ta sẽ trở nên hạnh phúc hơn và cuối cùng đạt được trạng thái hạnh phúc lâu dài bất khả xâm phạm. Khi đó chúng ta sẽ trở nên giống như một đại dương sâu thẳm, bên dưới vẫn tĩnh lặng cho dù trên bề mặt có sóng dữ đến đâu. Mặc dù đó không phải là một việc dễ dàng, nhưng nếu mọi nguyên nhân gây ra đau khổ đều được tận diệt hoàn toàn thì bất hạnh sẽ không còn có thể xảy ra nữa! Mục đích của cuốn sách này là tìm hiểu cách chúng ta có thể vượt qua những nguyên nhân gây đau khổ trong khi trau dồi những hành động đạo đức để đạt được trạng thái hạnh phúc tối thượng này. Làm thế nào chúng ta có thể thực hiện được điều này sẽ được khám phá trong mỗi chương.

Những triết lý vĩ đại của hầu hết mọi nền văn hóa đều dẫn chúng ta đến một ý tưởng chung, đó là khi chúng ta nhìn nhận một cách trung thực hoàn cảnh của mình, chúng ta phải đi đến kết luận rằng hạnh phúc không phải là một trạng thái bẩm sinh hay tự nhiên của cuộc sống - vì vậy điều quan trọng là phải chấp nhận 'bóng tối' là để trân trọng 'ánh sáng' của cuộc sống. Thật không may, chúng ta rất dễ nghĩ rằng mình có "quyền" đạt được hạnh phúc thực sự và do đó chúng ta mong tìm được nó. Tuy nhiên, quan điểm này sẽ luôn dẫn đến sự thất vọng.

Bước đầu tiên để đạt được hạnh phúc là phải biết rằng đau khổ là một phần không thể tránh khỏi của cuộc sống. Hãy nhìn xung quanh bạn và nghĩ đến tất cả những người bạn yêu quý. Mỗi giây, kể từ lúc sinh ra, họ đang già đi và cận kề cái chết. Chúng ta không biết ai sẽ sống lâu hay ngắn ngủi. Điều này bao gồm cả bạn. Bệnh tật và cái chết có thể đến bất cứ lúc nào mà không báo trước và ngay cả với sự chăm sóc y tế tốt nhất trên thế giới, chúng ta cũng không thể làm gì được. Gần như tất cả những trải nghiệm của chúng ta đều chứa đựng một số yếu tố đau khổ – không đạt được điều chúng ta muốn, đạt được điều chúng ta không muốn, chia tay những người chúng ta yêu thương hoặc có lẽ yêu một người không thực sự quan tâm nhiều đến chúng ta. Chúng ta thậm chí có thể chỉ có một cảm giác không hài lòng chung mà chúng ta không thể xác định được, khiến chúng ta đặt câu hỏi về tất cả những quy ước mà những người xung quanh tuân theo. Những hoàn cảnh tốt đẹp cũng có số phận sẽ thay đổi, bất kể chúng ta đang ở giai đoạn nào của cuộc đời.

Chúng ta có thể hiểu rằng đau khổ là điều không thể tránh khỏi khi chúng ta thừa nhận rằng, dù có phấn đấu hết mình từ khi sinh ra cho đến khi chết đi, chúng ta cũng không bao giờ tìm được hạnh phúc lâu dài. Nếu cuộc sống không chứa đựng nỗi đau khổ cố hữu này mà thay vào đó là 'trung lập', thì hầu hết mọi người sẽ tìm thấy hạnh phúc đích thực vì mọi người đều theo đuổi hạnh phúc từ khi sinh ra cho đến khi chết. Tuy nhiên, trường hợp này không phải như vậy và rất hiếm khi tìm thấy ai đó thực sự đạt được hạnh phúc đích thực, do đó nếu chúng ta tìm thấy một loại hạnh phúc nào đó, thay vì coi đó là điều hiển nhiên, chúng ta nên học cách thực sự trân trọng nó, thậm chí là ngạc nhiên. Chúng ta nên nhận ra rằng việc tìm kiếm hạnh phúc trong một cuộc sống tràn ngập đau khổ cũng giống như tìm thấy một thác nước giữa sa mạc!

Tuy nhiên, tôi không nói rằng vì đau khổ là một phần không thể tránh khỏi của cuộc sống nên chúng ta phải chấp nhận nó như số phận của mình vì không có cách nào để vượt qua nó. Nếu chúng ta bị bệnh, chúng ta hỏi ý kiến bác sĩ, người sẽ cho chúng ta biết lý do tại sao chúng ta bị bệnh và cho chúng ta một số loại thuốc hy vọng sẽ giúp ích. Tương tự như vậy, nếu chúng ta nhận ra bản chất của đau khổ thì chúng ta có thể suy nghĩ sâu sắc về những nguyên nhân và điều kiện dẫn đến đau khổ và hạnh phúc. Chúng ta thường quá chú trọng vào hạnh phúc hay đau khổ mà chúng ta đang trải qua đến nỗi chúng ta tin rằng đó là do may mắn hay xui xẻo. Chúng ta hiếm khi xem xét việc cố gắng xác định nguyên nhân nhằm thay đổi nó. Vì vậy, điều khôn ngoan nhất cần làm là nhìn vào gốc rễ của vấn đề, giống như bác sĩ xác định nguyên nhân gây bệnh.

Điều này dẫn đến câu hỏi nguyên nhân gốc rễ của mọi đau khổ và bất mãn của chúng ta là gì. Vì hạnh phúc và đau khổ không phải do các sự kiện bên ngoài gây ra trực tiếp như chúng ta thường nghĩ mà là do cách tâm trí phản ứng với các sự kiện bên ngoài, nên chúng ta có thể nói nguồn gốc của đau khổ là do suy nghĩ cứng nhắc hoặc thiếu khôn ngoan. Bất cứ khi nào chúng ta không thể chấp nhận những gì đang xảy ra xung quanh mình, chúng ta sẽ bị nhốt trong cái lồng của những suy nghĩ và cảm xúc tiêu cực như giận dữ, tham lam, kiêu hãnh, ghen tị hay sợ hãi. Những cảm xúc này kiểm soát chúng ta, củng cố những suy nghĩ tiêu cực của chúng ta. Chu kỳ này sẽ tiếp tục lặp đi lặp lại cho đến khi cuối cùng chúng ta có thể buông bỏ những cảm xúc tiêu cực này và thay thế chúng bằng những cách suy nghĩ và cảm nhận tích cực, lành mạnh hơn.

TRÍ TUỆ CỔ XƯA, THẾ GIỚI HIỆN ĐẠI

Chúng ta có thể hiểu sâu hơn về nguyên nhân thực sự của hạnh phúc bằng cách xem xét một số hiểu biết sâu sắc có trong triết học phương Tây và phương Đông, đồng thời bằng cách thăm dò những khám phá về tâm lý học và khoa học thần kinh hiện đại.

Những gì tôi đã thảo luận cho đến nay bị ảnh hưởng đáng kể bởi quan điểm của tôi với tư cách là một tu sĩ Phật giáo, tuy nhiên, nhiều triết gia vĩ đại của phương Tây cũng nói với chúng ta rằng để tìm được bất kỳ loại hạnh phúc nào, chúng ta phải chấp nhận thực tế của đau khổ,[4] và nhận ra rằng suy nghĩ khôn ngoan hơn có thể giúp chúng ta vượt qua nó. Seneca, gia sư của Hoàng đế La Mã suy đồi Nero, đã tận mắt chứng kiến hậu quả của sự tức giận và kiêu ngạo. Dựa trên kinh nghiệm của mình, ông nói về mối nguy hiểm của việc có những kỳ vọng không thực tế, khiến chúng ta nghĩ rằng nhiều điều không công bằng hoặc đáng thất vọng và do đó dẫn đến thất vọng và đau khổ.

Socrates, người tuyên bố rằng "một cuộc sống không thử thách thì không đáng sống", nhấn mạnh tầm quan trọng của việc sử dụng lý luận hợp lý để đặt câu hỏi về những giả định mà chúng ta thường nắm giữ, chẳng hạn như "giàu có sẽ khiến chúng ta hạnh phúc". Trong khi đó, Epicurus đề xuất rằng nguyên nhân của một cuộc sống hạnh phúc bắt nguồn từ sự đồng hành, sự giản dị và sống một cuộc sống được phân tích kỹ lưỡng; quá tập trung vào việc tìm kiếm niềm vui sẽ luôn dẫn đến sự không hài lòng.

Tâm lý học hiện đại đồng ý với những nguyên tắc chung này. Nhiều người trong cộng đồng của chúng tôi bị trầm cảm. Một phương pháp điều trị trầm cảm là liệu pháp hành vi nhận thức,[5] cố gắng giúp mọi người nhận thức được những suy nghĩ và nhận thức tiêu cực của họ và sau đó thay thế chúng bằng những suy nghĩ hợp lý hơn, phản ánh chặt chẽ hơn thực tế của một tình huống. Ví dụ, chúng ta có thể nghĩ rằng mình không xứng đáng nếu phạm sai lầm và giả định này khiến chúng ta quên rằng không ai là hoàn hảo và cảm giác về giá trị của chúng ta thực sự đến từ bên trong. Loại trị liệu này có thể giúp một số người bị trầm cảm hiệu quả như dùng thuốc và có thể được sử dụng để vượt qua nhiều thói quen suy nghĩ vô ích sinh ra từ những cảm xúc tiêu cực như giận dữ, tội lỗi và lo lắng. Nó giúp bệnh nhân nhận ra thói quen suy nghĩ tiêu cực của họ, và kỷ luật rèn luyện tinh thần thường xuyên có thể giúp họ vượt qua suy nghĩ tiêu cực và nhìn nhận thực tế hoàn cảnh của mình rõ ràng hơn.

Mặc dù tâm lý học hiện đại chủ yếu tập trung vào việc tìm hiểu và điều trị bệnh tâm thần, nhưng trong những năm gần đây cũng có nhiều nghiên cứu về các yếu tố khiến chúng ta phát triển và đạt được mức độ hạnh phúc cao hơn nhiều. Lĩnh vực 'tâm lý tích cực' này, tập trung vào cách nuôi dưỡng các trạng thái tinh thần tích cực, đã tiết lộ rằng có ba thành phần quan trọng tạo nên hạnh phúc: niềm vui, sự gắn kết với cuộc sống, và tìm kiếm ý nghĩa hoặc mục đích lớn hơn cho cuộc sống. Trong số ba thành phần này, nghiên cứu đã chỉ ra rằng niềm vui là nguyên nhân ít quan trọng nhất tạo nên một cuộc sống hạnh phúc và hài lòng. Có khá nhiều kỹ năng chúng ta có thể thực hành để tăng cảm giác gắn kết và ý nghĩa, chẳng hạn như viết 'nhật ký biết ơn' hoặc hành động hào phóng trước sự chứng kiến của người khác.

Trong số lượng lớn các nghiên cứu tâm lý xem xét vấn đề hạnh phúc, tôi muốn đề cập đến một nghiên cứu đặc biệt thú vị (được thực hiện bởi Philip Brickman năm 1978). Nhiều người mơ ước trúng số và nghĩ rằng nếu trúng hết số tiền đó thì hạnh phúc sẽ là của họ! Tuy nhiên, các nhà tâm lý học nghiên cứu những người trúng xổ số nhận thấy họ nhìn chung không hạnh phúc hơn[6] sau khi trúng số một năm so với trước đó. Những người bị liệt nửa người do một tai nạn nào đó cũng được phỏng vấn. Tôi đồng ý mà không nghi ngờ gì rằng đây là một điều khủng khiếp sẽ xảy ra, và thực sự hầu hết những người bị liệt đều thừa nhận rằng trong tháng đầu tiên sau tai nạn, họ đã ít nhất một lần nghĩ đến việc tự sát, tuy nhiên, một năm sau tai nạn, hầu hết họ vẫn hạnh phúc như trước khi bị liệt hai chân; trên thực tế, hầu hết đều hạnh phúc như những người trúng số một năm sau khi trúng số. Nghiên cứu này cho thấy rõ ràng rằng hạnh phúc hay bất hạnh đều không phụ thuộc vào các điều kiện bên ngoài. Hạnh phúc đến từ bên trong chúng ta và phụ thuộc vào cách chúng ta nhìn nhận hoàn cảnh của mình.

Các nhà khoa học có tin rằng mọi người đều có thể đạt được hạnh phúc lâu dài không? Các nhà thần kinh học đã phát hiện ra rằng bộ não có khả năng thay đổi đáng kinh ngạc khi chúng ta rèn luyện bản thân suy nghĩ theo một cách cụ thể, được gọi là tính dẻo dai của thần kinh. Các thí nghiệm đã chỉ ra rằng nếu một người chú ý kỹ đến những gì được nhìn thấy hoặc làm, các vùng não nhận tín hiệu thị giác hoặc ghi nhận chuyển động sẽ trở nên lớn hơn. Ví dụ, nếu chúng ta dành nhiều năm chơi violin, vùng não điều khiển chuyển động của ngón tay[7] sẽ mở rộng. Tương tự như vậy, nếu chúng ta dành nhiều thời gian tập trung vào tình yêu thương và lòng trắc ẩn,[8] nhiều vùng não, đặc biệt là ở vỏ não trước trán bên trái, sẽ thay đổi. Hầu hết các nhà khoa học từng tin rằng mọi người đều có một 'điểm thiết lập hạnh phúc', một mức độ hạnh phúc nhất định mà chúng ta thực sự không thể thay đổi khi đã trưởng thành.[9] Giờ đây, nhờ lợi ích của nhiều nghiên cứu mới, các nhà khoa học đang khám phá ra rằng bộ não có thể được chuyển hóa ở mọi lứa tuổi.

Vì vậy, chúng ta nên rèn luyện bản thân để tăng mức độ hạnh phúc, bất kể chúng ta bao nhiêu tuổi, miễn là chúng ta biết những điều kiện cần thiết cho một cuộc sống hạnh phúc.

CHƯƠNG 2

Khám phá các Điều kiện của Hạnh phúc

Tất cả chúng ta đều có tiềm năng hạnh phúc bẩm sinh, tuy nhiên chúng ta phải nhận thức được những điều kiện cụ thể sẽ dẫn đến việc khám phá tiềm năng này. Chúng ta đã đề cập rằng hạnh phúc phụ thuộc vào tâm trí hơn là các sự kiện bên ngoài, và hơn nữa, nó phụ thuộc vào nhiều nguyên nhân và điều kiện liên quan đến cách chúng ta suy nghĩ và hành động. Bây giờ chúng ta sẽ xem xét cẩn thận những điều kiện cốt lõi của hạnh phúc là gì, chúng được áp dụng bất kể lối sống hay giai đoạn cuộc đời của một người. Để bắt đầu, chúng ta sẽ khám phá câu hỏi về nhu cầu căn bản của con người.

NHU CẦU CĂN BẢN CỦA CON NGƯỜI

Trước hết, chúng ta phải thừa nhận rằng có một số nhu cầu căn bản nhất định của con người mà đối với hầu hết chúng ta, chúng phải được đáp ứng trước khi có thể nghĩ đến những kích cỡ hạnh phúc cao hơn. Một số cá nhân rất phát triển có thể đạt được hạnh phúc bất kể điều kiện bên ngoài, chẳng hạn như một số hành giả yoga, Lạt ma hoặc ẩn sĩ sống ở dãy Himalaya. Họ vẫn đạt được hạnh phúc mặc dù nguồn cung cấp thực phẩm thường ít ỏi, chỗ ở rất căn bản và thiếu sự tiếp xúc với con người, đôi khi trong nhiều năm. Điều này chỉ được thực hiện qua nhiều năm tu hành tâm linh miên mật. Tuy nhiên, hầu hết chúng ta đều yêu cầu phải đáp ứng những nhu cầu sau:

1. **Nhu cầu Sinh tồn**

   Bao gồm những thứ như thức ăn, nước uống và nơi ở. Nếu không có những điều này, hầu hết mọi người sẽ không thể tập trung tâm trí vào những mục tiêu cao hơn.

2. **An toàn**

   Mặc dù thực tế là không có bảo đảm an toàn tuyệt đối cho dù chúng ta ở đâu trên thế giới, nhưng chúng ta phải có nơi trú ẩn căn bản khỏi các yếu tố thời tiết—chẳng hạn như bảo vệ khỏi hỏa hoạn và bão—cũng như an toàn khỏi bị người khác làm hại hoặc giết chết bởi những chúng sinh khác.

3. **Liên lạc và Giao tiếp**

   Nếu muốn tham gia vào xã hội một cách có ý nghĩa, chúng ta phải có một số hình thức giao tiếp với người khác. Điều này có thể xảy ra trực tiếp với người khác hoặc thông qua lời nói. Giao tiếp cho phép chúng ta học hỏi và cung cấp cho chúng ta sự hướng dẫn. Nếu không có giao tiếp thì cực kỳ khó đạt được điều gì đó có ảnh hưởng hoặc mang lại lợi ích cho xã hội, bất kể mục tiêu của chúng ta là gì.

4. **Tự do**

   Điều quan trọng là phải hiểu rằng có nhiều loại tự do khác nhau - bên ngoài và bên trong. Hạnh phúc vẫn có thể tồn tại ngay cả khi không có các quyền tự do bên ngoài như quyền tự do ngôn luận hoặc khả năng tiếp cận dịch vụ chăm sóc sức khỏe. Tuy nhiên, việc thiếu những quyền tự do này sẽ khiến bạn khó đạt được những điều có thể quan trọng đối với mình. Mặt khác, tự do nội tâm, nghĩa là tự do khỏi những cảm xúc và ham muốn của chính mình, là điều tuyệt đối cần thiết để có được hạnh phúc. Tôi sẽ giải thích thêm về điều này sau.

5. Sự Công nhận và Tôn trọng

Tôi không đề cập đến danh tiếng hay người nổi tiếng, mà là sự công nhận từ người khác rằng bạn là một cá nhân và bạn được tôn trọng như một con người tự chủ. Điều này có nghĩa là bạn không bị chỉ được coi là một đồ vật hay một món hàng. Nếu bạn sống ở một đất nước dân chủ, rất có thể bạn đã được trao các quyền và sự tôn trọng của một cá nhân.

Nếu mỗi nhu cầu căn bản này được đáp ứng thì chúng ta, cùng với những người khác, đều có tiềm năng đạt được hạnh phúc lớn lao. Mặc dù điều này có vẻ đáng ngạc nhiên nhưng thực ra chúng ta không cần thêm gì nữa. Nếu chúng ta đủ may mắn được đáp ứng những nhu cầu căn bản này nhưng lại không nhận ra hoặc trân trọng chúng, thì chúng ta đang không tận dụng được cơ hội quý giá mà chúng ta có để trở thành một người hạnh phúc. Theo đuổi bất cứ điều gì nhiều hơn có thể giúp chúng ta trở nên hạnh phúc hơn, nhưng những nỗ lực của chúng ta cũng có thể phản tác dụng và khiến tình hình của chúng ta trở nên phức tạp hơn hoặc dẫn đến thất vọng.

NHU CẦU VÀ MONG MUỐN

Năm nhu cầu cơ bản được đề cập ở trên là cần thiết cho cả sự sống còn và để đạt được những điều kiện thuận lợi cho hạnh phúc - cả bên ngoài và quan trọng hơn là bên trong. Trong thực tế, chúng rất cần thiết cho hạnh phúc. Tuy nhiên, những nhu cầu cơ bản này chỉ cần được đáp ứng một cách cơ bản và do đó chúng ta phải có khả năng phân biệt được sự khác biệt giữa nhu cầu và mong muốn. Ý tôi là gì? Bằng cách phấn đấu cho sự xa hoa và cố gắng nắm giữ ngày càng nhiều thứ bên ngoài, chúng ta có thể trải nghiệm một số niềm vui hoặc sự hài lòng, nhưng chúng ta dần dần đánh mất sự tập trung vào bên trong và do đó ngày càng khó có được hạnh phúc thực sự.

Chúng ta có thể tồn tại chỉ với nước, bánh mì và một số loại rau, nhưng thay vào đó chúng ta thường muốn có nhiều loại đồ uống và thực phẩm khác nhau. Chúng ta có thể giữ ấm chỉ với một hoặc hai bộ quần áo khiêm tốn, nhưng thay vào đó, chúng ta có thể mua cả tủ quần áo thời trang để củng cố hình ảnh bản thân. Để trú ẩn và bảo vệ, chúng ta thường tìm kiếm sự sang trọng của một ngôi nhà có nhiều phòng hơn mức thực sự cần thiết. Việc theo đuổi những thứ vật chất khác, chẳng hạn như chiếc xe hơi đời mới nhất mà chúng ta đã mơ ước trong nhiều năm, có thể tạo ra nhiều khó khăn hơn và khiến chúng ta mất đi hạnh phúc.

Chúng ta cũng có rất nhiều cách khác nhau để liên lạc và thu thập thông tin—điện thoại di động, internet, truyền hình, và báo chí, chỉ kể tên một số cách. Khi chúng ta đã quen với những điều này, chúng ta có thể dễ dàng trở nên bất mãn nếu kỳ vọng của chúng ta không được đáp ứng. Hơn nữa, nhiều người trong chúng ta bị cuốn vào việc phấn đấu một cách cưỡng bức cho những gì chúng ta cho là một cuộc sống tốt đẹp hơn, làm việc nhiều giờ và thậm chí mắc nợ để tài trợ cho 'cuộc sống tốt đẹp hơn' này. Thay vào đó, nếu chúng ta lựa chọn đơn giản hóa cuộc sống và chấp nhận mức thu nhập thấp hơn, chúng ta có thể có nhiều thời gian rảnh rỗi hơn để cống hiến cho những việc sẽ mang lại cho cuộc sống của chúng ta ý nghĩa lớn lao hơn nhiều.

Thông thường, chúng ta không hài lòng khi chỉ được công nhận là một con người, thay vào đó chúng ta muốn được coi là một người đặc biệt, hơn những người khác. Chúng ta tìm kiếm tình yêu và sự chấp nhận, đồng thời chúng ta muốn được đối tác, gia đình, bạn bè và cộng đồng đánh giá cao, mong muốn được những người chúng ta quan tâm đánh giá cao. Trên hết, chúng ta có một sự thôi thúc để yêu đương rất mạnh mẽ, mà đối với hầu hết chúng ta, điều này luôn bị trộn lẫn với sự gắn bó lớn lao. Điều này có thể dẫn đến sự ghen tị, oán giận hoặc thậm chí đau lòng nếu mọi việc không diễn ra như chúng ta mong đợi. Do đó, chúng ta cần phải thực sự trung thực và luôn nhắc nhở bản thân rằng có thể có những nỗi buồn lớn ẩn nấp dưới cái bóng của tình yêu lãng mạn, và không phải lúc nào chúng ta cũng cần đến nó để được hạnh phúc.

Mặc dù chúng ta có thể nghĩ rằng tiền sẽ khiến chúng ta hạnh phúc nhưng điều này cũng không hẳn là như vậy. Đành rằng chúng ta cần tiền để tồn tại, nhưng những gì chúng ta nghĩ là đủ lại phụ thuộc vào thái độ của chúng ta. Nhiều người trong chúng ta biết những người giàu có ít hạnh phúc hơn nhiều so với những người có thu nhập khiêm tốn, và trường hợp những người trúng xổ số nêu trên dường như ủng hộ điều này.

Vì vậy, bất cứ khi nào chúng ta thấy mình muốn có nhiều tiền hơn hoặc bị cám dỗ quá mức bởi của cải vật chất, hoặc bị vướng vào hầu hết mọi ham muốn, điều quan trọng là phải suy ngẫm về câu hỏi, chúng ta thực sự cần gì? Bạn sẽ sớm nhận ra rằng mình sẽ hạnh phúc hơn về lâu dài nếu bạn hiểu được sự khác biệt giữa nhu cầu và mong muốn, từ đó đơn giản hóa cuộc sống của mình cho phù hợp.

NIỀM VUI SO VỚI HẠNH PHÚC

Người ta thường nghĩ rằng hạnh phúc bao hàm cảm giác phấn khích hoặc vui vẻ. Chẳng hạn, chúng ta cảm thấy phấn khích khi mua chiếc ô tô hoặc ngôi nhà đầu tiên, kết hôn hoặc đi nghỉ mát. Chúng ta trải nghiệm niềm vui khi theo đuổi sở thích yêu thích của mình, đi biển, xem phim hoặc dành thời gian với bạn bè. Chúng ta có thể nhầm lẫn cảm giác vui sướng nhất thời này với hạnh phúc. Tuy nhiên, loại 'hạnh phúc' này về bản chất là ngắn ngủi và không ổn định sâu sắc, vì nó hoàn toàn phụ thuộc vào một kích thích bên ngoài. Khi sự kích thích bên ngoài này bị lấy đi, cảm giác hạnh phúc này cũng biến mất.

Mặc dù không có gì sai khi trải nghiệm niềm vui nhưng điều quan trọng là chúng ta phải nhận thức được rằng đây chỉ là mức độ hạnh phúc bề ngoài nhất. Nghiện niềm vui sẽ ngăn cản chúng ta tiếp cận những chiều sâu hạnh phúc hơn.

Một loại hạnh phúc ổn định hơn là loại hạnh phúc đến từ việc đạt được khả năng tinh thần và những năng khiếu được trau dồi. Điều này bao gồm sự hài lòng đạt được thông qua việc theo đuổi học bổng, khoa học, thể thao, nghệ thuật hoặc thực hành tôn giáo. Nó cũng có thể bao gồm việc tạo ra một phát minh mới hoặc tham gia sâu vào điều gì đó mà chúng ta cam kết thực hiện. Điều này tương tự với loại hạnh phúc mà chúng ta trải nghiệm khi ở trong trạng thái 'dòng chảy'[10], xảy ra khi chúng ta hoàn toàn tập trung vào công việc hoặc hoạt động mà chúng ta yêu thích. Điều này xảy ra khi chúng ta quá mải mê với những gì mình đang làm đến mức không có nhiều cơ hội để cảm giác nhàm chán xuất hiện. Bởi vì chúng ta thích nó và chúng ta giỏi về nó nên sẽ ít có khả năng xảy ra nỗi buồn hay lo lắng hơn.

Cả hai loại hạnh phúc này đều ổn định hơn loại hạnh phúc hoàn toàn dựa vào cảm giác bên ngoài vì chúng phát sinh một phần từ bên trong và phụ thuộc vào thái độ tinh thần của chúng ta. Tuy nhiên, những loại hạnh phúc này vẫn chưa hoàn toàn ổn định. Ví dụ, điều gì sẽ xảy ra nếu học giả mất quyền truy cập vào tài nguyên vì bất kỳ lý do gì? Hoặc nhà khoa học không thể tiếp tục nghiên cứu của mình do thiếu kinh phí? Nếu đây là nguồn hạnh phúc duy nhất của một người thì họ có thể rơi vào tuyệt vọng.

Một lần nữa điều này khẳng định rằng hạnh phúc thực sự không phụ thuộc vào bất kỳ hình thức kích thích hoặc điều kiện bên ngoài nào. Nó hoàn toàn ổn định, vì nó là một cảm giác hoàn toàn xuất phát từ bên trong - một cảm giác đặc trưng bởi trí tuệ, lòng từ bi và sự hiểu biết rằng cuộc sống thật sâu sắc và có ý nghĩa. Nếu chúng ta có lòng từ bi và trí tuệ chân thật thì những phẩm chất đó luôn ở bên trong chúng ta và độc lập với những điều kiện bên ngoài. Tuy nhiên, điều này không có nghĩa là chúng ta nên kiềm chế những hoạt động mang lại cho chúng ta niềm vui nhất thời, mà là chúng ta nên đảm bảo rằng mọi việc chúng ta làm đều có liên quan đến ý nghĩa và mục đích sâu sắc hơn. Một người có kiến thức này có

người xung quanh theo hướng tích cực. Tuy nhiên, điều ngược lại cũng có thể đúng và chúng ta có thể thấy rằng một số người phản ứng tiêu cực. Điều này là do chúng ta đang đi trên con đường hướng tới lòng vị tha và những người không đi trên con đường tương tự có thể cảm thấy bị đe dọa hoặc không hiểu chúng ta đến từ đâu. Phản ứng của họ có thể mang tính thách thức và vô lý nếu họ không hiểu được mục đích của việc chúng ta đang làm. Tình huống này đòi hỏi chúng ta phải phát triển lòng bi mẫn hơn nữa để hiểu được nguồn gốc của những phản ứng tiêu cực của họ và để đáp lại một cách khéo léo và thích hợp nhất. Khi đó nó có thể trở thành cơ hội để chúng ta thực hành kỷ luật tâm linh trong đời sống hàng ngày.

A. Các Phẩm chất Gián tiếp

Sức mạnh của Cá tính

Nếu chúng ta có một tính cách mạnh mẽ hoặc can đảm, chúng ta có thể đạt được nhiều điều trong cuộc sống và kết quả là đạt được niềm vui và sự hài lòng. Một người thiếu tính cách mạnh mẽ sẽ gặp khó khăn trong việc đưa ra quyết định và đạt được mục tiêu, do đó sẽ khó có được hạnh phúc hơn nhiều.

Tham vọng, Nhiệt huyết, và Quyết tâm

Đây là những phẩm chất cho phép chúng ta đạt được nhiều điều trong cuộc sống. Nếu không có phương hướng hay lòng nhiệt tình rõ ràng, chúng ta sẽ rơi vào trạng thái tự mãn hay lười biếng và không bao giờ cải thiện được hoàn cảnh của mình cũng như của người khác trong cuộc sống. Cuộc sống của chúng ta vì thế có thể trở nên rất nhàm chán. Ngay cả khi chúng ta có tham vọng, nhưng nếu thiếu ý chí và quyết tâm mạnh mẽ thì chúng ta rất dễ bị phân tâm và lãng phí thời gian quý báu. Tuy nhiên, hãy nhớ rằng làm việc chăm chỉ không có nghĩa là cuộc sống của chúng ta sẽ khó khăn hơn; mọi thứ thực sự sẽ dễ dàng hơn nhiều về lâu về dài.

Mặc dù một số người có thể bị căng thẳng quá mức nếu họ quá tham vọng, nhưng điều đó sẽ đặt chúng ta vào tình thế tốt hơn nhiều so với việc lười biếng và chúng ta sẽ dần dần tận hưởng quá trình làm việc chăm chỉ mỗi ngày, đặc biệt nếu mục tiêu của chúng ta có ý nghĩa. Khi tham vọng được kết hợp với trái tim nhân hậu và trí tuệ, chúng ta có thể đảm bảo sẽ đạt được những kết quả tích cực trong tương lai. Nếu không có trái tim ấm áp hay lòng vị tha, chúng ta có thể đạt được những điều vĩ đại, nhưng hậu quả có thể tiêu cực nếu chúng ta không cẩn thận, như chúng ta đã thấy trong lịch sử với sự trỗi dậy của những kẻ độc tài gây ra tổn hại lớn lao.

Chu Đáo, Quan tâm đến Người Khác, và Đồng cảm

Những phẩm chất này giúp chúng ta tạo dựng và duy trì mối quan hệ tốt đẹp với người khác, điều này rất quan trọng cho hạnh phúc của chính chúng ta. Ngoài ra, chúng ta sẽ thấy rằng nếu chúng ta tử tế với người khác thì sẽ có nhiều khả năng người khác sẽ tử tế với chúng ta hơn—đôi khi ngay lập tức hoặc đôi khi nhiều năm sau đó. Công đức của những hành động của chúng ta chắc chắn sẽ tăng trưởng, thậm chí có thể theo cách ẩn giấu, và những kết quả lợi lạc sẽ đến một cách tự nhiên. Không ai có thể đạt được hạnh phúc trọn vẹn nếu không giúp đỡ người khác.

Tôn trọng Người Khác

Nếu chúng ta luôn tôn trọng hoặc quan tâm đến người khác thì chắc chắn chúng ta sẽ gặp ít vấn đề hơn trong mối quan hệ với mọi người và chúng ta có nhiều khả năng duy trì được hòa bình và yên ổn hơn. Tôn trọng người khác có nghĩa là hành động khiêm tốn, lịch sự, sẵn sàng hiểu quan điểm của họ hoặc đồng cảm với những hạn chế của họ, điều này đương nhiên dẫn đến cảm giác gần gũi, yêu mến và hòa hợp trong các mối quan hệ.

Tính Kiên nhẫn

Đây là một phẩm chất quan trọng, nhưng rất dễ hiểu lầm về cách phát triển kiên nhẫn. Nếu chúng ta có thể thay đổi tình huống theo hướng tốt hơn bằng cách hành động thì sẽ không tốt nếu chỉ ngồi lại và nghĩ: 'Tôi sẽ chỉ thực hành kiên nhẫn ở đây thôi'. Loại thái độ này là một dạng lười biếng hay tự mãn, chứ không phải kiên nhẫn! Có kiên nhẫn có nghĩa là chúng ta có thể xử lý hoặc đương đầu với bất kỳ tình huống nào không suôn sẻ và có lòng khoan dung, cho dù nó có gây khó chịu đến đâu; tuy nhiên chúng ta vẫn nên tỉnh táo để hành động khéo léo và phù hợp thay vì chỉ "bỏ cuộc" hay chờ đợi mà không buồn tìm kiếm giải pháp.

B. Phẩm chất Trực tiếp

Tự Kiểm soát

Điều này hoàn toàn cần thiết để quản lý cảm xúc của chúng ta, đặc biệt là những cảm xúc tiêu cực như giận dữ và ghen tị, trừ khi chúng ta có khả năng đặc biệt để sử dụng những cảm xúc này một cách tích cực. Ở một số nền văn hóa, con người có xu hướng kìm nén những cảm giác thật sự và cảm xúc vì sợ tỏ ra thô lỗ hoặc bất lịch sự, và rồi theo thời gian, những cảm xúc bị đè nén này có thể tràn ra ngoài tầm kiểm soát. Sau đó, họ có thể phản ứng bằng những cơn bộc phát cảm xúc nghiêm trọng hoặc bằng cách rút lui hoàn toàn và tránh xa mọi tình huống thử thách, điều này còn tệ hơn nhiều so với việc trao đổi cảm xúc thông thường. Do đó, điểm mấu chốt là rèn luyện bản thân để chấp nhận và kiềm chế dòng cảm xúc lành mạnh và bình thường thay vì kìm nén nó. Những cảm xúc mà chúng ta có thể học cách kiểm soát bao gồm sự tức giận và buồn bã (có thể dẫn đến trầm cảm nếu không được kiểm soát), cũng như những kỳ vọng hoặc mong muốn không thực tế như tình yêu không kiểm soát được.

Lòng Biết ơn

Nếu chúng ta cảm thấy biết ơn những thứ xung quanh mình từ khoảnh khắc này sang khoảnh khắc khác thì gần như chúng ta không thể cảm thấy chán nản hay bất hạnh. Hầu hết những nỗi bất hạnh của chúng ta không phải xuất phát từ sự bất hạnh mà là do thiếu lòng biết ơn, vì điều này làm hoen ố nhận thức của chúng ta về thế giới bên ngoài. Không có lòng biết ơn, chúng ta không bao giờ có thể hạnh phúc, bất kể hoàn cảnh của chúng ta như thế nào.

Sự Đánh giá Cao

Điều này gắn liền với lòng biết ơn, vì nếu chúng ta biết ơn thì tự nhiên chúng ta sẽ cảm kích. Thông thường mọi người không hạnh phúc vì họ quên trân trọng những điều tốt đẹp mà họ có được trong cuộc sống. Một số người chọn cách nhìn thế giới từ một góc nhìn méo mó, trong đó mọi thứ đều có vẻ tiêu cực bất kể điều gì đang thực sự xảy ra. Không có lòng biết ơn chúng ta sẽ không đạt được hạnh phúc thực sự. Do đó, sẽ rất có lợi nếu rèn luyện bản thân để trân trọng bất kỳ vận may hay cơ hội nào đến với mình, bất kể chúng có thể xuất hiện nhỏ đến đâu.

Sự Hài lòng

Khi chúng ta trải nghiệm hạnh phúc, chúng ta trải nghiệm sự hài lòng. Cảm giác hài lòng này không phụ thuộc vào các điều kiện hay sự thịnh vượng bên ngoài, mà phụ thuộc vào phẩm chất hài lòng bên trong. Nếu không có phẩm chất này, chúng ta sẽ không bao giờ hoàn toàn hài lòng – chúng ta sẽ luôn cảm thấy mình cần nhiều hơn thế. Chúng ta cũng sẽ cảm thấy rằng người khác khá giả hơn mình, dẫn đến vòng xoáy của những cảm xúc có hại như ghen tị và tham lam. Tuy nhiên, nuôi dưỡng sự hài lòng là nuôi dưỡng hạnh phúc. Một số người tự nhiên có mức độ hài lòng nhất định và do đó họ dễ dàng phát triển phẩm chất này hơn, trong khi những người khác có thể cần phải tinh tấn hơn. Tuy nhiên, đó chắc chắn là thứ mà tất cả chúng ta đều có thể học cách xây dựng và nuôi dưỡng.

Khiêm tốn

Thái độ khiêm tốn giúp chúng ta học cách tôn trọng người khác và vun đắp những mối quan hệ thân thiết. Giống như một thùng chứa mở nắp hay một cánh cửa mở, nó cho phép nhiều phẩm chất tốt đẹp khác đến với chúng ta. Mặt khác, sự kiêu hãnh và kiêu ngạo giống như một cái hộp lộn ngược hoặc một cánh cửa đóng kín, vì chúng khiến chúng ta suy nghĩ hoặc hành động một cách cứng nhắc và khiến chúng ta không thể học hỏi những điều mới. Do đó, sự khiêm tốn là điều cần thiết nếu chúng ta mong muốn học hỏi từ người khác, tôn trọng người khác, hòa hợp hơn và có được cái nhìn rõ ràng hơn, từ bi hơn về thực tại.

C. Phẩm chất Trực tiếp và Gián tiếp

Giá trị Bản thân và Sự Tự tin

Những phẩm chất này gián tiếp mang lại hạnh phúc, vì chúng cần thiết để đạt được các mục tiêu trong cuộc sống của chúng ta. Ngoài ra, nếu chúng ta cảm thấy hài lòng về bản thân, tâm trí chúng ta sẽ tự động hạnh phúc hơn! Vì vậy, đôi khi ngay cả những điều nhỏ nhặt như mặc quần áo đẹp hay cắt tóc cũng khiến chúng ta cảm thấy tốt hơn về bản thân và có thể góp phần nâng cao sự tự tin của chúng ta.

Tập trung

Nếu có thể tập trung cao độ và chú ý kỹ càng đến mọi việc mình làm, chúng ta sẽ thấy việc rèn luyện tâm trí mình theo tất cả những phẩm chất khác sẽ dễ dàng hơn. Bằng cách chánh niệm hoặc chú ý đến những gì đang thực sự xảy ra trong hiện tại, chúng ta sẽ không bị phân tâm bởi những suy nghĩ không cần thiết hoặc những cuộc tán gẫu trong đầu. Hơn nữa, chúng ta có thể học cách trải nghiệm trạng thái 'dòng chảy' hoặc sự say mê trong nhiều hoạt động mà chúng ta thực hiện, dẫn đến tăng niềm vui, hiệu quả và cả năng suất. Chúng ta càng có thể duy trì trạng thái bình tĩnh nội tâm thành công thì chúng ta sẽ càng ít cảm thấy lo lắng hơn. Theo thời gian, tâm trí chúng ta sẽ trở nên trong sáng, sắc bén và mạnh mẽ.

Sự Tha thứ

Sự tha thứ có liên quan trực tiếp đến hạnh phúc. Nếu chúng ta học cách trau dồi sự tha thứ chân thật thì tâm trí chúng ta sẽ không thể bị quấy rầy bởi sự tức giận hay oán giận. Điều này thúc đẩy một cảm giác bình yên nội tâm. Sự tha thứ cũng gián tiếp mang lại hạnh phúc, vì khi chúng ta chân thành tha thứ cho người khác thì mối quan hệ của chúng ta với họ chắc chắn sẽ trở nên hài hòa hơn.

Sự tha thứ tương tự như sự kiên nhẫn ở chỗ nó phải được áp dụng một cách khôn ngoan. Nó không bao giờ có nghĩa là để mọi người bước qua chúng ta. Trong bất kỳ tình huống nào mà ai đó làm sai với chúng ta, mặc dù điều quan trọng là luôn giữ thái độ tha thứ nhưng chúng ta vẫn có thể tích cực cố gắng cải thiện tình hình. Tha thứ cũng không có nghĩa là chúng ta kìm nén những cảm giác như tức giận - điều cần thiết là trước tiên chúng ta phải thừa nhận bất kỳ sự tức giận hoặc oán giận nào mà chúng ta có thể cảm thấy, vì chỉ khi đó sự tha thứ thực sự mới có thể xảy ra.

Sự Rộng lượng

Tác dụng gián tiếp của sự rộng lượng là sự cải thiện mối quan hệ của chúng ta với người khác. Ngoài ra, khi chúng ta có thái độ rộng lượng và dành cho người khác thời gian, sức lực, lời khuyên, của cải vật chất, hoặc thực sự thực hiện bất kỳ hành động hào phóng nào, thì không thể nào chúng ta lại cảm thấy không vui cùng một lúc. Tâm chúng ta trở nên ấm áp hơn và chúng ta trở nên an lạc và hạnh phúc hơn. Tuy nhiên, chúng ta phải nhớ rằng việc rộng lượng với người khác không nên làm tổn hại đến khả năng yêu thương và chăm sóc bản thân của chúng ta. Điều quan trọng là phải có ý thức mạnh mẽ về giá trị bản thân và lòng yêu thương bản thân để làm cơ sở cho việc mở rộng tình yêu thương và sự rộng lượng đến người khác. Nếu không có điều này, chúng ta sẽ bị hạn chế về mức độ chia sẻ với người khác.

Lòng Bi mẫn

Lòng bi mẫn là điều cần thiết nếu chúng ta muốn có một cuộc sống thực sự hạnh phúc và các phương pháp phát triển nó sẽ được giải thích chi tiết trong suốt cuốn sách này. Lòng từ bi là sự quan tâm đến người khác và bản thân mình một cách khôn ngoan, với sự nhận thức và công nhận mạnh mẽ rằng tất cả chúng ta đều mong muốn hạnh phúc như nhau. Hạnh phúc đích thực không bao giờ có thể đạt được nếu chúng ta tìm kiếm nó mà gây bất lợi cho người khác, nhưng nó chắc chắn đạt được nhờ lòng trắc ẩn đối với người khác. Tuy nhiên, điều quan trọng là điều này bắt đầu bằng việc nuôi dưỡng lòng trắc ẩn và sự quan tâm đến bản thân, bao gồm những việc như ăn uống lành mạnh, tập thể dục và dành thời gian yên tĩnh để 'sạc lại pin của chúng ta'. Chúng ta không thể có lòng từ bi đối với người khác nếu chúng ta không biết cách chăm sóc bản thân.

Khi chúng ta cảm thấy lòng bi mẫn thực sự, việc chúng ta thích hay không thích người khác hay chúng ta thấy họ thông minh hay không thông minh không thành vấn đề. Giống như cách chúng ta muốn bản thân được hạnh phúc, lòng từ bi có nghĩa là bạn cũng muốn họ được hạnh phúc, nhận ra rằng tất cả những người khác đều có cùng mong muốn này. Điều này có tác động trực tiếp và gián tiếp đến hạnh phúc của chúng ta. Khi chúng ta thể hiện lòng từ bi chân thành, đặc biệt là không mong nhận lại bất cứ điều gì, hành động của chúng ta đối với người khác sẽ tử tế và yêu thương và mối quan hệ của chúng ta với họ gần như chắc chắn sẽ được cải thiện. Nhưng quan trọng hơn, tâm của chúng ta sẽ trong sáng và tĩnh lặng, giống như bầu trời mùa hè tươi sáng không một gợn mây. Hạnh phúc đích thực không bao giờ có thể đạt được nếu chúng ta tìm kiếm nó mà gây bất lợi cho người khác, nhưng nó chắc chắn đạt được nhờ lòng trắc ẩn đối với người khác.

NHỮNG HÀNH ĐỘNG TỐT LÀNH

Vậy làm thế nào để chúng ta phát triển những phẩm chất lành mạnh này? Ngày này qua ngày khác chỉ ngồi và nghĩ thầm trong lòng rằng 'Tôi phải biết ơn, tôi phải có lòng tự tin' là chưa đủ. Suy nghĩ của chúng ta hướng dẫn hành động của chúng ta, nhưng đồng thời hành động của chúng ta cũng có một số ảnh hưởng đến cách chúng ta suy nghĩ và các tình huống xung quanh chúng ta. Đôi khi chúng ta có thể không có kinh nghiệm hoặc sự khôn ngoan để biết cách hành động trong một tình huống nhất định. Do đó, tôi đã cung cấp hướng dẫn cụ thể về cách chúng ta có thể sống cuộc sống dựa trên những hành động lành mạnh xuyên suốt quyển sách này. Hành động một cách trau dồi và chín chắn, với những hành động của chúng ta được hướng dẫn bởi nền tảng của hạnh kiểm đạo đức tốt, sẽ đưa chúng ta đến một thái độ tinh thần lành mạnh hơn và làm cho tâm trí trở thành một nơi màu mỡ hơn cho hạnh phúc phát triển.

Khi chúng ta lớn lên và hoàn cảnh sống thay đổi, chúng ta sẽ phải đối mặt với nhiều thử thách khác nhau, vì vậy tôi đã đưa ra hướng dẫn cụ thể cho những loại thử thách thường gặp ở các giai đoạn khác nhau của cuộc đời. Tuy nhiên, đằng sau tất cả những lời khuyên này là một số khái niệm hoặc quy tắc cơ bản để sống một cuộc sống tốt đẹp. Năm quy tắc này (hay 'Năm giới', như chúng ta gọi trong Phật giáo) được lấy trực tiếp từ lời dạy của Đức Phật. Tuy nhiên, chúng được phản ánh trong hầu hết mọi giáo lý đạo đức và tôn giáo trên khắp thế giới và cung cấp một khuôn khổ đạo đức tốt về cách một người nên sống (mặc dù cách giải thích của chúng đôi khi có thể phức tạp!). Năm quy tắc này là:

1. Không giết hại
Điều này có nghĩa là chúng ta không nên cố ý giết hại hay làm hại bất kỳ sinh vật nào, kể cả những sinh vật như muỗi, kiến hay nhện. Mọi sinh vật đều có những cảm giác như sợ hãi, và do đó chúng ta được kêu gọi tôn trọng và bảo vệ mọi dạng sống. Điều này cũng áp dụng cho việc câu cá giải trí, có thể khiến cá phải chịu đau đớn và căng thẳng tột độ chỉ vì mục đích giải trí cá nhân.

2. Không trộm cắp
Điều này có nghĩa là chúng ta không nên lấy của cải hay tài sản của người khác mà không có sự cho phép của họ và chúng ta chỉ nên lấy những gì được cho một cách thoải mái mà không cần mánh khóe.

3. Không nói dối
Điều này có nghĩa là chúng ta không nên nói dối hoặc che đậy sự thật vì lợi ích riêng của mình hoặc để bảo vệ lợi ích của chính mình.

4. Tránh tà dâm
Điều này có nghĩa là chúng ta nên tránh tham gia vào các hành vi tình dục vô đạo đức dẫn đến những hậu quả có hại cho bản thân và người khác.

5. Tránh xa những chất gây say có hại

Điều này có nghĩa là chúng ta không nên sa vào những chất gây nghiện như rượu hay các loại ma túy khác, vì biết rằng chúng làm lu mờ tâm trí, làm tổn hại cơ thể và dẫn đến tự làm hại bản thân hoặc làm hại người khác.

Khi chúng ta nói về những hành động thiện lành, điều này cũng bao gồm những điều chúng ta nên làm để chăm sóc bản thân theo cách tốt nhất có thể. Tương tự như việc chúng ta nên tránh làm hại người khác, chúng ta cũng nên tránh làm hại chính mình bằng cách không chú ý đến chế độ ăn uống, ăn quá nhiều, có thói quen ngủ kém hoặc bỏ bê tập thể dục. Ở Tây Tạng, hầu hết mọi người có cuộc sống khá khắc nghiệt, vì vậy họ có xu hướng tập thể dục nhiều trong ngày và tuân thủ một chế độ ăn uống tốt, hiếm khi xảy ra tình trạng béo phì. Tuy nhiên, ở phương Tây, chúng ta thường sinh ra trong một lối sống ít vận động, trong đó tập thể dục và ăn uống lành mạnh là tùy chọn, và chúng ta thường quá bận rộn để có thời gian chăm sóc lĩnh vực này trong cuộc sống.

Không nghi ngờ gì rằng tập thể dục có lợi cho sức khỏe thể chất của chúng ta, mặc dù bây giờ chúng ta biết rằng nó cũng rất quan trọng đối với sức khỏe tinh thần. Ví dụ, một nghiên cứu gần đây đã kết luận rằng tập thể dục ba lần một tuần cũng hữu ích đối với một số bệnh nhân bị trầm cảm như dùng thuốc chống trầm cảm.[12] Hơn nữa, những người chỉ dùng thuốc có nhiều khả năng tái phát trầm cảm hơn những người tập thể dục. Ngoài ra, các nghiên cứu khác đã chỉ ra rằng hoạt động thể chất thường xuyên giúp giảm lo lắng, ngủ ngon hơn, cải thiện chức năng tinh thần và tăng giá trị bản thân.

Là một Phật tử, tôi cũng tin rằng thực tế là những hành động hàng ngày của chúng ta, hay nghiệp báo, đều góp phần tạo nên những sự kiện xảy ra với chúng ta trong đời này và đời sau. Mặc dù bạn có thể không chia sẻ quan điểm này nhưng tôi cảm thấy điều quan trọng là đề cập đến những ý tưởng như vậy vì tôi tin rằng chúng có thể mang lại lợi ích cho tất cả mọi người. Ngay cả khi bạn không quen với ý tưởng về nghiệp, vẫn có thể hữu ích nếu hiểu được niềm vui hay sự thất vọng mà chúng ta trải qua về cơ bản phụ thuộc vào cách chúng ta đối xử với nhau như thế nào.

VƯỢT QUA NHỮNG TRẠNG THÁI TÂM BẤT THIỆN

Trong khi chúng ta cần trau dồi và áp dụng những phẩm chất tinh thần lành mạnh, điều quan trọng không kém là nhận ra và từ bỏ những trạng thái tâm trí tiêu cực hoặc bất thiện. Đây là những trở ngại chính để đạt được hạnh phúc đích thực. Những phẩm chất bất thiện này về cơ bản đều xuất phát từ sự thiếu trí tuệ. Chúng bao gồm:

- Giá trị bản thân thấp
- Sợ hãi hoặc lo lắng quá mức
- Thiếu tự chủ
- Thờ ơ
- Sự tự mãn
- Bất mãn
- Sự keo kiệt hay tham lam
- Sự kiêu ngạo và kiêu ngạo
- Từ chối
- Tính vị kỷ
- Không khoan dung
- Thiếu kiên nhẫn
- Hận thù hay oán giận
- Cơn giận không kiểm soát được
- Sự vô ơn
- Sự hoài nghi.

Về lâu dài, những trạng thái tâm bất thiện này sẽ luôn dẫn đến sự gia tăng đau khổ và bất mãn mà chúng ta trải qua. Do đó, chúng ta nên cố gắng hết sức có thể để xác định và khắc phục chúng. Mặc dù việc loại bỏ tận gốc những khuynh hướng tiêu cực không phải là một việc dễ dàng, nhưng chắc chắn chúng ta có thể đạt được điều đó nếu mình khéo léo khắc phục chúng.

Vậy thì làm thế nào chúng ta có thể làm được điều này? Thứ nhất, nếu chúng ta siêng năng rèn luyện bản thân để tập trung vào những phẩm chất tích cực, đặc biệt là lòng biết ơn và lòng từ bi thì những phẩm chất bất thiện sẽ dần dần lắng xuống. Điều này có thể được so sánh với việc một người thợ mộc lành nghề gõ và rút một cái chốt thô bằng một cái chốt tốt. Hơn nữa, chúng ta có thể suy ngẫm sâu sắc về những nguy hiểm hoặc bất lợi của những phẩm chất bất thiện, nhắc nhở bản thân rằng chúng luôn mang lại đau khổ cho bản thân và người khác.

Ví dụ, mặc dù rèn luyện trí óc của chúng ta theo cách này có thể khó hơn so với việc giảm cân, nhưng cam kết thực hiện loại công việc này sẽ có lợi hơn nhiều về lâu dài. Khi tâm trí chúng ta trở nên an bình và ổn định hơn theo thời gian, những khuynh hướng bất thiện sẽ dần dần lắng xuống và những phẩm chất tốt đẹp như tình yêu thương và lòng can đảm sẽ tỏa sáng.

Nhiều người trong chúng ta sẽ khó vượt qua được những cảm xúc mạnh mẽ vì chúng đã ăn sâu vào tiềm thức của chúng ta. Những cảm xúc và xung động này giống như một cái bóng luôn ở bên chúng ta, mặc dù chúng ta không nhận thức được sự hiện diện của nó. Chúng thường liên quan đến những sự kiện khó khăn trong cuộc sống mà chúng ta cố gắng sàng lọc, do đó, những tác nhân cụ thể sẽ liên quan đến những ký ức đau buồn nhất định hoặc những niềm tin sai lầm như *tôi không tốt đủ*. Chúng quay trở lại ám ảnh chúng ta dưới dạng những phản ứng không lành mạnh như giận dữ không kiểm soát được, xấu hổ hay lo lắng, giống như một con chim sà xuống chúng ta khi nhìn thấy con mồi. Mặc dù ở một mức độ nào đó, những cảm xúc và xung động tiêu cực này là một phần bình thường của cuộc sống con người, nhưng mà tin tốt là chúng chắc chắn có thể thay đổi được.

Vậy thì chúng ta có thể làm gì với những cảm xúc cứng đầu hơn này? Điều quan trọng là chiếu ánh sáng của nhận thức từ bi lên họ. Thay vì cố gắng phủ nhận, trốn tránh hoặc đấu tranh với trải nghiệm nội tâm của chúng ta về những suy nghĩ, cảm giác và ký ức khó chịu, những thứ có thể tạo ra nhiều đau khổ hơn về lâu dài, trước tiên chúng ta có thể học cách chấp nhận chúng như một phần của thân phận con người. Khi đó chúng ta có thể thấy rằng chúng không nhất thiết phải cản trở khả năng sống một cuộc sống giàu có và ý nghĩa của chúng ta.[13]

Ngoài ra, chúng ta có thể học cách nhận ra rằng bên dưới những cảm xúc 'tiêu cực' như giận dữ và xấu hổ thường có sự rõ ràng mãnh liệt, sự can đảm và cảm giác quan tâm sâu sắc. Bằng cách thực hành, một mặt chúng ta có thể học cách tránh những cơn giận dữ tột độ không thể kiểm soát và mặt khác là cảm giác xấu hổ hoặc tổn thương bên trong. Cả hai phản ứng đều dựa trên nhận thức sai lầm về thực tại, tuy nhiên nếu chúng ta ở lại với trải nghiệm hoặc cảm giác thô sơ trước khi những phản ứng này diễn ra, chúng ta có thể chuyển hóa những cảm xúc này thành biểu hiện của sự quan tâm sâu sắc, giống như một bác sĩ tài năng có thể làm được điều gì đó để biến những gì thường là độc hại đối với chúng ta thành thuốc. Sau đó, chúng ta có thể chọn tham gia một cách quyết đoán bằng thân và lời nói của mình, trong khi tâm trí của chúng ta hoàn toàn thoát khỏi sự tức giận không kiểm soát được hoặc nhận thức sai lầm, hoặc chúng ta có thể chọn không tham gia, vì đây có thể là cách hành động tốt nhất mà không nắm giữ bất kỳ phản ứng nào chẳng hạn như xấu hổ và oán giận hoặc đơn giản là nhận biết những phản ứng này từng được kích hoạt như thế nào trong quá khứ.

Thông thường, chúng ta có những giả định lâu đời về bản thân và thế giới chúng ta đang sống, dẫn đến những niềm tin không lành mạnh khiến chúng ta phải trải qua những phản ứng cảm xúc mạnh mẽ hết lần này đến lần khác.[14]

Sau đó, điều này có thể được củng cố bởi một nền văn hóa

khuyến khích chúng ta thành công, 'tiến lên' và bỏ qua nhiều điều thách thức chúng ta. Ví dụ, chúng ta có thể có định kiến trước về việc mọi việc sẽ diễn ra như thế nào trong cuộc sống của mình và mọi thứ sẽ diễn ra theo cách chúng ta mong muốn, hoặc rằng chúng ta chỉ là người tốt nếu đáp ứng được một số điều kiện nhất định. Chúng ta có thể nghĩ rằng hạnh phúc sẽ chỉ đến nếu chúng ta không ngừng phấn đấu để trở thành người giỏi nhất, giành được sự tán thành của người khác hoặc kiếm được nhiều tiền. Có thể chúng ta có quan niệm rằng việc đạt được hạnh phúc là không thực tế vì hoàn cảnh của chúng ta quá tồi tệ, khiến chúng ta chán nản hay buồn phiền. Mặt khác, chúng ta có thể chỉ hiểu biết hạn chế về hạnh phúc là gì và ngăn cản bản thân khám phá những cấp độ hạnh phúc sâu sắc hơn. Ở mức độ cực đoan nhất, chúng ta thậm chí có thể nghĩ rằng không thể nào đạt được hạnh phúc!

Những giả định này đều là những trở ngại cho sự khôn ngoan và thật không may, một số giả định thậm chí có thể được củng cố bởi con người và văn hóa xung quanh chúng ta. Nhận thức được những giả định này có thể giúp chúng ta thay đổi cách suy nghĩ và học cách chấp nhận những gì đang xảy ra thay vì tiếp tục đấu tranh chống lại nó. Nó cũng có thể dẫn đến lòng trắc ẩn thực sự đối với những người đang trải qua những cuộc đấu tranh tương tự - chúng ta học cách chạm vào 'điểm yếu' của mình và có được sự chấp nhận khiêm tốn đối với thân phận con người.

Để thách thức những giả định này và có thể thực sự chấp nhận con người thật của mình, điều quan trọng là chúng ta phải nói chuyện cởi mở với những người mà chúng ta tin tưởng. Điều này có thể bao gồm một cố vấn, một nhóm hỗ trợ, một người bạn thân hoặc một người quen có mức độ hiểu biết nhất định, đặc biệt nếu họ đã trải qua những trải nghiệm tương tự như chúng ta. Chúng ta nên luôn nhớ rằng ai đó ít kinh nghiệm hơn cũng có thể giúp đỡ chúng ta. Ngoài ra, hãy chắc chắn tham khảo ý kiến bác sĩ nếu bạn cảm thấy chán nản hoặc quá choáng ngợp với cuộc sống hàng ngày đến mức không thể hoạt động bình thường.

Trong khi chúng ta đang học cách chấp nhận nỗi đau và những khuynh hướng tiêu cực vốn là một phần cố hữu của con người, chúng ta cũng có thể tiếp tục công việc tạo ra một cuộc sống giàu có và ý nghĩa cho chính mình - và đây là trọng tâm chính của phần còn lại của quyển sách này. . Khi làm như vậy, chúng ta sẽ tự nhiên nuôi dưỡng những trạng thái tâm tích cực, chẳng hạn như lòng vị tha, trong khi dần dần làm suy yếu và cuối cùng chuyển hóa những khuynh hướng tiêu cực của mình. Bằng cách này, chúng ta có thể dần dần rèn luyện bản thân để kiểm soát cảm xúc của mình, đồng thời chấp nhận sự tồn tại của chúng và nỗi đau khổ đến từ sự hiện diện của chúng. Khi không còn bị cảm xúc kiểm soát và học cách chinh phục thói quen đặt bản thân lên hàng đầu, cuối cùng chúng ta sẽ khám phá ra bản chất "vị tha" thực sự của mình, nguồn gốc của mọi phẩm chất tốt đẹp một cách tự nhiên.

HẠNH PHÚC QUA CÁC THỜI ĐẠI

Nguyên nhân gốc rễ của hạnh phúc vẫn giống nhau trong suốt cuộc đời của chúng ta, bất kể chúng ta ở độ tuổi nào. Mọi người đều có tiềm năng trau dồi tâm trí của mình theo cách giúp hạt giống hạnh phúc phát triển. Các đặc điểm tinh thần cốt lõi hoặc trực tiếp đều có tầm quan trọng như nhau qua mọi thời đại. Những đặc điểm tinh thần gián tiếp có xu hướng tăng giảm về tầm quan trọng, tùy thuộc vào giai đoạn cuộc sống mà chúng ta đang ở và mục tiêu mà chúng ta hướng tới.

Bởi vì mỗi con người đều có khả năng đạt được hạnh phúc, bất kể tuổi tác, tôi sẽ thảo luận về các giai đoạn khác nhau của cuộc đời và đưa ra một số lời khuyên cho từng giai đoạn này. Bạn có thể tham khảo phần đề cập cụ thể đến nhóm tuổi của mình hoặc bạn có thể học hỏi từ tất cả họ và có thể nhận được những lời khuyên hữu ích về hạnh phúc mà trước đây bạn có thể chưa từng nghe đến. Bạn cũng có thể cố gắng xác định những phẩm chất tinh thần lành mạnh nào đến với bạn một cách tự nhiên hơn và tập trung nhiều nhất vào những điểm mạnh này trước tiên. Khi đó bạn sẽ thấy rằng nhiều đức tính tốt khác cũng sẽ bắt đầu xuất hiện một cách tự nhiên.

Tuy nhiên, trước khi chúng ta bắt đầu, tôi phải chỉ ra rằng hạnh phúc đòi hỏi sự rèn luyện tâm trí bền bỉ và đối với một số người, điều này có thể đòi hỏi sự siêng năng và quyết tâm cao độ. Giống như các bác sĩ cần được đào tạo nhiều năm trước khi có thể hành nghề y, hầu hết chúng ta cũng cần được đào tạo rất nhiều, cả về thái độ lẫn hành động, để đạt đến giai đoạn mà chúng ta có cảm giác hạnh phúc lâu dài và nhất quán. Do đó, tôi mong bạn hãy coi quyển sách này như một viên ngọc quý và hãy tiếp tục tham khảo nó bất cứ khi nào bạn gặp khó khăn cũng như khi bạn gặp phải những thời điểm thuận lợi. Cũng nên nhớ rằng quyển sách này là một trong nhiều nguồn tài liệu và có thể không nhất thiết cung cấp hướng dẫn phù hợp nhất trong trường hợp của bạn. Do đó, điều khôn ngoan là bạn nên đọc những quyển sách khác hoặc tìm kiếm lời khuyên từ những người hoặc tổ chức mà bạn nghĩ có thể giúp ích được.

Hy vọng của tôi là bạn sẽ có thể nhớ được những lời khuyên áp dụng cho mình ở bất cứ nơi nào nó được trình bày trong quyển sách này. Điều quan trọng là không chỉ hài lòng với sự hiểu biết trí tuệ mà còn áp dụng những lời dạy này vào cuộc sống hàng ngày. Bằng cách ghi nhớ lời khuyên này, tôi rất tin tưởng rằng bạn sẽ trải nghiệm được sự khác biệt đáng kể về mức độ hạnh phúc của mình.

Gieo Hạt giống Hạnh phúc

Chương này bao gồm một số truyện ngắn được thiết kế để cha mẹ đọc to cho con nghe hoặc để trẻ tự đọc nếu chúng đủ lớn. Thông thường trong sách dành cho trẻ em, chúng ta sẽ tìm thấy hình ảnh, ảnh chụp và những cách truyền đạt thông điệp đơn giản và rõ ràng khác, tuy nhiên, vì cuốn sách này không chỉ dành cho trẻ em nên không có hình ảnh, và một số thông điệp trong truyện có thể phức tạp hơn những gì được tìm thấy trong sách dành cho trẻ em nói chung.

Nói chung, trẻ em thường hạnh phúc hơn người lớn do thiếu trách nhiệm và mối quan tâm lớn. Hạnh phúc hầu như luôn ở trong tầm tay của chúng, chúng có thể vui chơi và vui vẻ mà không cần ai dạy chúng cách làm thế nào. Tuy nhiên, điều quan trọng nhất là chúng ta phải gieo hạt giống hạnh phúc tương lai ngay từ khi còn nhỏ, để trẻ học cách khôn ngoan và tìm thấy hạnh phúc đích thực khi trưởng thành. Những truyện ngắn sau đây nhằm mục đích giống như những tấm biển bên đường, chỉ hướng về một cuộc sống hạnh phúc. Mong muốn của tôi là các bậc cha mẹ sẽ đọc và thảo luận với con cái, giúp gieo trồng những hạt giống những đức tính tốt mà chắc chắn sẽ giúp ích cho chúng suốt cuộc đời.[15]

CÂU CHUYỆN VỀ SỰ HÀI LÒNG

Ngày xửa ngày xưa có hai đứa trẻ, Jenny và John, là anh em họ. Dù cùng tuổi, học cùng trường và lớn lên cùng với những con người giống nhau nhưng họ lại suy nghĩ và hành xử rất khác nhau.

Jenny sở hữu nhiều đồ chơi đắt tiền. Cô ấy rất chiếm hữu chúng và từ chối để bất kỳ ai khác chơi với chúng hoặc thậm chí chạm vào chúng. Dù có rất nhiều đồ chơi cũ không còn thích hay chơi nữa nhưng bé vẫn không chịu đưa cho người khác. Jenny không bao giờ hài lòng và luôn muốn những điều mới mẻ mặc dù cô ấy đã có quá nhiều rồi..

Mặt khác, John không có nhiều đồ chơi nhưng lại hài lòng với những thứ mình có. Cậu là một cậu bé rất dễ tính và dễ chiều, luôn đề nghị chia sẻ đồ chơi của mình với những đứa trẻ khác, đặc biệt là những đứa kém may mắn hơn cậu. John không cần nhiều thứ để làm cậu ấy hạnh phúc. Khi không có đồ chơi để chơi, cậu bé thích chơi với đá, cành cây hoặc bất cứ thứ gì cậu tìm được.

Khi hai anh em họ lớn lên, họ vẫn giữ lối sống giống nhau. Jenny không bao giờ hài lòng với những gì mình có và luôn muốn thứ gì đó nhiều hơn nữa. Cô không hài lòng với bạn trai dù anh rất tốt bụng và rất yêu cô. Cô nghĩ mình có thể tìm được ai đó đẹp trai và thông minh hơn. Jenny cũng có những người bạn tốt và nhiều tài sản, nhưng dù có bao nhiêu đi chăng nữa, cô cũng không bao giờ hài lòng hay thực sự hạnh phúc với bất cứ thứ gì. Khi lớn lên, cô vẫn như vậy, trở thành một người phụ nữ rất bất an, bất hạnh và cô đơn.

John vẫn biết ơn và hài lòng với bất cứ thứ gì anh có hoặc không có. Anh ấy luôn thoải mái và ân cần trong mối quan hệ với người khác. Anh lớn lên trở thành một người đàn ông hạnh phúc và được nhiều người yêu thương, có nhiều bạn bè tuyệt vời và một gia đình bền chặt, khỏe mạnh và đầy yêu thương. Đi đến đâu anh cũng lan tỏa niềm vui. John đã hài lòng từ khi còn rất trẻ. Bằng cách nào đó anh biết rằng hạnh phúc không phải là có nhiều thứ mà là chia sẻ những gì anh có với người khác.

Bạn muốn giống người nào hơn và tại sao? Hãy nói chuyện với ai đó về điều này, có thể là bố hoặc mẹ của bạn. Họ sẽ trả lời câu hỏi này như thế nào?

CÂU CHUYỆN VỀ TÌNH BẠN[16]

Xưa có một con chim ác sống trên cành liễu bên hồ. Trong vùng nước của hồ này, cách cây liễu không xa, có một con rùa sống. Ngoài ra còn có một con nai thường đến uống nước ở hồ. Cả ba con vật đều là bạn rất thân của nhau.

Một hôm, Hươu đến bờ hồ uống nước thì bất ngờ mắc vào một cái bẫy do người thợ săn để lại. Chân nó bị vướng vào những sợi dây rất chắc chắn. Nghe thấy tiếng kêu của nó, Rùa và Ác là nhanh chóng tập hợp lại để bàn cách tốt nhất để giúp đỡ bạn mình.

Chim ác nói: 'Chị Rùa, vì hàm của chị rất khỏe và cứng cáp nên chị có thể dùng chúng để nhai và cắt đứt những sợi dây này. Trong khi đó, tôi sẽ tìm cách ngăn người thợ săn quay lại hồ.'

Và thế là Rùa bắt đầu nhai những sợi dây trong khi Ác là bay đến túp lều của người thợ săn.

Sáng hôm sau, người thợ săn bước ra khỏi cửa lều mang theo một con dao sắc. Đột nhiên Magpie xuất hiện và dùng hết sức mạnh lao vào mặt anh, hết lần này đến lần khác. Choáng váng vì bị tấn công, người thợ săn chạy về túp lều của mình, nhưng không lâu sau đã lên ra cửa sau của túp lều. Nhưng Magpie rất thông minh và đã đoán trước được điều này. Cô lao xuống và bắt đầu tấn công anh ta lần nữa, dùng móng vuốt đánh mạnh vào mặt anh ta. Chán nản trước cuộc tấn công thứ hai này, người thợ săn kết luận rằng đây là một ngày không may mắn và quyết định nghỉ ngơi, nghĩ rằng tốt nhất nên thử vào ngày mai.

Thật không may cho ba người bạn động vật, sáng hôm sau

người thợ săn đã chuẩn bị tinh thần cho một cuộc tấn công khác từ chim ác là bằng cách che mặt bằng một chiếc mũ. Không thể ngăn cản người thợ săn, Magpie tăng tốc quay trở lại khu rừng để cảnh báo bạn bè.

"Người thợ săn đang trên đường đến!" cô hét lên.

Lúc này, Rùa gần như đã nhai được sợi dây cuối cùng, mặc dù sợi dây cứng như thép và hàm của nó giờ đầy máu và đau nhức. Ngay khi người thợ săn xuất hiện, Hươu cố gắng hết sức và bằng một cú đá, cắt đứt sợi dây cuối cùng trước khi chạy vào rừng..

Tức giận khi thấy Hươu trốn thoát, người thợ săn nhặt con Rùa đã kiệt sức và đặt nó vào bao da của mình, để nó treo lơ lửng trên cành cây gần đó. Sau đó anh ấy đi tìm Hươu.

Núp sau bụi cây, Hươu nhìn thấy mối nguy hiểm mà Rùa đang gặp phải. 'Các bạn của mình đã liều mạng vì mình', nó nghĩ, 'vì vậy bây giờ mình cũng phải làm điều tương tự cho họ'. Thế là, giả vờ rất mệt mỏi, anh ta bước ra trước mặt người thợ săn.

Nghĩ rằng nó sẽ dễ dàng bị bắt, người thợ săn bắt đầu truy đuổi Hươu. Khi vào sâu trong rừng, Hươu đột nhiên bỏ chạy, chạy cho đến khi khuất tầm mắt của người thợ săn rồi che dấu vết móng và quay trở lại hồ. Sau đó, nó dùng nhánh gạc của mình nhấc chiếc túi của người thợ săn ra khỏi cành cây và lắc Rùa ra ngoài. Rùa sau đó đã có thể bò trở lại nước và ẩn náu, trong khi Hươu chạy trở lại rừng.

Về đến hồ, người thợ săn thấy chiếc túi của mình nằm trên mặt đất, trống rỗng. Chán nản và thất vọng, anh cầm con dao lên và đi về túp lều của mình. Anh ta chán nản đến mức nghĩ rằng mình nên từ bỏ việc săn bắn—có lẽ thay vào đó anh ta có thể làm việc ở trang trại của người hàng xóm!

Rùa và Ác là đã cứu mạng Nai, và giờ đây chắc chắn Nai đã cứu mạng Rùa. Và hơn thế nữa, chứng kiến tình bạn và sự hợp tác giúp đỡ lẫn nhau của họ, người thợ săn đã quyết định từ bỏ việc săn bắn. Nhìn thấy họ quan tâm lẫn nhau đến mức nào khiến anh nhận ra rằng giết họ là sai lầm, cũng như việc anh làm hại bạn bè của mình là sai lầm.

Hãy tưởng tượng bạn là Rùa trong câu chuyện này. Hãy nghĩ về những người bạn bạn đã có trong cuộc đời này. Ai sẽ là Magpie? Hươu sẽ là ai?

Là một người bạn có ý nghĩa gì với bạn? Làm thế nào bạn có thể cho người khác thấy rằng bạn là bạn của họ?

CÂU CHUYỆN VỀ SỰ CHẤP NHẬN BẢN THÂN

Xưa có một cậu bé tên là Alex. Khi mới chập chững biết đi, cậu bị mắc kẹt trong một ngôi nhà vô tình bốc cháy. Cậu được hai lính cứu hỏa dũng cảm giải cứu chỉ trong tích tắc nhưng phải đến bệnh viện để phẫu thuật nhiều lần do bị bỏng nặng. Bây giờ cậu ta có một vết sẹo trông xấu xí từ bên trái cổ kéo dài xuống cánh tay trái.

Alex rất nhút nhát ở trường vì anh ấy xấu hổ vì vẻ ngoài của mình. Đồng phục học sinh của cậu không hoàn toàn che giấu được vết sẹo và cậu thường xuyên bị trêu chọc vì trông khác biệt với những đứa trẻ khác. Những đứa trẻ khác chưa bao giờ nghĩ Alex sẽ cảm thấy thế nào về điều này.

'Alex người bò sát,' họ sẽ chế nhạo anh ta một cách không tử tế. Anh ước mình lớn hơn, khỏe hơn để có đủ dũng khí chống trả khi bị trêu chọc. Thay vào đó, cậu sẽ lặng lẽ bước đi và tìm một nơi nào đó có thể ở một mình, tránh xa những lời nhận xét tàn nhẫn của những đứa trẻ khác.

Một ngày nọ, người làm vườn của trường nhìn thấy Alex bị trêu chọc nên tiến lại gần cậu.

"Tôi thấy cuộc sống của cậu không hề dễ dàng," người làm vườn nói bằng một giọng đầy ấm áp và cảm thông. "Có lẽ sẽ hữu ích nếu tôi chia sẻ một câu chuyện nhỏ với cậu."

Alex gật đầu.

"Ngày xưa có một ngôi nhà," ông già bắt đầu, "nhìn từ bên ngoài trông giống như một nơi cũ kỹ, xấu xí khủng khiếp. Mái nhà đầy rỉ sét và lớp sơn trên bức tường phía trước bị bong tróc. Ngay cả những đường ống cũng rỉ sét, rỉ nước mỗi khi trời mưa to. Bên trong nó rất nhỏ và khu vực bếp thì chật chội. Nó thậm chí còn không có TV.

'Tuy nhiên, có một lò sưởi ấm cúng tuyệt đẹp tỏa sáng với ngọn lửa lớn, ấm áp và một chiếc ghế dài thực sự thoải mái để du khách ngủ qua đêm. Hàng xóm và nhiều bạn bè thường xuyên đến thăm. Họ sẽ thức đến khuya, quây quần bên lò sưởi, chia sẻ những câu chuyện và có khoảng thời gian tuyệt vời.

'Và vì vậy,' ông già kết thúc, 'mặc dù ngôi nhà trông không đẹp lắm khi nhìn từ bên ngoài, nhưng bên trong nó là một nơi được nhiều người yêu thích. Và đây mới là điều thực sự quan trọng."

Alex đã hiểu. Việc anh ấy có một vết sẹo trông xấu xí và bị trêu chọc ở trường không thực sự quan trọng, bởi vì con người bên trong của anh ấy mới thực sự đáng kể. Chẳng mấy chốc, những đứa trẻ trêu chọc anh đã dừng lại vì thấy Alex không còn khó chịu nữa. Sau đó, một nhóm trẻ khác bắt đầu chơi với cậu và cuối cùng chấp nhận cậu như một người bạn tốt.

Alex đã học cách chấp nhận con người thật của mình và nhờ đó anh có thể tìm thấy sự tự tin bên trong. Những người khác sẽ nhìn thấy điều này và tôn trọng anh ấy vì điều đó.

Bạn đã bao giờ cảm thấy như Alex chưa?

Bạn có thể chấp nhận và yêu bản thân mình như chính con người bạn không?

Bàn luận/tranh luận về câu chuyện này với bố mẹ bạn—bạn nên hành động thế nào nếu những đứa trẻ khác bắt đầu trêu chọc bạn?

CÂU CHUYỆN VỀ SỰ NHẬN THỨC

Xưa có một nhóm trẻ em ngồi cùng nhau trong một khu rừng trống, tụ tập lại để lắng nghe một vị thầy thông thái tên là Đức Phật đang đến thăm làng của họ.

Đức Phật nhặt một bông hồng đỏ xinh đẹp và đưa nó trước mặt các em. Ngài không nói gì và mọi người hoàn toàn im lặng. Ngài cầm bông hoa trong một cử chỉ nhẹ nhàng, cao quý nhất, ngón cái và ngón trỏ giữ cuống hoa theo hình dáng của bàn tay ngài. Ngài ôm bông hồng như vậy rất lâu, vẫn không nói gì. Mọi người đều thắc mắc cử chỉ này của thầy có ý gì.

Cuối cùng Đức Phật ngước lên nhìn các em và mỉm cười. "Các con," ngài nói, "bông hồng này là một điều kỳ diệu và đẹp đẽ. Khi ta cầm nó, các con có cơ hội trải nghiệm nó. Các con có cơ hội tiếp xúc với một thực tại kỳ diệu, tiếp xúc với chính cuộc sống."

'Bạn có thể tự nhủ: "Tại sao ngài ấy lại cầm bông hồng này lên? Ý nghĩa của việc này là gì?" Tuy nhiên, nếu tâm trí bạn bị chiếm giữ bởi những suy nghĩ như vậy, bạn không thể thực sự trải nghiệm bông hoa. Tương tự như vậy, chìm đắm trong suy nghĩ là một trong những điều ngăn cản chúng ta tiếp xúc thực sự với cuộc sống. Nếu bạn bị sự thất vọng, hồi hộp, lo lắng, hay ghen tị chi phối, bạn sẽ mất cơ hội tiếp xúc thực sự với tất cả những điều kỳ diệu của cuộc sống.'

'Có những người có thể đi xuyên qua một khu rừng mà không hề nhìn thấy một cái cây nào. Tương tự như vậy, cuộc sống tuy đầy đau khổ nhưng cũng chứa đựng nhiều điều kỳ diệu mà nhiều người không nhìn thấy được.'

'Vì thế hãy tỉnh thức, để bạn có thể nhìn thấy cả những đau

khổ và những điều kỳ diệu trong cuộc sống. Khi đó bạn có thể tiếp xúc với cuộc sống và trải nghiệm nó một cách sâu sắc. Khi đó bạn sẽ hiểu được cuộc sống và sự hiểu biết này sẽ dẫn đến tình yêu dành cho mọi thứ mà chúng ta là một phần trong đó'.

Các em vô cùng cảm động trước lời nói của thầy và mỗi em đều nguyện sẽ sống một cuộc đời tỉnh thức. Họ hứa sẽ trân trọng những điều kỳ diệu của cuộc sống mà họ gặp phải hàng ngày, giống như bông hồng xinh đẹp.

Lần cuối cùng bạn để ý đến một bông hoa xinh đẹp hay bất cứ thứ gì gợi cho bạn nhớ về sự kỳ diệu của cuộc sống là khi nào?

Cố gắng để ý khi nào bạn đang chìm đắm trong những suy nghĩ như lo lắng hay thất vọng. Thay vào đó, hãy xem liệu bạn có thể tiếp xúc thực sự với cuộc sống hay không và để ý xem điều này có thể thay đổi cách bạn cảm nhận như thế nào.

CÂU CHUYỆN VỀ SỰ CẢM KÍCH

Cao trên đỉnh những ngọn núi tuyết giữa Ấn Độ, Nepal, và Trung Quốc là một quốc gia được gọi là Tây Tạng. Ở trung đông của đất nước này có một ngôi làng nhỏ tên là Thung lũng hạnh phúc. Người dân trong làng không có điện, không có ô tô hay xe buýt, không có điện thoại, không có tivi và không có đồ chơi. Họ thậm chí không có nhà. Thay vào đó họ sống trong những chiếc lều được làm từ lông bò yak.

Ở ngôi làng này có một gia đình bốn người. Tên cha là Yeshe và tên mẹ là Tara. Họ có hai người con, một bé trai tên Yori, sáu tuổi và một bé gái tên Chimey, bốn tuổi.

Mỗi buổi sáng, Yori thức dậy lúc sáu giờ, ăn sáng và dành thời gian còn lại trong ngày để chăn hai trăm con bò Tây Tạng trên núi. Đàn bò Tây Tạng chạy khắp nơi nên anh liên tục đuổi theo chúng, cố gắng giữ chúng lại với nhau. Anh ấy hầu như không có cơ hội nghỉ ngơi cả ngày. Yori không được ăn nữa cho đến khi về nhà ăn tối. Anh ấy rất trân trọng bữa tối của mình mỗi tối và biết ơn mẹ anh ấy đã nấu bữa tối đó.

Em gái anh, Chimey, thức dậy lúc bảy giờ, ăn sáng và phải đi bộ rất xa ra sông để lấy nước, vì sông là nguồn nước gần nhất không bị đóng băng. Vì còn nhỏ nên Chimey chỉ có thể mang theo một lượng nhỏ mỗi lần nên cả ngày cô phải đi bộ qua lại từ lều của họ ra sông cho đến khi có đủ nước. Mặt đất rất trơn vì tuyết bao phủ, còn Yori và Chimey thì rất lạnh vì nhiệt độ có khi xuống âm ba mươi độ.

Yori và Chimey vẫn trân trọng những món ăn họ ăn cũng như tình yêu thương của gia đình và vì điều này mà họ rất hạnh phúc. Họ lớn lên rất hài lòng và quan tâm đến nhau cũng như gia đình và bạn bè của họ. Họ nghèo nhưng họ có cuộc sống hạnh phúc và khỏe mạnh vì họ đã học cách làm việc vì nhau chứ không chỉ vì bản thân họ.

Có một gia đình khác sống xa Tây Tạng, ở một khu giàu có gần biển của Melbourne. Gia đình này có hai đứa con, một bé trai tên Peter, ba tuổi và một bé gái tên Carly, năm tuổi. Mỗi em đều có phòng ngủ riêng với tivi, máy tính và nhiều sách, đồ chơi để chơi. Họ nhận được nhiều món quà tuyệt vời vào dịp Giáng sinh và ngày sinh nhật, và hàng năm gia đình đều đi nghỉ ở nước ngoài, tới các nước như Anh, Ý, và Hy Lạp.

Khi bọn trẻ lớn lên, chúng không còn đi biển nhiều như trước nữa. Thay vào đó họ ở trong phòng xem phim hoặc trò chuyện trên internet. Peter rủ bọn trẻ hàng xóm ra vườn chơi với anh, nhưng chúng bảo anh hãy để chúng yên. Peter sớm học cách giải trí bằng cách tự mình chơi trò chơi trên máy tính. Bố của họ càng ngày càng bận rộn với công việc và không về nhà cho đến rất muộn, trong khi mẹ thường xuyên đi họp xa..

Theo thời gian, gia đình ngày càng xa cách và không dành nhiều thời gian cho nhau. Tất cả họ đều có cách giải trí riêng và không cần sự bầu bạn của nhau. Peter trở nên rất im lặng và không nói nhiều vì anh ấy đã quá quen với việc dành thời gian một mình để chơi game trên máy tính. Carly dành phần lớn thời gian để gọi điện cho các chàng trai và đi chơi vào đêm khuya, đi dạo phố với bạn bè và đôi khi say khướt. Vì mẹ quá bận làm việc ở các ủy ban khác nhau nên mẹ không để ý chuyện gì đang xảy ra với gia đình mình, nên mẹ chỉ bảo đảm rằng họ có nhiều quần áo mới và tiền để đi chơi.

Nhìn bề ngoài, gia đình này dường như có tất cả mọi thứ – tất cả những thứ vật chất nhằm mục đích mang lại hạnh phúc cho chúng ta. Tuy nhiên, theo thời gian họ trở nên xa cách, cô đơn và cô lập. Họ đánh mất tất cả những phước lành của mình và không thấy được tầm quan trọng của việc chăm sóc lẫn nhau, khiến họ không thể trải nghiệm được hạnh phúc thực sự.

Bạn nghĩ gia đình Melbourne có thể đã hành động khác như thế nào nếu họ nhận thức rõ hơn về phước lành của mình?

Làm thế nào bạn có thể nhận thức rõ hơn về những may phước của mình?

Làm thế nào bạn có thể nhắc nhở bản thân biết ơn những gì bạn có và tận dụng tối đa những gì bạn có?

Vào cuối mỗi ngày, bạn có thể thử viết nhật ký về tất cả những điều bạn biết ơn. Có lẽ bạn có thể nhờ Bố và Mẹ giúp bạn việc này.

CÂU CHUYỆN VỀ LÒNG BI MẪN

Xưa có một gia đình có bốn người, gồm bố, mẹ, con trai và con gái. Tên cậu bé là Adam và cô gái tên là Anne. Thật không may, cha của họ là một người nghiện rượu và mẹ của họ lại nghiện ma túy. Vì cha mẹ nghiện ngập nên họ rất nghèo và thường không đủ khả năng chi trả cho những nhu cầu cơ bản cho cuộc sống như thực phẩm và quần áo.

Vì không có ô tô và không có tiền mua bất kỳ phương tiện đi lại nào khác nên bọn trẻ phải đến trường học duy nhất cách nhà một quãng đi bộ. Ngôi trường đó không phải là một ngôi trường tốt lắm. Các giáo viên không quan tâm lắm, các tòa nhà xuống cấp và các lớp học quá đông đúc. Việc học của bọn trẻ rất khó khăn.

Đôi khi gia đình không có chút thức ăn nào - tủ đựng thức ăn trống rỗng. Vào những dịp này, Adam và Anne sẽ cùng nhau đến nhà thờ địa phương để mua đồ ăn. Họ trở thành bạn tốt của vị linh mục ở nhà thờ, người rất tốt bụng và giàu lòng nhân ái. Bất cứ khi nào họ ở bên nhau, ông đều dạy chúng về lòng tốt và lòng từ bi, và bọn trẻ áp dụng lời khuyên của ông vào thực tế trong cuộc sống hàng ngày.

Ông nói với họ: "Thực hành lòng từ bi mang lại cho bạn sức mạnh nội tâm và sự điềm tĩnh hơn". ‹Bạn sẽ có thể giúp đỡ người khác, nhưng ngay cả khi bạn không thể thì điều đó cũng không thành vấn đề, bởi vì bạn sẽ là người chiến thắng thực sự. Thông qua hành động từ bi, bạn sẽ được hưởng lợi 100%.›

Sau nhiều suy nghĩ, Adam và Anne nhận ra rằng điều này hẳn là đúng. Họ cố gắng thực hành lòng bi mẫn bất cứ nơi đâu họ đến và với bất cứ ai họ ở cùng—ngay cả những người họ không thích. Họ luôn đặt người khác lên trước bản thân mình. Họ sẽ cố gắng tưởng tượng xem họ sẽ cảm thấy thế nào nếu ở vào hoàn cảnh của người khác. Họ áp dụng điều này hàng ngày và nhanh chóng nhận ra rằng họ đã quên mất những vấn đề của chính mình vì họ luôn nghĩ đến người khác. Kết quả là họ phát triển được sức mạnh nội tâm lớn hơn và không bao giờ đau khổ về hoàn cảnh của mình.

Việc thực hành lòng từ bi này bắt đầu ở nhà. Cha mẹ của họ thường xuyên cãi vã, và mẹ của họ thường xuyên bị trầm cảm. Cả Adam và Anne đều cố gắng nói với bà ấy rằng mọi việc sẽ tốt hơn và bà ấy không phải là một người mẹ tệ hại. Mặc dù đôi khi bố của họ rất tức giận với họ nhưng họ cũng cố gắng không để bụng chuyện này với ông. Ông ấy đã gặp rất nhiều căng thẳng và lo lắng trong cuộc sống, và dù hành động của ông ấy rất tệ nhưng họ biết ông ấy là một người tốt, trong thâm tâm chỉ mong bản thân và gia đình được hạnh phúc.

Adam và Anne trở nên rất nổi tiếng và được kính trọng trong cộng đồng của họ. Với sự giúp đỡ của họ, cha mẹ họ đã vượt qua được cơn nghiện. Sau đó, họ tiếp tục giúp đỡ những người bạn của cha mẹ họ cũng gặp vấn đề tương tự. Họ thường đến thăm người già, người bệnh và luôn tử tế với hàng xóm. Một ngày nọ, một phóng viên truyền hình nghe nói về Adam và Anne và quyết định phát sóng một câu chuyện về "những đứa trẻ nhân ái".

Nhờ việc tiếp xúc với TV, cộng đồng đã quyên góp được rất nhiều tiền để giúp Adam và Anne có được một nền giáo dục tốt. Họ vào học ở một trường danh tiếng rồi vào đại học, cả hai đều đạt điểm rất cao. Sau khi hoàn thành chương trình học, họ trở lại cộng đồng của mình và trở thành những giáo viên giỏi. Họ dạy người khác mọi điều họ đã học được; rằng chúng ta có thể thay đổi mọi thứ theo chiều hướng tốt đẹp hơn miễn là chúng ta thực hành lòng từ bi. Chúng ta có thể thay đổi cách chúng ta hòa nhập với cha mẹ, bạn bè cũng như những người hoàn toàn xa lạ và thậm chí chúng ta có thể thay đổi thế giới theo một cách nhỏ nào đó.

Bạn có muốn sống một cuộc đời nhân ái như Adam và Anne không?

Bạn sẽ bỏ lỡ điều gì nếu luôn nghĩ đến người khác trước chính mình? Bạn sẽ đạt được gì?

Làm thế nào bạn có thể bắt đầu hành động một cách nhân ái trong cuộc sống ngay hôm nay?

MỘT CÂU CHUYỆN ĐẶC BIỆT DÀNH CHO TRẺ LỚN HƠN —
CÂU CHUYỆN VỀ SỰ TỰ DO NỘI TÂM

Ở thành phố T'ien-chu có hai chàng trai người Hoa học cùng trường và là bạn thân của nhau. Một người tên là Fuzu và người kia tên là Jujan. Cha của cả hai đều đã bị lính chính phủ Tàu giết chết. Cả hai chàng trai đều bị đè nặng bởi một nỗi buồn nặng nề trong lòng.

Họ hỏi nhiều người lớn tại sao cha của họ lại bị giết. Người lớn nói với họ: 'Thật không may, chúng ta không có nhân quyền và tự do thực sự ở đất nước này.'

Nhiều lần các em hỏi người lớn: 'Làm thế nào để chúng con đạt được tự do?' Một số nói rằng các em không bao giờ có thể đạt được tự do, vì tin rằng người dân sẽ mãi mãi nằm dưới sự kiểm soát của chính phủ và họ chỉ đơn giản là phải chấp nhận điều này. Những người khác nói với họ rằng nếu họ học được luật thì có thể họ sẽ tìm được tự do nào đó.

Vì vậy, cả hai chàng trai quyết định học luật sau khi tốt nghiệp trung học vì muốn tìm ra câu trả lời cho câu hỏi của mình. Tuy nhiên, họ sớm nhận ra rằng mặc dù về mặt lý thuyết, luật pháp là hợp lý và công bằng nhưng những gì được viết ra không phải lúc nào cũng được thực hành. Đáng buồn thay, nhiều quan chức chính phủ và cảnh sát đã tham nhũng. Nếu ai đó báo cáo một tội phạm, nó thường không được theo dõi vì có người khác đã hối lộ để ngăn chặn việc báo cáo. Sau đó, hai cậu bé nhận ra rằng hiểu biết về luật pháp không thực sự giúp ích nhiều đến thế - mà việc có tiền lại giúp ích nhiều hơn. Vì thế họ ngừng nghiên cứu luật vì họ cho rằng nó vô nghĩa.

Một ngày nọ, hai cậu bé sắp xếp một cuộc gặp với một chính trị gia đã nghỉ hưu, người có kiến thức rất tốt về luật pháp và chính trị quốc tế. Họ hỏi ông câu hỏi tương tự, 'Làm thế nào chúng ta có thể đạt được tự do?'

Ông ấy trả lời: 'Nếu bạn muốn tự do cá nhân, bạn phải di cư đến một quốc gia dân chủ như Thụy Sĩ hoặc Hoa Kỳ. Tuy nhiên, nếu muốn tự do nội tâm, bạn phải hỏi một nhà sư rất có kinh nghiệm và khôn ngoan; thầy ấy sẽ nói cho bạn biết.›

Fuzu không hiểu chính trị gia nói "tự do nội tâm" nghĩa là gì, mặc dù anh hiểu rất rõ tự do cá nhân nghĩa là gì. Anh ấy nói với Jujan, 'Tôi muốn chuyển đến Thượng Hải và sau đó cố gắng đến Mỹ. Bạn sẽ đi cùng tôi chứ?'

Jujan trả lời: 'Trước khi tìm kiếm tự do cá nhân ở một quốc gia phương Tây, có lẽ trước tiên chúng ta nên khám phá tự do nội tâm là gì.'

Fuzu không đồng ý nên anh ấy đã tự mình đến Thượng Hải và sau đó xin visa du lịch sang Mỹ. Khi đến Mỹ, anh đã có thể xin được thị thực tị nạn.

Lúc đầu Fuzu nghĩ cuộc sống mới của anh ở Mỹ thật tuyệt vời. Anh ấy rất hài lòng với hệ thống chính trị và có nhiều cơ hội để anh ấy sống cuộc sống mà anh ấy mong muốn. Anh tìm được một công việc tốt và kết hôn với một phụ nữ Mỹ, người có với anh bốn người con. Anh ấy muốn có nhiều con vì ở Trung Quốc bạn chỉ được phép có một con.

Tuy nhiên, bất chấp các quyền tự do cá nhân, Fuzu và vợ không hài lòng với những gì họ có. Sự bất mãn này cuối cùng đã khiến cuộc hôn nhân của họ tan vỡ, cuối cùng kết thúc bằng ly hôn. Fuzu tái hôn hai lần sau đó, nhưng mọi chuyện chỉ trở nên tồi tệ hơn chứ không khá hơn. Anh ta có nhiều con với những người phụ nữ khác nhau mà anh ta cưới nhưng hiếm khi có thể dành thời gian cho họ vì họ bận rộn với cuộc sống riêng của mình. Cuộc sống của anh hóa ra rất căng thẳng và cô đơn. Cuối cùng, anh tìm đến rượu và ma túy để đối phó với hoàn cảnh của mình. Vì điều này, cả sức khỏe tinh thần và thể chất của anh ngày càng trở nên tồi tệ hơn.

Trong khi đó, Jujan sắp xếp một cuộc gặp với một nhà sư Tàu và hỏi ông làm cách nào để đạt được tự do nội tâm.

Nhà sư trả lời, 'Tôi không thể cho bạn câu trả lời ngay lập

tức, nhưng nếu bạn trở thành một tu sĩ, có lẽ bạn sẽ tự mình khám phá ra tự do nội tâm nghĩa là gì. Có một tu viện Tây Tạng tên là Zamthang ở tỉnh Shechuan mà bạn có thể muốn đến. Tôi đã viếng thăm tu viện này cách đây vài năm và rất ấn tượng. Tuy nhiên, vấn đề duy nhất là họ không nói tiếng Tàu, chỉ nói tiếng Tây Tạng."

Jujan cảm ơn nhà sư vì lời khuyên của ông. Anh cảm thấy rất hứng khởi khi nghe tên tu viện này đến nỗi lập tức lên đường đến đó bằng xe buýt và sau đó là xe tải. Khi đến nơi và gặp vị trụ trì, Lama Lobsang, anh vô cùng xúc động. Khi nhìn vào mắt vị Lạt ma, anh có thể nói rằng anh biết bí mật dẫn đến sự tự do nội tâm sâu sắc hơn những gì anh từng tưởng tượng. Chẳng bao lâu Jujan nói với Lạt ma rằng anh mong muốn cống hiến cuộc đời mình để đạt được tự do nội tâm.

Lạt ma trả lời: 'Bạn có chắc không? Không có gì bảo đảm sẽ mất bao lâu; nhưng nếu đây là mong muốn của bạn, bạn phải học ngôn ngữ Tây Tạng và thực hành Phật đạo.'

Jujan đã quyết tâm. Anh được xuất gia làm tu sĩ Phật giáo và siêng năng nghiên cứu ngôn ngữ Tây Tạng cũng như nghiên cứu Phật giáo với sự giúp đỡ của một dịch giả. Sau ba năm học tập, ông đã có thể đọc và giao tiếp thông thạo tiếng Tây Tạng. Sau đó, anh dành tám năm để nghiên cứu, thực hành và thiền định Phật giáo. Anh đã trở thành một tấm gương tốt của một tu sĩ Phật giáo.

Một ngày nọ, chính quyền Tàu đến thăm tu viện Jujan, giống như họ đã làm với tất cả các tu viện Tây Tạng, và ra lệnh cho tất cả các nhà sư ký vào một mẫu đơn. Mẫu đơn được viết bằng tiếng Tàu nên các nhà sư không biết họ đang ký cái gì; họ chỉ được thông báo rằng đó là một thỏa thuận chống lại 'kẻ thù của đất nước chúng ta'.

Jujan đọc mẫu đơn và rất khó chịu khi phát hiện ra người Tàu đang che giấu ý định và ý nghĩa thực sự có trong mẫu đơn. Trên thực tế, đó là lời tuyên bố rằng các nhà sư chống lại Đức

Đạt Lai Lạt Ma, nhà lãnh đạo tinh thần của Phật giáo. Jujan từ chối ký vào đơn và bảo các nhà sư khác cũng từ chối. Sau đó anh ta đã đánh nhau với một trong những quan chức Tàu. Họ cố gắng bắt Jujan nhưng anh đã chiến đấu dũng cảm, và một số tu sĩ khác thậm chí còn cố gắng giúp đỡ anh. Sau khi vùng vẫy như vậy trong vài phút, anh ta đã tìm cách thoát khỏi chính quyền và trốn thoát vì nghĩ rằng đây là lựa chọn tốt nhất của mình. Sau sự việc này, anh biết rằng quay trở lại tu viện là không an toàn, nên anh quyết định thu dọn đồ đạc và gia nhập một nhóm nhỏ người Tây Tạng đang đi bộ xuyên dãy Himalaya với hy vọng trốn sang Ấn Độ.

Những người trốn thoát phải đi một chặng đường dài để tránh lính Tàu, và chuyến đi kéo dài một tháng rưỡi. Nhiều người đã bị thương trên đường đi vì đường đi rất gồ ghề và trơn trượt, phủ đầy băng, tuyết và đôi khi có bụi rậm, gai góc. Trong chuyến đi, Jujan phải lòng một cô gái Tây Tạng trong nhóm, Pema. Vì đã từng học ở trường tiếng Trung nên cô ấy có thể nói tiếng Trung trôi chảy. Họ bắt đầu nói chuyện với nhau và nhanh chóng nhận thấy họ có nhiều điểm chung.

Sau nhiều cuộc phiêu lưu, họ đến nơi tiếp nhận người tị nạn Tây Tạng ở Nepal, và sau đó tiếp tục hành trình tới Ấn Độ. Cuối cùng khi đến nơi, họ phải ghi tên vào một trường nội trú dành cho người lớn, nơi có hơn một nghìn người tị nạn Tây Tạng trưởng thành được cho ăn, ở và giáo dục miễn phí. Chỉ một số ít sinh viên là phụ nữ vì nam giới thường đi du lịch đường dài dễ dàng hơn và do đó, phụ nữ rất khan hiếm.

Một ngày nọ, một người đàn ông có rất nhiều tiền và địa vị phải lòng bạn gái của Jujan và hai người chia tay nhau. Trái tim của Jujan hoàn toàn tan vỡ. Anh ấy không thể học hay ngủ chút nào. Anh ta rời trường nhưng không có nơi ở và không có thức ăn nên anh ta đến một tu viện xin ăn, ngủ trong rừng vài tuần. Chẳng bao lâu sau, anh quyết định mình không thể tiếp tục sống như thế này.

Anh tự nghĩ: 'Tôi đã trải qua quá nhiều sự buồn lòng và đau khổ. Tôi thực sự không quan tâm nhiều đến tiền bạc, bạn gái, hay việc người khác nghĩ gì về tôi. Bây giờ tôi thấy sự thật rằng những điều này không phải là nguồn hạnh phúc thực sự, tôi chỉ muốn sống một cuộc sống đơn giản và quay trở lại mục tiêu ban đầu của mình. Điều tôi mong muốn nhất là tìm được sự tự do nội tâm."

Anh đến văn phòng của Đức Đạt Lai Lạt Ma và họ đồng ý cấp tiền thường xuyên cho anh để mua thực phẩm và các nhu cầu cơ bản khác nếu anh thực hành tu tập một cách chân thành. Họ đề nghị cho anh ta một trong những túp lều nhập thất cao trong rừng núi để ở. Anh ta ở đó mười lăm năm, hoàn toàn tập trung tâm trí và khám phá trạng thái tâm trí tự nhiên an bình, thoát khỏi sự kiểm soát của suy nghĩ và cảm xúc.

Hầu hết mọi người đều có cảm xúc không kiểm soát được, vì vậy, chẳng hạn, nếu ai đó không may bị mất trộm tài sản, bị bệnh hoặc phải chấm dứt một mối quan hệ thân thiết, họ thường sẽ rất buồn hoặc chán nản. Bị kiểm soát bởi cảm xúc của mình, họ sẽ phản ứng như thế này, nhưng Jujan đã vượt qua sự kiểm soát của cảm xúc đối với mình. Anh ấy đã hoàn toàn bình phục sau nỗi đau và không còn làm nô lệ cho những cảm xúc bất chợt của mình nữa. Anh ta đã có thể sống nhờ rất ít thức ăn để nuôi sống và hoàn toàn hạnh phúc khi ở một mình. Anh ấy thậm chí có thể tự chữa khỏi mọi bệnh tật của mình mà không cần sự giúp đỡ của bác sĩ. Khi nghe tin gia đình mình qua đời, anh ấy không buồn; anh nhận ra cái chết là một phần không thể tránh khỏi của cuộc sống và chấp nhận điều này với lòng trắc ẩn và khiêm tốn. Câu chuyện của Jujan lan truyền khắp Ấn Độ và anh trở nên khá nổi tiếng. Anh không cho du khách vào nhưng nhiều phóng viên và du khách đã chụp ảnh ông từ xa.

Một ngày nọ, anh nhận được một lá thư từ một ngôi chùa lớn của Tàu ở Mỹ, mời anh đến thăm và chúc phúc cho ngôi chùa của họ, cũng như chỉ đạo một số giáo lý. Anh ấy chấp nhận lời mời vì anh ấy có linh cảm rằng mình sẽ gặp lại người bạn cũ Fuzu, và anh ấy rất vui khi có thể lần đầu tiên nói về những trải nghiệm của mình bằng ngôn ngữ mẹ đẻ của mình.

Khi đến Mỹ và vào chùa, anh cử hành một vài nghi lễ để chúc phúc cho khu vực và ban một số giáo lý. Nhiều người đến nghe anh. Lúc đó Fuzu đang phải chịu đựng nỗi đau tinh thần rất lớn nên anh đang tìm kiếm sự an ủi về mặt tinh thần. Vì lý do này mà ông đã đến chùa. Anh không hề biết rằng người bạn cũ Jujan sẽ ở đó và vô cùng ngạc nhiên khi nhìn thấy anh ta. Jujan để Fuzu ở lại với mình qua đêm trong chùa. Suốt đêm họ nói về việc Fuzu đã tìm thấy tự do cá nhân như thế nào, trong khi Jujan đã khám phá được tự do nội tâm.

Bạn cần gì để đạt được tự do cá nhân? Bạn cần gì để tìm thấy sự tự do nội tâm?

Bạn nghĩ hình thức tự do nào có giá trị nhất?

Làm thế nào chúng ta có thể học cách kiểm soát hạnh phúc của mình?

Làm thế nào bạn có thể tìm thấy sự tự do nội tâm trong cuộc sống của mình mà không cần đến tu viện hoặc rời bỏ hoàn cảnh hiện tại của mình?

～

Hãy đọc lại tất cả những câu chuyện này nhiều lần để hiểu thêm về ý nghĩa ẩn giấu của chúng. Hãy tìm hiểu về những phẩm chất của hạnh phúc ngay bây giờ và cố gắng hết sức thực hành chúng mọi lúc, để bạn có thể có một cuộc sống thực sự hạnh phúc.

Đặt ra Đúng hướng

Tôi thực sự cảm thấy cần phải giảng giải những thông điệp quan trọng cho thanh thiếu niên, bởi vì đây là thời điểm quan trọng trong cuộc đời mỗi người và chúng ta chỉ có một cơ hội để làm đúng. Nếu bỏ lỡ cơ hội này chúng ta sẽ không bao giờ có cơ hội khác. Vì vậy, nếu bạn có con trai hay con gái ở tuổi vị thành niên, tôi hy vọng bạn có thể khuyến khích chúng đọc chương này. Nếu bạn cũng ở trong độ tuổi này, tôi mong bạn hãy suy ngẫm kỹ về chương này.

Khi còn là thiếu niên, chúng ta còn trẻ, thông minh và tràn đầy năng lượng, vì vậy chúng ta có thể đưa ra những quyết định giúp chúng ta có được những trải nghiệm sống tuyệt vời, phát triển trí tuệ tuyệt vời và hướng tới việc tạo ra ảnh hưởng lớn đến thế giới. Mặt khác, vì thiếu kinh nghiệm nên chúng ta có thể thiếu trí tuệ, và điều này có nghĩa là chúng ta có thể đưa ra những quyết định làm tổn hại hoặc làm giảm tiềm năng của mình và gây ra đau khổ lớn cho bản thân hoặc những người xung quanh.

Người ta thường tin rằng thanh thiếu niên không bao giờ nghe lời khuyên của người lớn tuổi vì họ quá mất tập trung, quá kiêu hãnh hoặc không đánh giá cao ý kiến của thế hệ lớn tuổi. Tôi không tin điều này nhất thiết phải đúng, tuy nhiên tôi nhận thấy rằng những người trẻ tuổi đôi khi cảm thấy tự hào về những gì họ đã học được và trải nghiệm cho đến nay trong cuộc đời tương đối ngắn ngủi của mình và do đó cảm thấy miễn cưỡng chấp nhận rằng vẫn còn nhiều điều phải học hỏi. Đây có thể là dấu hiệu cho thấy họ thiếu trí tuệ, vì chúng ta càng khôn ngoan thì chúng ta càng muốn học hỏi từ người khác.

Mong muốn sâu sắc của tôi là bạn sẽ đọc chương này và phân tích những gì nó nói. Suy cho cùng, bất kể bạn có phải là thanh thiếu niên hay không, chắc chắn rằng, giống như mọi người khác, bạn đang tìm cách đạt được hạnh phúc và tránh đau khổ trong cuộc sống.

LÀM THẾ NÀO ĐỂ PHÁT TRIỂN SỰ TẬP TRUNG

Như tôi đã đề cập trước đây, nguyên nhân gốc rễ của hạnh phúc vẫn không thay đổi dù chúng ta một tuổi hay một trăm tuổi, nhưng khi còn là thiếu niên, chúng ta có những thử thách đặc biệt phải đối mặt và những quyết định đặc biệt phải đưa ra. Do đó, chúng ta cần nhấn mạnh vào một số phẩm chất cụ thể.

Nhiều người vô cùng tiếc nuối khi đã đến tuổi trưởng thành, nhìn lại tuổi thiếu niên của mình. Họ sống trong tất cả thời gian và năng lượng mà họ đã lãng phí và khao khát được trở thành thiếu niên một lần nữa để trải nghiệm điều đó một cách khác biệt, tuy nhiên, không thể quay ngược thời gian. Do đó, điều cực kỳ quan trọng là phải nhận thức được những cơ hội đặc biệt mà tuổi thiếu niên mang lại cho chúng ta và sử dụng chúng một cách khôn ngoan.

Đôi khi có vẻ kỳ lạ là thanh thiếu niên, những người vì tuổi trẻ vốn có rất nhiều năng lượng và trí thông minh, lại có xu hướng lãng phí điều này nhiều hơn những người lớn tuổi. Điều gì khiến thanh thiếu niên cư xử như vậy? Tôi tin rằng đó là vì chúng ta thường thiếu sự tập trung vào nội tâm ở độ tuổi này và do đó dễ bị phân tâm bởi mọi thứ đang diễn ra xung quanh. Chúng ta bị cuốn hút bởi các sản phẩm của văn hóa đại chúng, chẳng hạn như phim ảnh và Internet. Cơ thể chúng ta đang trải qua một sự biến đổi hoàn toàn và thứ mới gọi là ‹tình yêu lãng mạn› dường như tiêu tốn nhiều thời gian và năng lượng của chúng ta.

Điều tự nhiên là chúng ta muốn được nhóm bạn đồng trang lứa

yêu thích và chúng ta thử nghiệm nhiều điều mới, tuy nhiên chúng ta chỉ mới bắt đầu cuộc hành trình của cuộc đời và do đó có thể còn non nớt về mặt cảm xúc. Các mối quan hệ ngắn hạn có thể là một đặc điểm của thời điểm này vì chúng ta rất dễ cảm thấy buồn chán hoặc có những kỳ vọng không thực tế. Sự buồn chán là điều bình thường vì chúng ta quá phụ thuộc vào sự kích thích bên ngoài - nếu không có đủ sự kích thích, chúng ta có thể mất hứng thú, vì nhu cầu về những thứ bên ngoài để thỏa mãn chúng ta mạnh hơn động lực học hỏi.

Thật kỳ lạ khi chúng ta lại bị thu hút bởi những mối quan tâm bên ngoài trong khi tầm nhìn của chúng ta về thế giới và phạm vi hiểu biết của chúng ta quá hạn chế! Điều này không có nghĩa là chúng ta ngu ngốc. Tuy nhiên, điều đó có nghĩa là do chúng ta tương đối thiếu kinh nghiệm sống nên chúng ta khó có thể biết được điều gì là quan trọng để tập trung vào và điều gì không. Cho đến khi chúng ta phát triển được một quan điểm đủ trưởng thành, chúng ta sẽ phân tán năng lượng của mình vào bất cứ điều gì xảy ra trước mặt chúng ta. Hơn nữa, tâm trí của chúng ta có thể bị cảm xúc lấn át đến mức chúng ta thường không quan tâm đến hậu quả của hành động của mình vì chúng ta không thực sự nhận ra chúng là gì. Do đó, điều quan trọng nhất đối với bạn khi còn là thiếu niên là xem xét cẩn thận động cơ đằng sau hành động của mình cũng như hậu quả của chúng.

Bài tập: Đây là một bài tập đơn giản nhằm giúp bạn lập kế hoạch cho tương lai và cải thiện khả năng tập trung của mình. Mỗi ngày, có thể vào sáng sớm hoặc cuối cùng trước khi đi ngủ, hãy dành năm phút để suy nghĩ về những gì bạn đã làm trong ngày hôm đó. Hãy dành thời gian này để suy ngẫm về những quyết định bạn đã đưa ra và những hành động bạn đã thực hiện. Ví dụ, có điều gì khiến bạn khó chịu hoặc tức giận không? Bạn đã xử lý những cảm xúc đó như thế nào? Chúng ảnh hưởng đến hành động và quyết định của bạn như thế nào? Hãy suy nghĩ cẩn thận về những hậu quả ngắn hạn và dài hạn có thể xảy ra từ hành động của bạn. Hãy suy nghĩ về tất cả các quyết định và hành động của bạn, bất kể chúng nhỏ hay lớn. Điều này sẽ giúp bạn tập trung tinh thần lâu dài và có khả năng lập kế hoạch cho tương lai.

TÔI MUỐN LÀM GÌ VỚI CUỘC ĐỜI MÌNH?

Khi còn là thanh thiếu niên, chúng ta giống như một nụ hoa mới nở vào mùa xuân. Chúng ta có vẻ đẹp và sự tươi trẻ của tuổi trẻ cũng như khả năng có một cuộc sống sung túc và phong phú phía trước. Tất cả những khả năng tuyệt vời của cuộc sống là của chúng ta. Chúng ta có thể giàu có và nổi tiếng, một nhà lãnh đạo thế giới hoặc một anh hùng. Chúng ta có thể giúp giảm hiện tượng nóng lên toàn cầu, chữa trị những căn bệnh làm suy nhược cuộc sống hoặc ngăn ngừa nạn đói. Chúng ta có tất cả những khả năng này trong tầm tay—bất cứ điều gì cũng có thể! Tuy nhiên, dường như rất khó để biết phải làm gì. Làm sao chúng ta biết nên đi con đường nào? Chúng ta chọn ai làm người kiểu mẫu cho mình? Chúng ta phải làm gì để đến được nơi mình muốn? Những lợi thế cuối cùng khi chúng ta đến đó là gì? Điều cuối cùng chúng ta đang tìm kiếm là bản sắc riêng của chúng ta, tất nhiên đó là một điều rất quan trọng cần tìm kiếm.

Bởi vì chúng ta rất dễ bị phân tâm nên chúng ta thường có xu hướng tìm thứ gì đó thuận tiện và dễ dàng để thu hút và đánh lạc hướng tâm trí mình. Chúng ta thường dành hàng giờ để trò chuyện trên Internet, gửi tin nhắn hoặc nghe nhạc. Tâm trí của chúng ta được rèn luyện để hành xử theo cách này, luôn hướng ngoại để tìm kiếm niềm vui và sự xao lãng hơn là hướng nội. Chúng ta cảm thấy rất khó khăn khi chỉ ở một mình hoặc nghĩ về những kế hoạch cho tương lai của mình. Ngay cả khi chúng ta cố gắng hình dung ra tương lai và những khả năng mở ra trước mắt, chúng ta vẫn dễ chìm đắm trong tưởng tượng hoặc chỉ làm theo những gì bạn bè đang làm.

Vì vậy, đây là một số lời khuyên thiết thực để bạn cân nhắc khi cân nhắc về tương lai của mình:

1. Bạn có các thuộc tính cần thiết để đạt được mục tiêu đã chọn không?

Nếu bạn muốn trở thành một ca sĩ nổi tiếng hoặc một diễn viên nổi tiếng, bạn có thể cần ngoại hình đẹp, giọng nói du dương và khả năng làm việc chăm chỉ cũng như may mắn! Bạn phải tự hỏi: Tôi có thực sự sở hữu tất cả những đặc tính này không? Tôi có đủ tự tin và quyết tâm để theo đuổi mục tiêu này không? Tôi có chắc mình sẽ không bỏ cuộc giữa chừng vì quá khó không? Tôi có đủ siêng năng và kiên trì để đạt được mục tiêu của mình không? Tôi có theo đuổi mục tiêu này vì tôi thực sự muốn chứ không phải vì người khác mong đợi điều đó ở tôi không?[17]

Nếu câu trả lời của bạn là "có" cho năm câu hỏi này thì bạn có thể thực hiện nó! Bạn có những gì cần thiết và rất có khả năng thành công. Tuy nhiên, nếu bạn không chắc chắn về bất kỳ câu hỏi nào trong số này thì loại mục tiêu này khó có thể đáng theo đuổi và bạn có thể chỉ đang theo đuổi một ảo tưởng và lãng phí năng lượng của mình. Nếu tất cả thời gian và năng lượng quý báu của bạn đang bị lãng phí, điều này sẽ ngăn cản bạn đạt được điều gì đó khác.

2. Mục tiêu này có mang lại lợi ích cho bạn suốt cuộc đời không?

Nếu bạn khá chắc chắn và quyết tâm đạt được một mục tiêu cụ thể và mục tiêu này mang tính thực tế thì rất có thể bạn sẽ đạt được nó, tuy nhiên, bạn vẫn phải cân nhắc kỹ xem liệu mục tiêu này có mang lại lợi ích cho bạn và còn ý nghĩa trong nhiều năm sau hay không.

Ví dụ: nếu mục tiêu của bạn là trở thành một ca sĩ hoặc ngôi sao thể thao nổi tiếng, bạn nên xem xét cẩn thận hậu quả của việc dồn hết tâm sức để thực hiện ước mơ đó. Trước tiên, bạn cần cân nhắc rằng chỉ có rất ít người đặc biệt có thể kiếm sống bằng loại nghề nghiệp này và bạn có thể đang tự đẩy mình vào một cuộc sống vô cùng khó khăn về tài chính. Hơn nữa, có thể rất khó ổn định cuộc sống nếu bạn liên tục phải di chuyển địa điểm để tìm việc làm, và sau đó nếu bạn thành công, khi bạn già đi, có thể không còn nhu cầu về kỹ năng của bạn nữa. Khi đó bạn có thể gặp khó khăn trong việc có một cuộc sống bình thường, đặc biệt nếu bạn đang sống trong một thế giới tưởng tượng hoặc chưa bao giờ trải qua nhiều khó khăn.

Nghe có vẻ hơi lạ nhưng ở Tây Tạng một số tăng ni là những người nổi tiếng, giống như những ngôi sao điện ảnh trong văn hóa phương Tây. Cá nhân tôi chưa bao giờ muốn trở thành một Lạt ma nổi tiếng ở Tây Tạng bởi vì tôi luôn phải hành động theo một cách nhất định và cực kỳ ý thức về hành vi của mình. Tôi sẽ luôn bị vây quanh bởi nhiều người và không thể thư giãn và sống một cách tự nhiên.

Bạn đã thực sự nghĩ đến việc theo đuổi và đạt được mục tiêu sẽ ảnh hưởng đến cuộc sống của mình như thế nào chưa? Bạn vẫn quyết tâm đạt được mục tiêu này và bạn có nghĩ nó sẽ mang lại cho bạn một cuộc sống có ý nghĩa không? Có cách nào tốt hơn để theo đuổi một cuộc sống có ý nghĩa? Nếu bạn tự ti và thấy cuộc sống nổi tiếng thật đáng lo ngại thì bạn đang lãng phí thời gian và năng lượng quý báu của mình để mơ mộng về nó. Hãy nhận ra điều này và bắt đầu xem xét vô số khả năng khác, phân tích cẩn thận từng lựa chọn này, sau đó khi bạn đã chọn được mục tiêu phù hợp với mình, hãy tập trung với quyết tâm nhất tâm để đạt được nó. Nếu bạn cố gắng suy đoán hoặc nghi ngờ bản thân thì bạn có thể trở nên bối rối và lạc lối.

Nếu bạn cảm thấy quá khó để cống hiến hoàn toàn cuộc đời mình cho một điều gì đó mà không có chút nghi ngờ nào, thì bạn cần lập kế hoạch để đạt được những gì mình muốn theo từng giai đoạn.

Mặc dù việc tự tin rằng bạn sẽ có thể đạt được mục tiêu lý tưởng là điều tốt nhưng tốt nhất bạn nên lường trước những thách thức và có kế hoạch dự phòng. Nếu mục tiêu cao nhất của bạn không thành công, bạn không nên nản lòng vì kế hoạch của bạn phải bao gồm nhiều cấp độ thành tích khác nhau, bao gồm cả trường hợp xấu nhất. Bạn nên có khát vọng cao nhất nhưng cũng nên sẵn sàng hài lòng với kết quả tồi tệ nhất. Nhưng đừng bao giờ ngừng cố gắng để đạt được!

Người ta dễ nghĩ rằng nếu chúng ta làm việc chăm chỉ thì cuộc sống sẽ khó khăn hơn. Tuy nhiên, chúng ta phải luôn nhắc nhở bản thân rằng điều ngược lại có thể đúng, vì về lâu dài, cuộc sống của chúng ta thực sự có thể trở nên dễ dàng hơn và thậm chí chúng ta có thể đạt đến giai đoạn mà những việc tưởng chừng như khó khăn lại trở nên dễ dàng. Mặt khác, nếu chúng ta lười biếng hoặc tự mãn, cuộc sống của chúng ta có thể trông dễ dàng nhưng thực tế nó lại trở nên khó khăn hơn nhiều. Tuy nhiên, một lời cảnh báo. Đối với một số người, có nguy cơ là quá tập trung vào mục tiêu và sau đó bỏ bê gia đình, bạn bè và các khía cạnh quan trọng khác của cuộc sống, nhưng đối với hầu hết chúng ta, việc dồn nhiều tâm sức vào mục tiêu chính là một sự theo đuổi rất xứng đáng và có giá trị, miễn là chúng ta không quên những chiều kích khác của cuộc sống.

Kỷ luật làm việc chăm chỉ kiên định cũng có thể cải thiện khả năng tập trung và chú tâm của chúng ta. Bằng cách làm việc chăm chỉ ở một việc mà chúng ta cho là đáng giá, chúng ta có thể trở nên hiệu quả hơn và suy nghĩ rõ ràng hơn, và cuối cùng chúng ta có thể trải nghiệm cảm giác vui vẻ và hài lòng bẩm sinh khi say mê làm một nhiệm vụ cụ thể. Khi trở nên hiệu quả hơn, chúng ta thấy dễ dàng hơn trong việc đáp ứng các nhu cầu vật chất của mình và sau đó chúng ta có thể chọn sử dụng điều này làm cơ sở để đơn giản hóa cuộc sống và dành thời gian cho những mục tiêu quan trọng khác, chẳng hạn như vun đắp tình bạn, phát triển những sở thích và kỹ năng mới, hoặc thậm chí chọn sống một cuộc sống tâm linh. Điều này sẽ được nói nhiều hơn trong các chương sau.

Trước khi tiếp tục, đây là một câu chuyện ngắn minh họa tầm quan trọng của lòng quyết tâm. Tôi hy vọng rằng bạn sẽ hiểu tại sao cuộc đời của hai nhân vật chính lại diễn ra khác nhau đến vậy và đánh giá cao tác động của những lựa chọn mà họ đưa ra khi còn trẻ.

CÂU CHUYỆN VỀ SỰ QUYẾT TÂM

Có hai cậu bé cùng học ở Trường Ngôi làng Thiếu nhi Tây Tạng (TCV) ở Dharamsala, miền bắc Ấn Độ, giống như một trường nội trú dành cho trẻ em Tây Tạng. Tenzin sinh ra ở Dharamsala và lớn lên ở đó, trong khi cậu bé kia, Jigme, sinh ra ở Golok, một tỉnh ở Tây Tạng. Hai chàng trai rất có tính cạnh tranh và luôn cạnh tranh với nhau trong học tập.

Người Tây Tạng và nhiều người châu Á tin rằng các nước phương Tây mang đến nhiều cơ hội lớn hơn, đặc biệt là khi làm việc và học tập. Khi Tenzin lớn lên, cha anh, một quan chức chính phủ Tây Tạng, sẽ có thể gửi anh đến Thụy Sĩ để có một nền giáo dục tốt hơn và một cuộc sống tốt hơn. Tenzin nói với Jigme về điều này, khoe rằng anh sẽ có một tương lai thành công hơn nhiều so với người bạn cùng trường của mình.

Mặc dù Jigme rất buồn vì không có được cơ hội với Tenzin nhưng anh tự hứa với mình rằng anh sẽ học tập chăm chỉ để theo kịp bạn mình.

Khi Tenzin đến Thụy Sĩ, anh cảm thấy như đang ở trên thiên đường và không thể tin được mình lại may mắn đến thế. Mọi thứ đều rất đẹp và mọi nhu cầu của anh đều được đáp ứng dễ dàng. Khi đi học, anh ấy không gặp vấn đề gì về ngôn ngữ vì anh ấy đã học tiếng Anh ở Ấn Độ. Anh ấy tự nghĩ: 'Mình phải học tập thật chăm chỉ và có được một nền giáo dục tốt để có thể làm việc vì lợi ích của người dân Tây Tạng trong tương lai'.

Tuy nhiên, sau vài tuần siêng năng học tập, nhiều phiền

nhiễu khiến anh mất tập trung. Vì Tenzin không có tính cách mạnh mẽ nên anh trở nên bận tâm đến việc khác và mất đi quyết tâm học tập. Thông thường, khi mọi người phải đối mặt với nhiều phiền nhiễu và cơ hội để vui chơi, họ bắt đầu ngày càng muốn nhiều thứ hơn và đánh mất mục tiêu ban đầu của mình vì họ quá tập trung vào niềm vui hiện tại. Cuối cùng, không thể tìm được việc làm sau khi học xong, Tenzin trở nên trầm cảm. Anh ta bắt đầu uống nhiều rượu để giúp bản thân đối phó. Cuộc sống của anh ấy trở nên tồi tệ hơn nhiều so với khi anh ấy sống ở Dharamsala.

Đối với Jigme, việc chuyển đến một nước phương Tây là điều không thể, vì anh ấy không thể xin được thị thực và anh ấy có rất ít tiền. Anh ấy tiếp tục học tập rất chăm chỉ ở trường Làng Trẻ Em Tây Tạng, nhưng sau khi tốt nghiệp, anh ấy không thể đăng ký học thêm vì sẽ phải đến một trường học ở Ấn Độ và phải trả học phí.

Vì vậy, Jigme thuê một căn bếp rất cơ bản, nơi anh vừa ngủ vừa sống, tự nuôi sống bản thân bằng cách chế biến và bán đồ ăn. Mỗi ngày anh ấy thức dậy lúc 4 giờ sáng và làm bánh mì trong hai giờ rồi bán trên đường phố. Anh ấy về nhà để học tiếng Anh, toán và khoa học máy tính nâng cao, những việc này anh ấy làm bằng học hàm thụ bằng thư từ. Từ bốn đến sáu giờ tối, anh nấu momos, tương tự như tìm sắm nhưng có hình dạng tròn trịa hơn, có rau hoặc thịt bên trong. Anh ấy bán chúng vào mỗi buổi tối và sau đó tiếp tục học đến nửa đêm. Anh ta không có hoạt động vui chơi hay thú vui nào có thể làm anh ta phân tâm. Thỉnh thoảng anh cảm thấy buồn và cô đơn nhưng anh không bao giờ có thời gian để suy nghĩ về điều này! Trong hơn năm năm, anh ấy sống như vậy, tiếp tục công việc vô cùng chăm chỉ của mình.

Một hôm, Jigme gặp một người phụ nữ phương Tây tóc bạc tên là Isobel, người này đã hỏi anh một vài câu hỏi khi anh đang bán momos. Họ rất hợp nhau và không lâu sau, cô mời anh đi ăn tối. Hóa ra Isobel đến từ Thụy Sĩ, mặc dù cô ấy thường xuyên đến thăm Dharamsala vì cô ấy đang giúp đỡ một số chính trị gia Tây Tạng ở quê nhà. Khi cô hỏi Jigme mục tiêu của anh là gì, anh nói với cô rằng anh muốn vào đại học và trở thành giáo sư.

Sau bữa tối, Jigme đưa Isobel đi xem nơi anh sống. Bị sốc trước hoàn cảnh nghèo khó của anh và cảm động trước quyết tâm của anh, cô đề nghị tài trợ cho anh theo học đại học ở Thụy Sĩ. Jigme không nói nên lời.

Trong một thời gian, Jigme nghĩ rằng tất cả chỉ là một giấc mơ và anh ấy rất lo lắng rằng Isobel sẽ thay đổi ý định. Nhưng trước khi anh biết chuyện gì đã xảy ra, Isobel đã đến Delhi và sắp xếp thị thực cho anh. Anh ấy đơn giản là không thể tin được rằng mình lại may mắn được đến Thụy Sĩ!

Trước khi Jigme khởi hành, anh gặp người bạn thân nhất của mình, một tu sĩ trẻ tên là Konchok, người đã chúc mừng anh nhưng sau đó nói với giọng nghiêm túc hơn, 'Bạn phải nhớ hai điều khi bạn ở Thụy Sĩ. Đầu tiên, bản chất con người là khi bạn có nhiều hơn và sống trong điều kiện tốt hơn, bạn rất dễ mất tập trung và kỷ luật. Nếu không mất tập trung, bạn có thể đạt được nhiều thứ và sống một cuộc sống hạnh phúc, nhưng nếu rơi vào tình trạng tham lam hay lười biếng, bạn sẽ gặp phải đau khổ lớn lao. Thứ hai, bạn không bao giờ nên quên phúc lợi của người dân Tây Tạng, cho dù hoàn cảnh của bạn có tốt đến đâu.'

Jigme hứa với Konchok rằng anh sẽ không bao giờ quên những điều này.

Một tuần sau, Jigme nhận được visa và chuyển đến Thụy Sĩ. Khi đến nơi, anh ấy vô cùng ngạc nhiên và nghĩ rằng mình đang ở trên thiên đường giống như Tenzin. Điều khác biệt duy nhất là mỗi ngày Jigme đều ghi nhớ lời khuyên của người bạn thân nhất. Anh ấy đã nỗ lực rất nhiều để nghiên cứu tâm lý học tại trường đại học trong bảy năm và cũng làm việc như một nhà thiết kế họa đồ bằng kỹ năng máy tính của mình. Sau một năm sống ở Thụy Sĩ, anh yêu Heidi, con gái của Isobel và sau vài năm họ kết hôn. Hai năm sau, anh trở thành giáo sư tâm lý học và mở cơ sở hành nghề của riêng mình và cực kỳ thành công.

Một ngày nọ, Giáo sư Jigme có bài giảng trước công chúng tại một trường đại học nổi tiếng ở Zurich. Lúc này Tenzin vẫn thất nghiệp, cô đơn và bắt đầu dùng ma túy. Anh ấy đến nghe bài giảng vì nó liên quan đến tâm lý học và do đó có thể giúp ích cho anh ấy. Khi đến nơi, anh ấy nghĩ người giảng viên trông rất quen. Ở giữa bài giảng, Jigme kể lại việc đi học ở Làng Trẻ em Tây Tạng và có một người bạn cùng lớp tên là Tenzin. Anh ấy nói rằng anh ấy đã chuyển đến Thụy Sĩ khoảng mười bốn năm trước nhưng chưa bao giờ biết chuyện gì đã xảy ra với mình. Tenzin bị sốc khi nhận ra đây chính là Jigme, bạn cùng lớp của mình, người đang giảng bài. Anh không thể tin rằng đối thủ cũ của mình lại thành công đến vậy trong khi cuộc đời anh lại thất bại như vậy.

Hãy nghĩ xem tại sao hai cậu bé có hoàn cảnh giống nhau lại có thể lớn lên khác nhau đến vậy. Bạn có nhớ hai điều quan trọng nhất đối với Jigme, truyền cảm hứng cho anh ấy đạt được những gì anh ấy đã làm không? Ngoài ra, hãy nghĩ về cách bạn có thể truyền cảm hứng cho cuộc sống của mình bằng một mục tiêu thực sự có ý nghĩa đối với bạn và điều này có thể tạo ra sự khác biệt như thế nào.

SỰ CẦN THIẾT CỦA CỰ TỰ TIN

Khi còn là thiếu niên, chúng ta rất nhạy cảm với ý kiến của người khác. Một lần nữa, điều này là do chúng ta chưa phát triển đủ sự tập trung bên trong để hiểu rõ bản thân và thực sự đánh giá cao những hậu quả tích cực và tiêu cực từ hành động của mình. Người có nhiều kinh nghiệm và trí tuệ sẽ không bao giờ tự ti. Đó là bởi vì họ có thể tự mình đánh giá điều gì là tốt và điều gì là xấu, điều gì đáng giá và điều gì không, điều gì nên tập trung sức lực và điều gì là lãng phí thời gian. Tuy nhiên, khi còn là thanh thiếu niên, trải nghiệm trần tục tương đối hạn chế của chúng ta có nghĩa là chúng ta khó có thể có loại nhận thức phân biệt này. Nhận thức của chúng ta hạn hẹp như lỗ kim, chúng ta dễ rơi vào cái bẫy dựa quá nhiều vào ý kiến của người khác.

Điều này không chỉ đúng với thanh thiếu niên ở phương Tây. Ngay cả trong ngôi làng nhỏ của tôi ở Tây Tạng, tôi vẫn bị ám ảnh bởi hình ảnh của mình và rất tự ti về những gì người khác nghĩ. Tôi luôn cư xử tự nhiên với gia đình và người thân, vì tôi không cảm thấy mọi thứ phải hoàn hảo với họ là điều quá quan trọng. Tuy nhiên, nếu bạn bè của tôi hoặc những người khác trong cộng đồng đến nhà chúng tôi, bất kể tôi làm gì và bố mẹ, anh chị em và thậm chí cả họ hàng của tôi cư xử thế nào, tôi sẽ vô cùng xấu hổ trừ khi mọi chuyện hoàn hảo. Bây giờ khi nhìn lại, tôi thấy rõ rằng mình đã hành động sai trái trước mặt bạn bè và người quen, chỉ vì tôi mong họ có thiện cảm với mình.

Khi còn là thiếu niên, vòng ảnh hưởng của chúng ta nhìn chung bị hạn chế. Kết quả là, sự hiểu biết của chúng ta về những gì có thể thực hiện được cũng bị hạn chế. Chúng ta muốn có nhiều bạn bè, muốn được yêu thích và muốn được nổi tiếng, vì vậy chúng ta có xu hướng làm theo sở thích của những người trong nhóm ngang hàng với mình. Chúng tôi cố gắng trở nên hài hước và thú vị. Đặc biệt, các chàng trai muốn nhóm bạn cùng lứa coi mình là người 'ngầu' và để duy trì hình ảnh này, họ có thể khoe khoang về bạn gái của mình hoặc chế nhạo người khác. Mặt khác, các cô gái có xu hướng lo lắng về ngoại hình của mình và dành nhiều thời gian cũng như tiền bạc cho việc trang điểm, quần áo và cắt tóc để cảm thấy hấp dẫn hơn. Hình ảnh là trọng tâm quan trọng nhất và sự nhấn mạnh này được khuyến khích bởi các phương tiện truyền thông và nhóm ngang hàng của chúng ta.

Tuy nhiên, nếu suy nghĩ cẩn thận, chúng ta sẽ thấy rằng chúng ta chỉ quan tâm đến việc những người ở độ tuổi của chúng ta nhìn nhận về chúng ta như thế nào mà không thực sự quan tâm đến việc phần còn lại của thế giới nghĩ gì về chúng ta. Chúng ta cũng không thực sự quan tâm đến hậu quả trong tương lai của việc quá quan tâm đến hình ảnh tốt đẹp của bản thân. Nếu điều này trở thành nỗi ám ảnh, chúng ta có thể trở nên mù quáng trước nhiều thứ thực sự có giá trị trên thế giới. Đôi khi chúng ta tô điểm cơ thể trẻ trung xinh đẹp của mình bằng những hình xăm hoặc khuyên tai. Mặc dù không có gì sai khi muốn mình trông xinh đẹp và tự hào về bản sắc độc đáo của mình, nhưng hãy nhớ rằng một ngày nào đó bạn có thể cảm thấy xấu hổ khi nhìn thấy những cách trang điểm quá mức mà bạn đã tô điểm cho cơ thể mình chỉ vì hình ảnh bản thân. Hãy nhớ rằng, thời trang thay đổi rất nhanh!

Đôi khi nỗi ám ảnh về hình ảnh bản thân có thể khiến chúng ta có những hành vi thậm chí còn tai hại hơn. Tất cả chúng ta đều nhận thức được tác hại của ma túy, thuốc lá và rượu, tuy nhiên chúng ta thường bị dụ dỗ thử dùng chúng để tỏ ra "ngầu" trước mặt bạn bè hoặc để bù đắp cho sự thiếu tự tin. Biết được điều này, chúng ta cần có sự quyết tâm, kỷ luật tự giác và trí tuệ để bảo vệ sức khỏe thể chất và tinh thần của mình khỏi tác động của các chất độc hại này.

Khi chúng ta già đi và có nhiều kinh nghiệm hơn, hầu hết mọi người đều trở nên tự tin hơn và không còn lo lắng quá nhiều về điều người khác nghĩ, không còn bị thúc đẩy bởi mong muốn được nổi tiếng nữa. Chúng ta cũng có được sự khôn ngoan để đưa ra những quyết định tốt hơn, dựa trên những quan sát của chính mình hơn là ý kiến của người khác. Thật không may, không có thủ thuật thần kỳ nào có thể đột nhiên mang lại cho chúng ta sự tập trung nội tâm và sự hiểu biết về bản thân, vì chúng ta cần đạt được điều này cho chính mình khi học hỏi và trưởng thành cùng với kinh nghiệm sống. Tuy nhiên, bất cứ khi nào bạn thấy mình đang cố gắng gây ấn tượng với người khác, bạn nên tự hỏi mình câu hỏi này: Tại sao ý kiến của họ lại quan trọng với mình đến vậy? Và bản thân tôi nghĩ thế nào về vấn đề này? Thường xuyên suy ngẫm theo cách này sẽ giúp chúng ta phát triển sự tập trung bên trong và dần dần chúng ta sẽ hiểu được tâm mình.

TÌNH DỤC, MA TÚY, VÀ "ROCK AND ROLL"

Trước đây tôi đã đề cập đến một số hành vi tự làm hại bản thân mà mọi người thực hiện khi còn ở tuổi thanh thiếu niên, đặc biệt là sử dụng ma túy và rượu quá mức. Tôi rất phản đối việc sử dụng ma túy và rượu, có lẽ vì tôi chưa bao giờ tiếp xúc với chúng khi lớn lên và do đó có thể dễ dàng nhận ra tác hại mà chúng có thể gây ra. Ở phương Tây, đàn ông thường cảm thấy bị áp lực phải uống rượu để trông vẻ đàn ông hoặc 'nam tính' hơn, và một số phụ nữ dường như nghĩ rằng uống rượu sẽ khiến họ hướng ngoại, tự tin và ham muốn hơn trong mắt đàn ông. Những ý tưởng này thường được thúc đẩy bởi một xã hội có tầm nhìn giới hạn hoặc hạn hẹp và thiếu những ảnh hưởng văn hóa thay thế. Ví dụ, ở tỉnh Golok của Tây Tạng, không phụ nữ nào hút thuốc hay uống rượu và chỉ có khoảng 5% nam giới tham gia vào các hoạt động này.

Nhiều người tin rằng cuộc sống không có rượu hay ma túy là một cuộc sống nhàm chán, nhưng tôi nghi ngờ ý kiến này. Bạn có nghĩ rằng một người chưa bao giờ bị nhức đầu sẽ nhàm chán hơn một người bị nhức đầu và làm giảm bớt nó bằng thuốc không? Tương tự như vậy, người không bị ngứa có nhàm chán hơn người bị ngứa nhưng gãi và làm giảm ngứa không? Chúng ta có thể coi chất gây say là một ví dụ về điều mà các Phật tử muốn nói khi nói đến việc trở nên nghiện sự thèm muốn - sử dụng ma túy mang lại cho chúng ta một cảm giác dễ chịu và điều này dẫn đến sự thèm muốn nhiều hơn về cảm giác đó. Cuối cùng, có thể đến một thời điểm mà sự thèm muốn đã chiếm lấy cuộc sống của chúng ta và chúng ta dành toàn bộ thời gian chỉ để cố gắng thỏa mãn cơn thèm muốn đó mà không bao giờ thực sự thỏa mãn được nó. Tôi không nói rằng ma túy không thú vị hay vui vẻ khi bạn dùng chúng; đúng hơn, khi thuốc hết tác dụng có thể gây ra hậu quả cực kỳ khó chịu, bạn có thể làm một số điều rất có hại khi bị ảnh hưởng bởi những loại thuốc này và có nguy cơ lớn là bạn sẽ mất kiểm soát cuộc sống của mình.

Ngay cả khi chúng ta không bị nghiện, việc sử dụng ma túy có thể gây tổn hại nghiêm trọng đến cơ thể và tinh thần. Chỉ cần dùng ma túy một lần cũng có thể gây ra bệnh tâm thần nghiêm trọng hoặc có thể khiến chúng ta có những hành vi gây tổn hại. Tôi thường nghe những câu chuyện từ những người bạn bác sĩ của tôi về những người trẻ tuổi mà họ gặp trong khoa cấp cứu của bệnh viện đã sử dụng ma túy và làm tổn thương bản thân hoặc người khác trong khi chịu ảnh hưởng của những loại thuốc này. Tất cả các loại thuốc đều có thể làm được điều này. Ngay cả những loại thuốc mà bạn có thể cho là vô hại, như cần sa, cũng có thể có tác động bất lợi lên não và dẫn đến các bệnh tâm thần nghiêm trọng như tâm thần phân liệt.

Thật không may, nhiều người trẻ có quan niệm rằng ma túy dẫn đến những trải nghiệm tâm linh, nhầm lẫn việc nhìn thấy hoặc cảm nhận những điều bất thường là "tiến bộ tâm linh". Đây là một quan điểm hoàn toàn sai lệch, bởi vì sự nhận thức tâm linh sẽ khiến chúng ta trở nên tự chủ hơn, vững vàng hơn và tiếp xúc nhiều hơn với thực tại. Ngược lại, ma túy làm chúng ta mất tự chủ, dẫn đến những trải nghiệm hoàn toàn ảo tưởng và khiến chúng ta mất liên lạc với thực tại.

Giống như việc thèm muốn những cảm giác do ma túy tạo ra có thể áp đảo, thì việc thèm muốn cảm giác khoái cảm tình dục cũng có thể như vậy. Nhiều người ở phương Tây dường như nghĩ rằng ham muốn tình dục hoặc yêu là một sức mạnh không thể ngăn cản và chế ngự của tự nhiên, và nhiều người dường như cũng nghĩ rằng, không giống như ma túy hay rượu, tình dục là một ham muốn tự nhiên hoặc thậm chí là một điều cần thiết trong cuộc sống. Tất nhiên, đúng là không con người nào tồn tại nếu không có sự kết hợp tình dục của cha mẹ họ, và tôi không nói rằng tình dục nhất thiết là xấu hay bất thiện. Tuy nhiên, có hai điểm quan trọng mà tôi nghĩ chúng ta nên xem xét.

Đầu tiên là động cơ hoạt động tình dục của chúng ta rất quan trọng. Chúng ta đang nghĩ về tình dục với mục đích trong sáng, để thể hiện tình yêu và sự quan tâm chân thành của mình với ai đó hay để sinh con để truyền trí tuệ cho thế hệ mai sau? Hay chúng ta muốn quan hệ tình dục để thỏa mãn những mong đợi hoặc tưởng tượng viển vông, do mất tự chủ, hoặc thậm chí vì chúng ta muốn mình trông ổn trước mặt bạn bè cùng trang lứa? Điều quan trọng là phải hiểu rằng năng lượng tình dục giữa một người đàn ông và một người phụ nữ có tiềm năng đáng kinh ngạc để phát triển thành một thứ gì đó sâu sắc và mạnh mẽ hơn nhiều so với những gì hầu hết mọi người nhận thức được, thậm chí là một năng lực nội tâm phi thường. Tuy nhiên, để khám phá được điều này, mỗi người phải có rất nhiều điều kiện; đặc biệt, cả hai đối tác phải có ý định trong sáng và mối quan hệ không bao giờ có thể bị ép buộc - nó phải luôn hình thành một cách tự nhiên.

Nếu bạn không thể liên tưởng đến ý tưởng này, thì điều quan trọng ít nhất là phải biết rằng các mối quan hệ tình dục gần như không đơn giản như chúng ta nghĩ. Trên thực tế, có thể xác định được tám mức độ phức tạp khác nhau, dần dần trở nên sâu sắc và có ý nghĩa hơn.

Mức độ thấp nhất là cấp độ động vật, đó là khi chúng ta chỉ tìm kiếm một cảm giác thể chất hoặc để thỏa mãn sự thôi thúc hay thèm ăn, chẳng hạn như khi chúng ta ăn và uống.

Cấp độ thứ hai là cấp độ giao dịch, ở đó chúng ta hiểu thêm một chút về những gì mình đang làm, nhưng động lực lại dựa trên lòng tham nên có rất ít cơ hội để phát triển bất kỳ kết nối thực sự nào. Các mối quan hệ thông thường, thường xảy ra ở cấp độ này.

Cấp độ thứ ba là tình dục của con người bình thường. Đây là nơi diễn ra sự kết hợp tình dục giữa hai người đã yêu nhau nên có cảm giác gắn kết hơn, thích thú hơn và mối quan hệ tốt đẹp hơn. Tuy nhiên, kiểu hấp dẫn này thường dựa trên sự gắn bó mù quáng và khó có thể đáp ứng được gì hơn ngoài những nhu cầu thể chất và tình cảm ngắn hạn.

Cấp độ thứ tư là trình độ học vấn, ở đó nhu cầu của cả hai bên được đáp ứng tốt hơn vì họ có kiến thức sâu rộng hơn. Họ có khả năng giải quyết vấn đề và cải thiện mối quan hệ tốt hơn, mặc dù độ sâu của mối quan hệ của họ còn hạn chế vì kiến thức này chủ yếu xuất hiện ở cấp độ trí thức. Tình yêu giữa hai người vẫn có chút giả tạo, chưa gần như tự nhiên hay bộc phát như mong muốn.

Tiếp theo, chúng ta có cấp độ thứ năm – cấp độ điều kiện tốt – trong đó sức khỏe thể chất và sự trưởng thành về mặt cảm xúc của cả hai người được phát triển hơn và có sự hào phóng và đánh giá cao xuất hiện một cách tự nhiên. Điều này giúp tình yêu đích thực có nhiều cơ hội nảy nở hơn và mức độ thỏa mãn tình dục cũng cao hơn rất nhiều.

Cấp độ thứ sáu là sự xuất hiện tâm linh. Ở giai đoạn này, tất cả những phẩm chất tốt đẹp bên trong mà chúng tôi đề cập trong quyển sách này đều được phát triển cao độ ở cả hai bên, đặc biệt là sự rộng lượng, lòng biết ơn, và nhận thức trong sáng. Trải nghiệm về hạnh phúc của chúng ta sâu sắc hơn, không chỉ ở cấp độ cảm giác mà còn ở cấp độ vượt xa suy nghĩ thông thường, và niềm hạnh phúc này chứa đựng một dạng trí thức tự nhiên, bẩm sinh.

Cấp độ thứ bảy là cấp độ làm chủ tâm linh. Tất cả những phẩm chất trước đó đều được phát triển, cũng như khả năng kiểm soát dòng năng lượng trong cái mà chúng ta gọi là 'thân vi tế',[18] được tạo thành từ các kinh mạch, khí bên trong và tinh chất vi tế. Thân vi tế không phải là thứ tồn tại một cách khách quan; đúng hơn nó mô tả những dòng năng lượng hạnh phúc được trải nghiệm khi được ôm ấp trong sự kết hợp tình dục. Sự hợp nhất của trí thức và nhận thức hỷ lạc ngày càng trở nên lớn lao hơn, dù có hay không có bạn tình, cho đến khi nó hoàn toàn độc lập với các điều kiện bên ngoài.

Cuối cùng, cấp độ thứ tám hoàn toàn vượt ra ngoài các khái

niệm như không gian và thời gian, và có thể được coi là sự hợp nhất không thể tách rời của trí tuệ và nhận thức phúc lạc bất biến, hay chính sự giác ngộ.

Ngay cả khi điều này không có ý nghĩa đối với chúng ta, chỉ cần có chút tò mò và khát vọng tìm hiểu thêm về những cấp độ cao hơn này sẽ mang lại cho chúng ta lợi thế lớn. Về cơ bản, điểm cốt yếu là cố gắng phát triển thái độ rộng lượng và cảm kích chân thật. Phát triển nhận thức tốt hơn hoặc thuần khiết hơn về đối tác của chúng ta quan trọng hơn nhiều so với việc tìm kiếm sự hoàn hảo ở họ, vì cách chúng ta nhìn nhận họ phụ thuộc chủ yếu vào cách chúng ta suy nghĩ - như Shakespeare đã nói, 'Không có gì là tốt hay xấu nhưng chính suy nghĩ mới khiến nó trở nên như vậy'. Điều quan trọng là ít nhất hãy khao khát nghĩ về tình dục như một thứ gì đó hiếm có và quý giá; nếu chúng ta nghĩ rằng đó chỉ là nhu cầu cơ bản mà bạn thường xuyên yêu cầu, như đồ ăn hoặc đồ uống, thì chúng ta sẽ không bao giờ vượt qua các giai đoạn thấp hơn và sẽ gặp bất lợi lớn.

Điểm thứ hai tôi muốn nói là tình dục không phải là điều cần thiết trong cuộc sống của tất cả mọi người. Bạn có thể đạt được một cuộc sống phong phú, trọn vẹn với nhiều thành tựu mà không cần đến tình dục—trên thực tế, điều này đôi khi có thể đạt được dễ dàng hơn nhiều nếu không có tình dục! Điều tôi muốn nói ở đây là nhiều khó khăn có thể nảy sinh do tình dục, bao gồm cả những tình huống dẫn đến ghen tuông, tức giận, hối tiếc hoặc ám ảnh với một hoặc nhiều người. Tất cả những điều này khiến chúng ta mất tập trung vào những gì thực sự quan trọng trong cuộc sống của mình. Điều này không có nghĩa là chúng ta không nên yêu thương người khác hay tránh xa những mối quan hệ thân mật; đúng hơn, chúng ta nên nhận ra rằng những mối quan hệ trọn vẹn có thể được xây dựng mà không cần đến tình dục, và những mối quan hệ này thường chứa đựng ít mối quan tâm ích kỷ hơn nhiều so với những mối quan hệ trong đó tình dục có tầm quan trọng hàng đầu.

LÀM THẾ NÀO ĐỂ CÓ MỐI QUAN HỆ TỐT HƠN

*Trước khi bạn chỉ trích ai đó, bạn nên đi bộ một
dặm trong đôi giày của họ.*
—*Câu nói truyền thống.*—

∽

Thiếu niên thường nghĩ khái niệm "mối quan hệ" chủ yếu đề cập đến mối quan hệ bạn trai-bạn gái. Tuy nhiên, những mối quan hệ quan trọng nhất mà chúng ta có khi còn là thiếu niên là những mối quan hệ với gia đình và bạn bè. Các mối quan hệ có tầm quan trọng hàng đầu trong suốt cuộc đời của chúng ta. Khi mọi việc diễn ra tốt đẹp, chúng ta cảm thấy dễ chịu hơn trong chính mình, được bao quanh bởi những người yêu thương và chăm sóc chúng ta. Khi mọi việc trở nên tồi tệ, chúng có thể khiến chúng ta cảm thấy khủng khiếp. Nhiều người cho rằng việc chúng ta có hòa hợp với ai đó hay không hoàn toàn nằm ngoài tầm kiểm soát của chúng ta, như thể đó là một loại bản năng. Tuy nhiên, sự thật là tất cả chúng ta đều có quyền kiểm soát rất lớn đối với chất lượng các mối quan hệ của mình và sẽ rất hữu ích nếu biết cách sử dụng điều này để có lợi cho mình, đặc biệt là để khắc phục xung đột.

Khi còn trẻ, tôi không hài lòng với ngôi nhà của mình và thường phải cố gắng rất nhiều để được cha tôi cho phép ở lại nhà hàng xóm. Bất kể ngôi nhà của tôi đẹp đến thế nào hay đồ ăn ngon ra sao, tôi vẫn tìm kiếm những ngôi nhà ở nơi khác đôi khi không thoải mái, thậm chí bẩn thỉu, với đồ ăn nhạt nhẽo và căn bản.

Khi còn là thanh thiếu niên, nhiều người trong chúng ta bắt đầu thấy cuộc sống gia đình buồn tẻ và nhàm chán nên chúng ta tìm kiếm tự do và độc lập ở nơi khác. Tuy nhiên, vì thiếu khả năng tự hỗ trợ tài chính và không thể rời khỏi nhà nên chúng ta khó có thể tự lập thực sự. Vì vậy, chúng ta tham gia vào những nhóm bạn bè khác nhau và muốn dành nhiều thời gian cho họ hơn là cho gia đình mình - và điều này có thể gây ra xung đột ở nhà.

Tất nhiên, có rất nhiều điều khác có thể gây ra xung đột giữa thanh thiếu niên và cha mẹ của chúng - hoặc giữa thanh thiếu niên và bất kỳ ai khác! Chúng ta có thể nghĩ rằng cha mẹ mình nhàm chán và lỗi thời, hoặc chúng ta có thể nghĩ rằng họ không đủ tin tưởng chúng ta và đang khiến chúng ta trông thật ngu ngốc trước mặt bạn bè. Tuy nhiên, bất kể chúng ta đang tranh cãi về vấn đề gì hay tranh cãi với ai, các phương pháp giải quyết xung đột với người khác luôn giống nhau.

Mỗi con người, dù khác nhau đến đâu, đều có những nhu cầu căn bản giống nhau và cùng mong muốn căn bản là được hạnh phúc. Nếu muốn giải quyết xung đột với người khác, chúng ta cần nhớ rằng chúng ta cũng giống họ để có thể hiểu tại sao họ lại cư xử như vậy. Hãy thử đặt mình vào vị trí của người khác một chút. Nếu bạn có mâu thuẫn với mẹ, hãy thử tưởng tượng rằng bạn đang ở trong hoàn cảnh của bà. Nếu bạn thực sự cố gắng, bạn sẽ có thể biết được bà ấy đang cảm thấy thế nào và tại sao bà ấy lại cư xử như vậy. Hãy nghĩ xem bạn muốn được đối xử như thế nào nếu ở trong hoàn cảnh của bà ấy, ngay cả khi bạn cho rằng bà ấy sai, và hãy đối xử với bà ấy theo cách này. Hãy tưởng tượng bạn có những đứa con và bạn muốn chúng đối xử với bạn như thế nào, sau đó đối xử với bố mẹ bạn cũng như vậy.

Hãy nhớ rằng, chúng ta không quan tâm đến điều gì đúng hay sai mà quan tâm đến việc tìm ra cách khéo léo nhất để giải quyết một tình huống cụ thể. Chúng ta có thể thực hành kỹ thuật tương tự này với bất kỳ mối quan hệ nào trong cuộc sống - ví dụ như với giáo viên, anh chị em hoặc bạn bè của chúng ta. Cái nhìn sâu sắc mà chúng ta có thể hiểu được tại sao người khác lại cư xử như vậy thực sự đáng kinh ngạc nếu chúng ta có thể đặt mình vào vị trí của họ.

LÒNG BIẾT ƠN

Cảm thấy biết ơn người khác cũng cải thiện mối quan hệ của chúng ta với họ; và như tôi đã đề cập trước đây, lòng biết ơn là một trong những phẩm chất tinh thần cốt lõi dẫn đến hạnh phúc. Đây là cách bạn có thể tạo ra lòng biết ơn đối với cha mẹ mình. Hãy nghĩ về những gì cha mẹ bạn đã làm cho bạn trong nhiều năm qua - chăm sóc nhu cầu thể chất của bạn và dạy bạn cách sống - và nghĩ về tất cả những nỗ lực và hy sinh mà họ đã dành cho bạn. Ngay cả khi đôi khi bạn có mối quan hệ khó khăn với họ, sẽ không có ai khác có thể làm được nhiều điều cho bạn. Nếu bạn thực sự nghĩ về điều này, bạn không thể không cảm thấy biết ơn! Cảm giác biết ơn này có thể giúp chúng ta cảm thấy hạnh phúc cả trực tiếp lẫn gián tiếp. Nó mang lại cảm giác ấm áp và gần gũi ngay lập tức, và về lâu dài, mối quan hệ của chúng ta chắc chắn sẽ được cải thiện vì chúng ta sẽ đối xử với họ bằng lòng tốt hơn.

Tuy nhiên, nếu chúng ta cảm thấy khó biết ơn cha mẹ, hãy nhớ rằng họ có thể bị kiểm soát bởi những cảm xúc tiêu cực, như tất cả chúng ta đôi khi cũng có thể như vậy. Thay vì giữ thái độ chỉ trích, thù địch hoặc trở nên chán nản, chúng ta có thể sử dụng điều này như một cơ hội để tăng cường sự đồng cảm với họ và phát triển sức mạnh cảm xúc lớn hơn. Nếu chúng ta đáp lại họ bằng sự tức giận hoặc giữ mối hận thù, chúng ta sẽ bỏ lỡ cơ hội quý giá để chứng tỏ rằng chúng ta thực sự quan tâm sâu sắc đến họ.

Tôi thường ngạc nhiên khi nói chuyện với các bạn trẻ ở phương Tây về cảm giác biết ơn cha mẹ. Nói chung, cha mẹ cố gắng tạo mọi lợi thế cho con cái, tuy nhiên việc người trẻ phàn nàn về họ và có lẽ cảm thấy không được yêu thương vẫn là điều bình thường. Điều này hoàn toàn khác với môi trường nơi tôi lớn lên. Nhìn từ bên ngoài, cha mẹ Tây Tạng có vẻ nghiêm khắc hơn nhiều so với cha mẹ phương Tây và thường dùng hình phạt thể xác nếu con cái họ không vâng lời. Tuy nhiên, trong văn hóa Tây Tạng, nơi phần lớn chịu ảnh hưởng của Phật giáo, sự kính trọng và biết ơn cha mẹ rất được nhấn mạnh và rất hiếm khi đổ lỗi cho cha mẹ về những khó khăn trong cuộc sống. Mặc dù việc phân tích hoàn cảnh gia đình có thể mang lại cho chúng ta những hiểu biết sâu sắc nhất định, nhưng nó không bao giờ hữu ích nếu nó dẫn đến sự đổ lỗi và oán giận.

TẦM QUAN TRỌNG CỦA LÒNG BI MẪN

Có thể bạn đang nghĩ, 'Chà, tôi có mâu thuẫn với chị gái hoặc mẹ tôi, nhưng mâu thuẫn này không phải lỗi của tôi - đó là lỗi của cô ấy!' vẫn đi đến kết luận rằng cô ấy hoàn toàn có lỗi. Nhân tiện, tôi không nghĩ trường hợp này xảy ra thường xuyên - hầu hết khi chúng ta thực sự cố gắng đánh giá cao quan điểm của người khác, chúng ta thấy rằng mình cũng có một phần lỗi, tuy nhiên, nếu chúng ta thực sự cố gắng đánh giá cao quan điểm của người khác, hãy xem xét quan điểm của người khác và thành thật cảm thấy mình đã làm mọi cách để giải quyết mâu thuẫn nhưng vẫn không có kết quả, có thể khi đó chúng ta nghĩ mình có quyền cảm thấy tức giận và bị tổn thương bởi người kia.

Tuy nhiên, tôi hỏi bạn, khi cảm thấy tức giận và oán giận, bạn đang làm tổn thương ai? Hãy để tôi giải thích. Cứ nói rằng chúng ta đã cãi nhau với bạn mình vì họ đã yêu mến một người khác. Chúng ta cảm thấy ghen tị và tổn thương khi dường như họ dành toàn bộ sự quan tâm và thời gian cho người bạn mới này trong khi lại phớt lờ chúng ta. Có thể họ không quan tâm đến cảm xúc của chúng ta mà chỉ tập trung hoàn toàn vào chính họ và điều này khiến chúng ta đau khổ. Chúng ta có thể phản ứng lại điều này bằng cách chìm đắm trong những phẩm chất xấu của bạn mình hoặc nghĩ về việc mình bất hạnh đến thế nào, để cho sự tức giận và ghen tị ăn mòn mình – tuy nhiên điều này sẽ chỉ khiến chúng ta đau khổ. Chúng ta có xu hướng tập trung vào tình huống này ngày càng nhiều khi ngọn lửa nhỏ của sự tức giận và ghen tị biến thành một đám cháy dữ dội, phá hủy hoàn toàn sự bình yên trong tâm hồn của chúng ta. Ngoài ra, chúng ta có thể nghĩ: 'Ồ, người bạn này đang khiến tôi đau khổ vì lối suy nghĩ hẹp hòi của cô ấy, điều này thực sự sẽ gây hại cho cô ấy về lâu dài. Thay vì tức giận, tôi sẽ thực hành sự tha thứ và lòng từ bi."

Cố gắng hết sức để gợi lên những suy nghĩ tử tế và yêu thương đối với người bạn này, nghĩ về tất cả những điều bạn thích ở cô ấy. Khi bạn cảm thấy lòng tốt và lòng bi mẫn đối với cô ấy, bạn sẽ cảm thấy hạnh phúc đang lớn dần trong mình. Tôi đảm bảo điều đó.

MỘT CHÚT VỀ SỰ TỰ DO

Tôi đã đề cập trước đây rằng, khi còn là thanh thiếu niên, chúng ta thường muốn tự chủ hoặc "tự do". Tuy nhiên, trong thế giới hiện đại, nhiều người dường như nhầm lẫn giữa tự do giả tạo với tự do đích thực hoặc tự do nội tâm. Sự tự do giả tạo bao gồm sự tự do làm bất cứ điều gì chúng ta muốn, và cả sự tự do không phải phụ thuộc vào người khác. Kiểu tự do này tạo ra khoảng cách giữa chúng ta và người khác. Cuối cùng, nó dẫn đến sự cô đơn, khi chúng ta chấp nhận và từ chối mọi người theo nhu cầu của mình thay vì liên hệ với họ thông qua sự chia sẻ chân thành. Điều này cuối cùng mang lại đau khổ cho chính chúng ta. Tự do sai lầm cũng có thể mang lại nhiều vấn đề, chẳng hạn như bất đồng quan điểm, bất hòa giữa gia đình và bạn bè, nhưng nếu rộng lượng và chia sẻ, chúng ta sẽ tạo ra sự hòa hợp, gần gũi và kết quả là trở nên hạnh phúc hơn rất nhiều.

Tự do đích thực đến từ sự độc lập hoàn toàn. Điều này không có nghĩa là chối bỏ mọi người xung quanh và tạo khoảng cách giữa chúng ta với người khác, mà nó có nghĩa là kiểm soát tâm trí của chính mình và do đó không phản ứng bốc đồng hoặc tự động với các sự kiện bên ngoài. Điều quan trọng cần nhấn mạnh là tôi đang đề cập đến cả những sự kiện bên ngoài tốt và xấu, bởi vì tự do thực sự có nghĩa là luôn kiểm soát được tâm trí và cảm xúc của mình, bất kể điều gì xảy ra. Đây là một khái niệm khó nắm bắt, đặc biệt là đối với những người trẻ tuổi, nhưng hãy nhớ rằng nếu chúng ta dễ dàng bị cuốn theo những sự kiện bên ngoài và những cảm xúc mà chúng tạo ra, thì chúng ta là tù nhân của những sự kiện này và sự tự do của chúng ta sẽ luôn bị giới hạn.

SUY NGẪM—ĐƯA RA QUYẾT ĐỊNH

Hãy nghĩ về bất kỳ quyết định lớn nào bạn đã thực hiện gần đây. Bạn làm nó như thế nào vậy? Bạn có hỏi ý kiến của những người có nhiều kinh nghiệm sống không? Bạn đã xem xét kỹ lưỡng tất cả hậu quả của quyết định của mình chưa?

Kỳ vọng của bạn thực tế hay không thực tế? Bạn đã xem xét trường hợp xấu nhất chưa? Bạn có kế hoạch dự phòng nào không? Bạn có hoàn toàn thành thật với chính mình hay bạn đưa ra quyết định vì muốn gây ấn tượng với ai đó? Bạn đã xem xét tất cả các lựa chọn có thể?

Bây giờ hãy nghĩ đến bất kỳ quyết định nào bạn sắp đưa ra. Một lần nữa, hãy tự hỏi bản thân tất cả những câu hỏi này, đảm bảo rằng bạn cân nhắc cẩn thận tất cả các lựa chọn của mình. Bây giờ hãy ngồi thẳng với cột sống thẳng, thư giãn cơ thể, hít một vài hơi thật sâu và giúp đầu óc tỉnh táo. Nếu bạn thành thật với chính mình, quyết định tốt nhất là gì?

Cơ hội Thứ hai để Phát triển Trí tuệ

Nếu chúng ta đang tìm kiếm một cuộc sống hạnh phúc và có ý nghĩa thì điều quan trọng là phải hiểu và ghi nhớ những nguyên nhân và điều kiện của hạnh phúc. Hạnh phúc và bất hạnh không phải là những trạng thái ngẫu nhiên—chúng cũng không phụ thuộc vào sự may mắn hay xui xẻo. Mặc dù những sự kiện bên ngoài có thể góp phần mang lại hạnh phúc cho chúng ta nhưng về căn bản nó phụ thuộc vào nội tâm của chúng ta. Hạnh phúc chỉ có thể là của chúng ta nếu chúng ta có thái độ tinh thần đúng đắn, và điều này xuất phát từ việc phát triển những phẩm chất tinh thần lành mạnh.

Một tỷ lệ rất nhỏ mọi người tự nhiên có thái độ tinh thần đúng đắn. Những người này hạnh phúc hơn và kiên cường hơn nhiều so với những người khác trước khó khăn; họ cũng có xu hướng trải nghiệm ít cảm xúc tiêu cực hơn như trầm cảm. Tuy nhiên, hầu hết chúng ta không tự nhiên có được thái độ này, và vì vậy chúng ta phải cố gắng phát triển nó một cách có ý thức, đặc biệt bằng cách trau dồi những phẩm chất như lòng biết ơn và lòng trắc ẩn. Với nỗ lực không ngừng và tận tâm, chúng ta có thể dần dần phát triển một tâm hồn an lạc và hài lòng, bất kể hoàn cảnh bên ngoài của chúng ta ra sao.

Là một thanh niên đang phát triển khả năng tự lập và khám phá cách để tạo dấu ấn trên thế giới, chúng ta phải đối mặt với nhiều quyết định quan trọng trong cuộc sống, tình yêu và các mối quan hệ. Do đó, tôi sẽ nói về một số vấn đề này cũng như những phẩm chất tinh thần quan trọng nhất ở độ tuổi này.

TRÁCH NHIỆM VÀ QUYẾT ĐỊNH

Tại thời điểm này trong cuộc đời, chúng ta hoàn toàn chịu trách nhiệm về hạnh phúc tương lai của mình, vì vậy chúng ta có tiềm năng lớn để đạt được điều gì đó nếu có nghị lực và quyết tâm mạnh mẽ. Đôi khi chúng ta có thể cảm thấy choáng ngợp khi phải lựa chọn nơi để hướng nỗ lực và hoạt động của mình. Vì lý do này, tôi muốn đề xuất một số hướng dẫn, và đặc biệt đề cập đến một số điều kiện bên ngoài quan trọng mà chúng ta nên hướng tới khi cố gắng sống một cuộc sống an lạc và hạnh phúc. Đây là những ý tưởng của Phật giáo nhưng chúng có thể được áp dụng vào hoàn cảnh của bất kỳ ai. Có thể hữu ích nếu bạn nghĩ về chúng khi quyết định lối sống và nghề nghiệp mà bạn muốn theo đuổi, cũng như những mục tiêu bạn muốn đặt ra cho cuộc đời mình.

1. Thu nhập Vừa đủ

Chừng nào chúng ta chưa sống cuộc đời của một người hoàn toàn xuất gia, quay lưng lại với mọi mục tiêu thế tục, thì chúng ta phải có một mức độ giàu có nào đó để tự chu cấp cho bản thân. Nếu chúng ta có thể tiết kiệm một số tiền và tích lũy của cải và tài sản một cách lành mạnh thì chúng ta sẽ có thể tận hưởng sự an toàn trong tương lai. Tuy nhiên, điều quan trọng là chúng ta thực hiện việc này mà không tham gia vào bất kỳ hoạt động buôn bán bất hợp pháp hoặc nghề nghiệp có hại nào. Một nghề có hại có thể bao gồm việc điều hành một lò mổ hoặc doanh nghiệp đánh bắt cá thương mại, làm việc trong phòng thí nghiệm nơi chúng ta chịu trách nhiệm giết hại nhiều loài động vật hoặc làm tướng trong một đội quân đang có chiến tranh. Nếu chúng ta không có lựa chọn nào khác ngoài việc tham gia vào loại công việc này, hoặc động cơ của chúng ta về bản chất là trong sáng thì hậu quả sẽ không lớn đến thế, nếu không, tham gia vào loại công việc này rất có thể sẽ gây bất lợi cho hạnh phúc lâu dài của chúng ta, mặc dù ban đầu chúng ta có thể không nhận thấy điều này. Những hoạt động buôn bán bất hợp pháp như buôn bán ma túy, vũ khí hay đồ ăn trộm cũng làm xáo trộn sự bình an tinh thần của chúng ta và là trở ngại cho hạnh phúc tương lai.

2. Xử lý Tài chính Khôn ngoan

Điều quan trọng là chúng ta phải tiêu tiền theo những cách có lợi, chăm sóc các thành viên trong gia đình và thực hiện những việc làm có công đức. Những người keo kiệt rất gắn bó với tiền bạc và khó chi tiêu. Ngay cả khi họ mua một thứ gì đó, họ vẫn liên tục nghĩ về số tiền họ phải bỏ ra và không bao giờ có cơ hội thực sự để tận hưởng những gì họ đã mua. Nhiều người tiêu tiền vào những thứ không cần thiết chỉ để cảm thấy dễ chịu hoặc thỏa mãn những ham muốn nhất thời, tuy nhiên thói quen này thường dựa trên lòng tham hoặc sự bốc đồng và có khả năng cướp đi hạnh phúc trong tương lai của họ. Thay vào đó, điều quan trọng là phải ưu tiên cách chúng ta tiêu tiền, thể hiện sự đánh giá cao thực sự đối với bất cứ thứ gì chúng ta đã mua và lưu ý đến cách chúng ta có thể tránh hỗ trợ các tổ chức có hại và hủy hoại môi trường. Ngoài ra, chúng ta nên xem xét cẩn thận cách tốt nhất để đầu tư số tiền tiết kiệm mà mình tích lũy được và chắc chắn nên thảo luận vấn đề này với những người có kỹ năng xử lý tài chính. Tiền thường mang hàm ý tiêu cực nhưng bản thân tiền không có gì sai cả; thực sự nó có thể rất có lợi. Vấn đề duy nhất là cách chúng ta xem hoặc sử dụng nó.

3. Không mắc Nợ

Nếu chúng ta mắc nợ người khác, về mặt tài chính hoặc mặt khác, chúng ta có thể không yên tâm cho đến khi khoản nợ được trả xong. Người ta thường mắc nợ để đạt được hạnh phúc tạm thời, nhưng sau đó khoản nợ đó ngày càng lớn so với số thu nhập họ kiếm được. Điều này tạo ra nhiều khó khăn về lâu dài và tiền lãi phải trả trên thẻ tín dụng buộc chúng ta phải làm việc chăm chỉ hơn nữa. Đôi khi nếu chúng ta nhìn thấy món nợ này một cách trực quan thì nó sẽ giống như một ngọn núi! Ngay cả khi chúng ta là người rộng lượng và tử tế và mắc nợ khi tiêu tiền cho người khác thì đây là cách bố thí không khôn ngoan, vì tiền lãi mà chúng ta trả có thể phục vụ cho mục đích có lợi hơn nhiều.

4. Một Cuộc sống Vô hại

Nếu chúng ta làm điều sai trái hoặc làm hại ai, chúng ta không thể có được bất kỳ sự hài lòng nào khi nghĩ về việc làm của mình. Hậu quả của việc làm hại người khác luôn quay trở lại với chúng ta sớm hay muộn giống như một chiếc đòn gậy ông đập lưng ông, dù là về thể chất hay tinh thần. Đôi khi những hậu quả này xảy ra một cách rõ ràng, trong khi những lúc khác chúng lại mơ hồ hơn. Ngay cả khi hấp hối, chúng ta cũng không thể thoát khỏi hậu quả của những hành động của mình và chúng ta sẽ khó có được sự bình yên trong tâm hồn nếu không sống một cuộc sống vô hại.

LỰA CHỌN GIỮA ĐỜI SỐNG TÂM LINH VÀ ĐỜI SỐNG THẾ TỤC

Như tôi đã đề cập trước đây, có vô số cơ hội và con đường mà chúng ta có thể chọn để đi theo trong cuộc đời mình. Tuy nhiên, về cơ bản có hai con đường chính mà chúng ta phải quyết định giữa—đời sống tâm linh và đời sống thế tục. Nếu chúng ta chọn cuộc sống thế tục, chúng ta phải quyết định cuộc sống có bạn đời hay cuộc sống một mình.

Tôi sẽ không nói nhiều về đời sống tâm linh ở điểm này vì có lẽ nó có vẻ hơi kỳ quặc hoặc phi thực tế đối với hầu hết giới trẻ trong thế giới hiện đại ngày nay. Về cơ bản, đời sống tâm linh là một cuộc sống cống hiến cho việc tìm kiếm sự bình yên nội tâm và sự tự do hoàn toàn khỏi mọi suy nghĩ và cảm xúc không kiểm soát được của chúng ta, tuy nhiên, đó cũng là một cuộc sống mà chúng ta phải sẵn sàng từ bỏ mọi ràng buộc trần thế, nhiều điều trong số đó chúng ta coi là đương nhiên, để tập trung cao độ vào việc thực hành tâm linh dưới sự hướng dẫn của một vị thầy có trình độ. Nếu đây là con đường mà chúng ta mong muốn theo đuổi thì đó là điều phải được thực hiện hết sức cẩn thận. Chúng ta không nên dành cả cuộc đời mình đi mua sắm khắp nơi, lấy từng mảnh vụn từ các tôn giáo và thực hành khác nhau. Thay vào đó, điều quan trọng là chúng ta phải tìm được một truyền thống tâm linh đích thực, đã được chứng minh và một cộng đồng và người hướng dẫn tâm linh chân chính, có uy tín.

May mắn thay, những truyền thống trí tuệ vĩ đại trên thế giới đưa ra nhiều con đường khác nhau phù hợp với những người có khuynh hướng và khả năng khác nhau – những người có thiên hướng trí tuệ hơn, những người có lòng sùng mộ tự nhiên, hoặc những người thấy thiền dễ dàng. Trong nền văn hóa của chúng ta, một số người có thể tham gia hoàn toàn vào đời sống tâm linh đồng thời giữ một công việc và có bạn đời, chọn cách đơn giản hóa cuộc sống của mình và cố gắng hòa nhập điều này với việc thực hành tâm linh. Đối với những người khác, có thể phù hợp hơn khi tham gia một cộng đồng tâm linh, tránh xa nhịp sống bận rộn của cuộc sống hàng ngày, hoặc thậm chí cân nhắc việc vào tu viện. Tôi sẽ nói nhiều hơn về đời sống tâm linh trong chương tiếp theo, dựa trên kinh nghiệm của chính tôi ở Tây Tạng.

Nếu kiểu sống này có vẻ quá khác thường đối với chúng ta thì có rất nhiều cơ hội để theo đuổi hạnh phúc thông qua một cuộc sống thế tục. Điều này không có nghĩa là chúng ta không thể có chiều kích tâm linh trong cuộc sống của mình; tuy nhiên, chúng ta sẽ không thể theo đuổi điều này sâu sắc như một người coi nó là trọng tâm chính trong suốt cuộc đời của họ.

Nếu chúng ta chọn cuộc sống thế tục, như đại đa số mọi người vẫn làm, quyết định lớn nhất mà chúng ta sẽ đưa ra là tìm kiếm cuộc sống với một người bạn đời hay với tư cách là một người độc thân. Nếu muốn có một người bạn đời, chúng ta nên xem xét cẩn thận mẫu người mà chúng ta muốn gắn bó cả đời. Chúng ta nên sẵn sàng chấp nhận con người như họ vốn có, vì tất cả chúng ta đều có khuyết điểm. Đừng mong tìm được một người toàn hảo, không có khuyết điểm hoặc giống hệt bạn và cũng đừng mong thay đổi họ sau này khi bạn thấy họ không hoàn hảo. Chúng ta nên suy ngẫm một cách trung thực về trải nghiệm và loại tính cách của chính mình và quan sát những người xung quanh.

Chúng ta có thể là một người có tính độc lập cao hoặc đầy tham vọng, mong muốn đạt được nhiều thứ. Có lẽ chúng ta mong muốn có một cuộc sống đơn giản và bình yên, hoặc một cuộc sống luôn rộng mở với những cơ hội mới. Nếu đúng như vậy thì có lẽ chúng ta sẽ phù hợp hơn với cuộc sống độc thân. Với ít nhu cầu thỏa hiệp hơn, chúng ta sẽ có nhiều không gian hơn trong cuộc sống. Nếu không có trách nhiệm hoặc cần dành nhiều thời gian cho công việc gia đình, chúng ta sẽ có nhiều cơ hội và tự do hơn để theo đuổi sở thích riêng của mình.

Nếu chúng ta là người có bản chất chu đáo và quan tâm, đồng thời mong muốn cống hiến cuộc đời mình cho người khác và nuôi dưỡng gia đình, thì chúng ta có thể phù hợp hơn với cuộc sống có bạn đời - khi đó chúng ta sẽ có nhiều cơ hội hơn để phát triển những phẩm chất này và có một cuộc sống trọn vẹn. cuộc sống gia đình. Hầu hết mọi người đều mong muốn được gần gũi và thân mật với người khác, và do đó sẽ bị thu hút bởi việc tìm kiếm một người khác mà họ có thể hoàn toàn tin tưởng và chấp nhận, mang đến nguồn tình yêu và sự an toàn. Điều này có thể mang lại một loại hạnh phúc mạnh mẽ hơn nhiều so với những gì có thể tìm thấy thông qua sự giàu có, danh tiếng hoặc của cải vật chất, vì sẽ luôn có tình yêu và sự an toàn, ngay cả khi hoàn cảnh không mấy tốt đẹp.

TÌM KIẾM Ở MỘT ĐỐI TÁC NHỮNG GÌ

Nếu chúng ta chọn dành cả cuộc đời mình cho một người bạn đời, điều cần thiết là phải biết những phẩm chất quan trọng nhất cần tìm kiếm ở họ. Chúng ta phải cẩn thận để không chỉ chạy theo những cảm xúc thoáng qua hoặc sự hấp dẫn mù quáng,[19] vì những loại cảm giác này chỉ là tạm thời và không có gì bảo đảm rằng chúng sẽ tồn tại rất lâu. Khi thời kỳ trăng mật của mối quan hệ của chúng ta kết thúc, có thể không còn gì để gắn kết nó lại với nhau. Mặt khác, nếu chúng ta chọn bạn đời của mình vì anh ấy hoặc cô ấy có những phẩm chất bên trong phù hợp, thì chúng ta đang đặt nền móng cho một loại tình yêu bền chặt hơn, bền vững hơn và một cuộc sống hạnh phúc bên nhau.

Điều này không có nghĩa là 'hóa học' hay 'zing' không quan trọng. Trên thực tế, có thể cảm nhận được một loại năng lượng nhất định giữa nam và nữ có quan hệ tình dục khác nhau và chúng ta có thể học cách sử dụng kiến thức này để có lợi cho mình. Thông thường nhất, một người đàn ông có phẩm chất nam tính mạnh mẽ, có định hướng và mục đích mạnh mẽ sẽ bị thu hút bởi một phụ nữ có phẩm chất nữ tính mạnh mẽ, người bị lay động bởi mong muốn chia sẻ tình yêu và năng lượng với người khác. Hiểu được sự phân cực tự nhiên này có thể mang lại năng lượng và niềm đam mê cho một mối quan hệ thân mật. Nó cũng có thể giúp một cặp đôi làm việc tốt với nhau như một nhóm và giải quyết nhiều xung đột nảy sinh.

Một số người trải qua sự hấp dẫn ngay lập tức và lâu dài đối với nhau, vượt xa suy nghĩ lý trí để đến mức độ cảm giác và trực giác sâu sắc hơn, như chúng ta nghe nói trong khái niệm phương Tây về 'bạn tâm giao', tuy nhiên, loại trực giác và cảm giác kết nối tức thời này nói chung không phải là cơ sở vững chắc để tự mình lựa chọn đối tác và điều quan trọng là phải kết hợp điều này với lý trí. Do đó, điều cần thiết là phải suy nghĩ cẩn thận về những phẩm chất bên trong mà chúng ta coi trọng trong một mối quan hệ để tìm được một người bạn đời phù hợp nhất với mình.

Dưới đây là danh sách mười sáu phẩm chất cần cân nhắc cẩn thận khi tìm kiếm bạn đời, bắt đầu từ những phẩm chất cần thiết nhất:

A. Phẩm chất Bên trong

Một Trái tim Tốt lành

Phẩm chất quan trọng nhất cần tìm kiếm là một trái tim nhân hậu. Chúng ta nên tự hỏi liệu người đó có phải là người có lòng yêu thương và từ bi một cách tự nhiên hay không. Nếu đối tác của bạn không có trái tim nhân hậu, bất kể họ có những phẩm chất gì khác, bạn khó có thể hạnh phúc với người này. Hãy nhớ rằng bất cứ điều gì cũng có thể xảy ra giữa bạn và đối phương vì hoàn cảnh có thể thay đổi bất cứ lúc nào. Một mối quan hệ mà cả hai bên đều có trái tim nhân hậu sẽ có thể vượt qua những thay đổi này theo cách tốt nhất có thể.

Sự Chung thủy

Phẩm chất quan trọng nhất tiếp theo là sự trung thành. Nếu bạn và đối phương không chung thủy với nhau thì nhiều loại vấn đề có thể sẽ xuất hiện. Nếu không thể tin tưởng nhau hoàn toàn thì cũng không thể yêu nhau trọn vẹn.

Sự Đồng cảm

Điều này đề cập đến cảm giác hiểu biết và nhạy cảm thực sự, có thể đặt mình vào vị trí của người khác. Nếu thiếu điều này thì đủ loại xung đột sẽ nảy sinh và khó giải quyết.

Truyền đạt Tốt

Điều này rất quan trọng vì ngay cả khi đối tác của bạn không có bản chất nhạy cảm hoặc hiểu biết thì khả năng truyền đạt tốt có thể ngăn ngừa hiểu lầm và giúp giải quyết xung đột dễ dàng hơn. Điều này bao gồm cả giao tiếp bằng lời nói và phi ngôn ngữ. Bằng cách này, bạn sẽ có thể chuyển từ trạng thái 'bế tắc' sang đối thoại hiệu quả hơn. Giao tiếp tốt cũng có thể giúp bạn làm việc nhóm hiệu quả.

Tính Chân thật

Nếu không thành thật, chúng ta sẽ rất khó đặt niềm tin vào người khác. Không thể giấu điều gì đó với đối tác của chúng ta về lâu dài. Nếu họ phát hiện ra, chúng ta có nguy cơ đánh mất lòng tin của họ, bất kể chúng ta thường thành thật đến mức nào.

Niềm tin và Sở thích Giống nhau

Điều khá quan trọng là phải có niềm tin và sở thích tương tự. Nếu quan điểm tôn giáo hoặc chính trị của các bạn giống nhau và ý tưởng về cuộc sống của các bạn giống nhau thì việc sống chung sẽ dễ dàng hơn và các bạn sẽ có thể hiểu nhau mật thiết hơn. Việc có những điểm thích và không thích giống nhau giúp bạn dễ dàng dành thời gian cùng nhau làm những việc mình thích hơn là cảm thấy buồn chán hay khó chịu với nhau!

Ước vọng Chung

Điều này rất quan trọng nếu bạn đang hướng tới mục tiêu cùng nhau đạt được điều gì đó, chẳng hạn như sở hữu một ngôi nhà hoặc lập gia đình. Nếu không có những mục tiêu ít nhất giống nhau thì chúng ta rất dễ bỏ cuộc giữa chừng và không thể hiện thực hóa những điều mình đặt ra để đạt được.

Trí Thông minh

Phẩm chất này rất quan trọng nếu chúng ta muốn vượt qua những giai đoạn khó khăn trong cuộc sống một cách hiệu quả và khi phải đối mặt với những quyết định quan trọng. Với sự giúp đỡ của một đối tác thông minh, chúng ta có nhiều khả năng đưa ra những quyết định sáng suốt hơn.

Thực tế

Một người thực tế sẽ rất hữu ích khi có những nhu cầu hàng ngày như tài chính và các vấn đề khác trong gia đình. Đôi khi chúng ta miễn cưỡng đối mặt với thực tế cuộc sống, choáng ngợp với hoàn cảnh của mình hoặc thích mơ mộng về điều gì đó khác. Một người thực tế có thể giúp đưa chúng ta trở lại trái đất.

B. Suy xét những Điều Quan trọng Khác khi Tìm kiếm một Đối tác

Sức khỏe Tốt

Nếu chúng ta chọn một đối tác dựa trên sự hấp dẫn về thể chất hoặc cảm xúc thoáng qua và không xem xét tình trạng sức khỏe của họ, chúng ta có thể sẽ thất vọng nếu đối tác của chúng ta luôn không khỏe và thấy nặng nề khi chăm sóc họ. Tuy nhiên, nhìn theo một cách khác, điều này có thể là một cơ hội tuyệt vời để phát triển lòng khoan dung và lòng từ bi.

Giáo dục và Nghề nghiệp Tốt

Một tâm trí được rèn luyện hướng tới thành tựu có thể hữu ích trong việc giải quyết các vấn đề nảy sinh trong cuộc sống. Tuy nhiên, chúng ta thường đặt quá nhiều giá trị vào thành tích học tập và nghề nghiệp, coi chúng là biểu tượng của địa vị cao hoặc thứ hạng tốt trong xã hội. Chúng ta nên bảo đảm không chọn đối tác có địa vị cao chỉ để 'khoe khoang' – điều này sẽ khiến chúng ta bất hạnh về lâu dài.

Nền tảng Văn hóa Giống nhau

Nếu hai người có nền tảng văn hóa giống nhau thì thói quen của họ sẽ giống nhau, vì vậy họ có thể dễ dàng hòa hợp với nhau hơn. Tuy nhiên, nền tảng văn hóa giống nhau là không bắt buộc vì thói quen có thể thay đổi. Điều quan trọng hơn là cả hai bạn đều sẵn sàng học hỏi và thích nghi với nhau thay vì ngoan cố bảo thủ theo cách riêng của mình.

Gia quyến

Chúng ta thường nghĩ hôn nhân hoặc gia đình sẽ khiến chúng ta hạnh phúc. Tuy nhiên, nếu chúng ta có một gia đình gần gũi và quan tâm, trong đó tình yêu thương được chia sẻ vô điều kiện thì chúng ta sẽ có lợi thế rất lớn trong cuộc sống, tuy nhiên, nếu chúng ta không phát triển được sự gần gũi và quan tâm trong gia đình, hoặc không dạy con cái cách kỷ luật tự giác, cuộc sống gia đình, thay vào đó, có thể đầy rẫy xung đột.

Nhan sắc

Điều này nằm sâu hơn rất nhiều so với hầu hết mọi người có thể tưởng tượng khi xem xét điều gì là quan trọng ở đối tác. Cũng giống như cách chúng ta có thể tự hào khi có một đối tác có sự nghiệp tốt, chúng ta có thể nghĩ rằng có một đối tác đẹp sẽ khiến chúng ta cảm thấy tốt về bản thân hoặc gây ấn tượng với người khác. Thật không may, chọn ở bên ai đó chỉ vì họ trông hấp dẫn có thể dẫn đến ghen tuông, bất an và cuối cùng là bất hạnh khi sự hấp dẫn ban đầu đã biến mất. Cũng nên nhớ rằng vẻ đẹp tùy theo mắt của người nhìn. Nếu chúng ta phát triển tình yêu chân thành dành cho người bạn đời của mình, chúng ta sẽ thấy họ đẹp bất kể họ trông như thế nào.

Sự Giàu có

Chọn một đối tác khá giả về tài chính có thể giúp chúng ta đạt được một cuộc sống thoải mái, kết bạn nhiều và giảm bớt căng thẳng về gánh nặng tài chính. Tuy nhiên, cuối cùng, tự nó không mang lại hạnh phúc và an bình. Sự giàu có thậm chí có thể tạo ra nhiều rắc rối hơn và lấy đi tự do của chúng ta, đặc biệt nếu chúng ta không sử dụng nó đúng cách hoặc coi đó là điều hiển nhiên. Do đó, số lượng của cải gần như không quan trọng bằng khả năng sử dụng của cải mà chúng ta có một cách khôn ngoan hoặc từ bi.

Tuổi tác

Một số người cho rằng tuổi tác là một yếu tố quan trọng cần xem xét, mặc dù nó gần như không quan trọng như nhiều người nghĩ. Nếu bạn phát triển niềm tin và tình yêu đích thực cũng như có mức độ khôn ngoan tương tự thì sẽ không có vấn đề gì với khoảng cách tuổi tác lớn. Tuy nhiên, một khoảng cách đáng kể (ví dụ, khi người vợ mới trẻ hơn con gái của mối quan hệ trước), thường có nghĩa là có những kỳ vọng và quan điểm khác nhau về cuộc sống. Điều này có thể dẫn đến xung đột, vì vậy đôi khi tốt hơn hết là tránh sự chênh lệch lớn về tuổi tác như vậy.

Khi chúng ta tìm kiếm bạn đời, tất cả những phẩm chất này cần phải được cân nhắc cẩn thận. Chúng ta nên chọn một đối tác sở hữu nhiều phẩm chất tốt xuất hiện trước đó trong danh sách (những phẩm chất quan trọng nhất) và là người mà chúng ta cảm thấy thoải mái khi làm việc cùng nhau như một 'nhóm'. Tuy nhiên, yếu tố quan trọng nhất là ý định trao đi tình yêu thuần khiết và chăm sóc người khác. Nếu chúng ta chỉ nhìn vào những phẩm chất của người khác để đáp ứng nhu cầu của bản thân hoặc tạo ra một hình ảnh tốt cho bản thân, thì kỳ vọng của chúng ta có thể không được đáp ứng và các vấn đề có thể nảy sinh.

Điều quan trọng nữa là bạn phải thoải mái "là chính mình" khi ở bên người ấy, thay vì cố gắng sống theo một hình ảnh cụ thể. Nói cách khác, bạn sẵn sàng trung thực và cởi mở về mọi thứ. Mặc dù có thể cần phải luyện tập một chút nhưng vẫn có thể tạo ra một không gian nơi cả hai bạn không có gì phải che giấu và sự thân mật thực sự có thể nảy nở một cách tự nhiên và tự phát.

HẠNH PHÚC TRONG MỐI QUAN HỆ CỦA CHÚNG TA

Một chàng trai trẻ đã lập gia đình được vài năm đến gặp ông nội để xin lời khuyên. Anh ấy nói rằng anh ấy không hạnh phúc trong cuộc hôn nhân của mình và muốn kết thúc nó. Người ông nói với chàng trai trẻ rằng anh nên đợi hai tháng và trong thời gian này hãy đối xử với vợ mình như một nàng công chúa tuyệt đối. Mặc dù chàng trai trẻ không hài lòng về điều này nhưng anh vẫn đồng ý. Hai tháng sau, ông nội hỏi chàng trai liệu anh có còn ý định ly hôn với vợ hay không. "Ly hôn?" chàng trai kêu lên, trông có vẻ ngạc nhiên. 'Tại sao tôi lại muốn làm điều đó? Tôi đã kết hôn với một công chúa tuyệt đối!'

Câu chuyện này cho chúng ta thấy rằng cách chúng ta nhìn nhận hoàn cảnh của mình phụ thuộc vào cách chúng ta rèn luyện thái độ tinh thần của mình. Nếu chúng ta rèn luyện bản thân để nghĩ rằng người bạn đời của mình là hoàng tử hay công chúa thì điều này có thể trở thành hiện thực của chúng ta. Cho dù chúng ta đang ở trong hoàn cảnh nào, điều kiện tốt nhất để có một mối quan hệ hạnh phúc và lành mạnh là coi đối tác của mình là quý giá và chăm sóc họ theo cách tốt nhất có thể.

Tuy nhiên, điều này không có nghĩa là chúng ta có thể khiến bất kỳ mối quan hệ nào cũng diễn ra hoàn hảo nếu chúng ta cố gắng đủ nhiều. Đúng hơn, mục tiêu của chúng ta là tạo ra một tình huống mà những suy nghĩ và cảm xúc tích cực mà chúng ta dành cho nhau vượt xa những suy nghĩ và tình cảm tiêu cực (điều mà mọi cặp đôi đều có). Đây là điều khiến một cặp đôi hiểu rõ hơn, tôn vinh và kính trọng lẫn nhau cũng như mối quan hệ của họ, và chúng ta có thể nói rằng một cặp đôi như vậy là những cặp đôi 'thông minh về mặt cảm xúc'.[20]

Khi chúng ta đang ở trong một mối quan hệ, điều quan trọng

là chúng ta phải linh hoạt và sẵn sàng thay đổi một số thói quen cá nhân mà đối tác của chúng ta không thích. Chúng ta cũng phải học cách chấp nhận những thói quen của đối tác, ngay cả khi chúng gây khó chịu và đòi hỏi chúng ta phải kiên nhẫn và tha thứ nhiều. Thông thường, chúng ta cần dựa nhiều hơn vào sự kiên nhẫn và sự tha thứ khi tiến sâu hơn vào một mối quan hệ vì cảm giác hưng phấn và 'tỏa sáng' ban đầu thường mất đi vào một thời điểm nào đó và chúng ta chắc chắn bắt đầu nhận ra khuyết điểm. Trong một số trường hợp, chúng ta không chỉ cần sự kiên nhẫn và tha thứ mà còn cần có kỹ năng tuyệt vời trong việc giúp đỡ người khác khắc phục điểm yếu của họ.

Trong văn hóa Phật giáo Tây Tạng, một vị thầy tâm linh luôn chỉ ra những điểm yếu của học trò và đôi khi còn phóng đại những điểm yếu này đến mức sỉ nhục; nhưng điều này chỉ được thực hiện với những học sinh có tiềm năng lớn nhất. Kỹ thuật này thường gây ra thảm họa trong mối quan hệ cá nhân, và ngay cả khi chúng ta có ý định tốt nhất, chúng ta nên nhớ rằng đối đầu trực tiếp hiếm khi có tác dụng, trừ khi chúng ta rất khéo léo trong kỹ thuật của mình hoặc mối quan hệ của chúng ta có nền tảng rất vững chắc. Ngoài ra, trước khi cố gắng giúp đỡ đối phương khắc phục điểm yếu của họ, chúng ta cần hiểu rõ điểm yếu của bản thân và việc khắc phục chúng khó khăn như thế nào.

Chúng ta phải nhớ rằng rất dễ đổ lỗi cho hành vi của người khác là lỗi cá nhân của họ trong khi thực tế nó lại là do một điều gì đó khác. Chúng ta nên cố gắng tránh điều này bất cứ khi nào có thể, vì chúng ta thực sự chỉ đang đoán hoặc tưởng tượng tại sao người khác lại cư xử theo một cách cụ thể. Thay vào đó, cần giao tiếp tốt và làm rõ lý do họ hành xử như vậy, đặt mình vào hoàn cảnh của họ, tuy nhiên, đừng mong nghe được điều mình muốn nghe – hãy chuẩn bị tinh thần để nghe bất cứ điều gì và hãy kiên nhẫn, với quyết tâm cao độ. để giải quyết vấn đề bất kể khó khăn hay thời gian cần thiết. Nếu đối tác của bạn có vẻ phi lý hoặc không hợp lý, hãy nhớ rằng đây không phải là thực tế của trái tim. Hãy để trí tuệ và nhận thức từ bi hướng dẫn bạn hướng tới hành động tốt nhất - thường là không thể tìm ra giải pháp hoặc thỏa hiệp, tuy nhiên nếu không phải như vậy, bạn có thể cần phải chấp nhận những gì không thể thay đổi.

Không có gì ngạc nhiên khi những nguyên tắc này không chỉ áp dụng cho mối quan hệ với bạn đời hoặc vợ/chồng của chúng ta mà còn cho bất kỳ mối quan hệ nào—với gia đình, bạn bè, đối tác kinh doanh hoặc hàng xóm. Nguồn gốc cuối cùng của xung đột là tập trung quá nhiều vào bản thân và thiếu quan tâm đến người khác. Tuy nhiên, điều này hiếm khi có chủ ý. Tất cả chúng ta đều biết rằng ích kỷ là điều không mong muốn, trong khi chu đáo và quan tâm là điều tốt, tuy nhiên chúng ta vẫn có thói quen huân tập ăn sâu là tập trung vào bản thân, một phần xuất phát từ văn hóa và quá trình giáo dục của chúng ta. Cách duy nhất để vượt qua thói quen này là soi sáng nhận thức về hành động của chúng ta suốt cả ngày, suy ngẫm cẩn thận về cách chúng ta suy nghĩ, nói năng và hành động. Chúng ta đang quan tâm hay chu đáo? Chúng ta có thể cải thiện hành động của mình bằng mọi cách không? Chúng ta có thể nói rằng chúng ta đang hành động theo cách 'trưởng thành về mặt cảm xúc' không? Dần dần chúng ta có thể khám phá ra một người ít vị kỷ hơn, giàu lòng nhân ái hơn và dễ mến hơn.

YÊU ĐƯƠNG VÀ TRÁI TIM TAN VỠ

Tôi đã thảo luận rất kỹ về những phẩm chất quan trọng mà chúng ta nên cân nhắc khi lựa chọn bạn đời, thay vì chỉ chọn ai đó vì chúng ta "phải lòng" họ. Mặc dù đây có vẻ là một khái niệm xa lạ đối với nhiều người trong thế giới hiện đại, nhưng tôi tin rằng có thể tránh được nhiều đau đớn và đau khổ về mặt cảm xúc nếu chúng ta học cách nhìn chủ đề tình yêu từ một góc nhìn chín chắn và có căn cứ hơn.

Chắc chắn rằng tình yêu lãng mạn có thể là cảm giác phấn khích và thú vị nhất mà bất cứ ai cũng có thể trải qua. Bất cứ ai cũng có thể chia sẻ trạng thái hạnh phúc tuyệt vời này, bất kể địa vị xã hội, tín ngưỡng hay văn hóa của họ, hay họ giàu hay nghèo. Tuy nhiên, tình yêu lãng mạn cũng có mặt tối của nó. Chúng ta có thể nghĩ rằng nó sẽ tồn tại mãi mãi, nhưng điều này không phải lúc nào cũng đúng. Hạnh phúc của tình yêu lãng mạn có thể cạn kiệt sau vài tháng hoặc vài năm, và hai người từng không thể chịu đựng được sự xa cách có thể bỗng thấy ghen tuông, tức giận hoặc chán nản. Hơn nữa, cảm giác bị thu hút có thể không được đáp lại và điều này cũng có thể dẫn đến sự đau lòng không thể nguôi ngoai. Chúng ta có thể hỏi làm thế nào chúng ta có thể học cách ngăn chặn hoặc đối phó với những tình huống này?

Nếu cảm giác ban đầu khi yêu kéo dài mãi mãi và luôn kết thúc trong hạnh phúc thì việc chọn bạn đời dựa trên tình yêu lãng mạn là hoàn toàn hợp lý. Tuy nhiên, đối với nhiều người, cảm giác này chỉ tồn tại trong thời gian ngắn và kết thúc trong sự bất hạnh, thậm chí là tuyệt vọng. Thường thì người họ yêu không có cảm giác như vậy về họ, nhưng họ cảm thấy bất lực trước niềm khao khát mãnh liệt, không thể kiểm soát mà họ dành cho người mình yêu. Tôi không hoàn toàn hiểu tại sao mọi người lại nghĩ rằng tình yêu nằm ngoài tầm kiểm soát của họ. Tôi tin một cách chắc chắn rằng yêu là một cảm xúc rất mạnh mẽ, tuy nhiên bất kỳ cảm xúc nào, dù là gì, đều do tâm trí chúng ta tạo ra. Vì điều này, chúng ta có thể rèn luyện tâm trí mình để đối phó với những cảm xúc như vậy theo cách mang tính xây dựng hơn.

Tôi cảm thấy rằng nhiều niềm tin của chúng ta về tình yêu đều dựa trên nền tảng văn hóa, và tôi thấy thật thú vị khi không có lời khuyên cụ thể nào trong văn học hay tâm lý học phương Tây để dạy mọi người cách kiểm soát việc yêu. Văn học, ca khúc và thơ ca phương Tây hiểu rất rõ về cảm giác hạnh phúc, quyến rũ của tình yêu lãng mạn cũng như nỗi tuyệt vọng đi kèm với một trái tim tan vỡ, nhưng lại có rất ít lời khuyên về cách phục hồi sau một trái tim tan vỡ hoặc cách khắc phục. ngăn chặn điều này xảy ra ngay từ đầu. Đúng hơn, văn học và thơ ca dường như củng cố quan điểm cho rằng yêu là một điều gì đó hoàn toàn nằm ngoài tầm kiểm soát của chúng ta và rằng bản chất con người chỉ là nô lệ cho những cảm xúc này. Có lẽ sẽ hữu ích hơn khi tự hỏi bản thân làm cách nào để kiểm soát những cảm xúc này, vì yêu không phải lúc nào cũng kết thúc trong hạnh phúc và thậm chí có thể củng cố thái độ tiêu cực, chiếm hữu. Nếu không được kiểm soát, những thái độ này có thể giam cầm chúng ta.

KHI ĐÃ NHẬN RA MẶT TỐI CỦA TÌNH YÊU LÃNG MẠN, CHÚNG TA CÓ THỂ LÀM GÌ VỚI NÓ?

Thứ nhất, khi tìm kiếm bạn đời, việc ghi nhớ những phẩm chất bên trong mà họ có thể có hoặc không có. Ngay cả khi họ không hấp dẫn về mặt thể chất ngay từ đầu, nhưng nếu họ giàu phẩm chất bên trong, họ sẽ trở nên hấp dẫn hơn theo thời gian khi tình yêu mà bạn chia sẻ ngày càng tăng. Mặt khác, nếu sự hấp dẫn về thể xác là nền tảng duy nhất cho tình yêu của bạn, điều này có thể che khuất những đặc điểm bên trong của đối phương và 'vẻ đẹp' của họ có thể phai nhạt khi các vấn đề lộ ra.

Thứ hai, chúng ta nên nhận ra rằng tình yêu lãng mạn hầu như luôn chứa đựng yếu tố gắn bó, có thể che mờ khả năng phán đoán của chúng ta và dẫn đến đau lòng sau này. Nhận thức được điều này là điều cần thiết khi chúng ta đang tìm kiếm một đối tác. Như thể chúng ta bị cuốn theo dòng nước xuôi dòng và bám vào đám lau sậy ven sông, nghĩ rằng mình có thể leo lên bờ. Tuy nhiên, lau sậy đã gãy vì chúng không cắm rễ chắc chắn vào bờ sông và chúng tôi lại bị dòng sông cuốn đi. Tương tự như vậy, chúng ta có thể nghĩ rằng một mối quan hệ sẽ mang lại cho chúng ta hạnh phúc lâu dài, tuy nhiên nếu không có nền tảng của tình yêu vô điều kiện thì nó hiếm khi diễn ra theo cách này. Tuy nhiên, điều này không có nghĩa là mọi mối quan hệ dựa trên tình yêu lãng mạn đều sẽ thất bại. Nếu một mối quan hệ được xây dựng trên sự tôn trọng chân thành và tình yêu vô điều kiện thì việc yêu nhau có thể dẫn đến hạnh phúc lâu dài.

Có thể chúng ta đang trong một mối quan hệ và đột nhiên nhận ra rằng chúng ta có rất ít điểm chung với đối tác của mình. Trong trường hợp này, tốt nhất là bạn nên thừa nhận những khác biệt này và đồng ý với thực tế và cho đi, đặc biệt nếu chúng ta đã cố gắng hết sức để tìm ra sự thỏa hiệp nhưng không thể đạt được thỏa hiệp nào. Mặc dù điều này nghe có vẻ hơi điên rồ, nhưng nếu chúng ta có tình yêu thương và lòng bi mẫn thực sự đối với họ thì chúng ta sẽ vui mừng nếu họ hạnh phúc, ngay cả khi họ không muốn ở bên chúng ta. Chúng ta sẽ nhận ra điều này là đúng nếu chúng ta thực sự học cách đặt mình vào vị trí của họ và coi lợi ích của họ cao hơn lợi ích của chúng ta.

Chỉ có một điều cuối cùng để nói về vấn đề yêu. Có một câu nói tôi đã từng nghe ở phương Tây, người ta yêu nhau và sống "hạnh phúc mãi mãi". Chúng ta hãy giả vờ một lúc rằng điều này ít nhất có phần đúng và một cặp đôi yêu nhau rồi sống hạnh phúc bên nhau. Tuy nhiên, cuối cùng, một trong số họ sẽ chết. Tất nhiên chúng ta biết rằng đây là thực tế của cuộc sống và chính thực tế vô thường này mà chúng ta phải chấp nhận và giải quyết nếu chúng ta thực sự muốn tìm thấy hạnh phúc. Tôi sẽ nói nhiều hơn về điều này ở phần sau của cuốn sách, nhưng bây giờ cũng đủ để nhận ra rằng việc yêu, giống như mọi thứ khác trong cuộc sống của chúng ta, là vô thường—và có thể còn vô thường hơn nhiều thứ khác!

NHIỀU KHUÔN MẶT KHÁC NHAU CỦA TÌNH YÊU

Trên thực tế, có nhiều dạng tình yêu khác nhau và tình yêu lãng mạn chỉ là một ví dụ trong số đó. Tình yêu là thứ mà tất cả con người đều có khả năng trải nghiệm, bất kể ngôn ngữ, văn hóa hay tín ngưỡng của họ. Ngay cả khi trải nghiệm của chúng ta về tình yêu còn hạn chế, chúng ta vẫn có ý tưởng về từ 'tình yêu' nghĩa là gì, tuy nhiên từ này gợi lên trong mỗi chúng ta một cái nhìn khác nhau về tình yêu là gì hoặc nó phải như thế nào.

Chúng ta có thể nói về năm loại tình yêu chính mà hầu hết chúng ta đều đã trải qua ở độ tuổi này: tình yêu của cha mẹ, tình yêu lãng mạn, tình yêu trìu mến, tình yêu chiếm hữu, và tình yêu trắc ẩn.

Mỗi điều này có một điểm nhấn hoặc giá trị hơi khác nhau, nhưng tất cả đều có chung tiềm năng về tình yêu thương từ bi. Đây là hình thức cuối cùng của tình yêu, vì hạnh phúc lâu dài chỉ đạt được bằng cách trau dồi phẩm chất này. Việc phân tích giá trị và khuyết điểm của những hình thức tình yêu khác nhau này có thể cực kỳ hữu ích, vì nhận thức như vậy có thể giúp chúng ta xác định làm thế nào tình yêu mà chúng ta dành cho người khác có thể biến thành một thứ gì đó thậm chí còn phong phú và có ý nghĩa hơn.

1. Tình yêu của cha mẹ

Điều này thường được gọi là 'tình mẹ' và mô tả tình yêu của người mẹ dành cho con mình. Trong thế giới hiện đại, chúng ta cũng có thể nói đến "tình cha". Loại tình yêu này thấm nhuần sự kiên nhẫn, bao dung và nuôi dưỡng. Nó thường được coi là "vô điều kiện", tuy nhiên trên thực tế điều này không phải lúc nào cũng đúng. Nó thường mạnh mẽ và ổn định, thường tồn tại suốt đời và chắc chắn không dựa vào nhiều điều kiện như những hình thức tình yêu khác. Điều này mang lại niềm vui và sự chu đáo, nhưng đôi khi cũng mang lại cảm giác chiếm hữu, điều này có thể dẫn đến nhiều đau đớn khi con cái chúng ta đấu tranh giành độc lập và chúng ta nhận ra rằng chúng ta có rất ít quyền kiểm soát đối với cách chúng lựa chọn hành động. Nếu nghĩ về tình yêu thương của cha mẹ theo tỷ lệ phần trăm, chúng ta có thể có 50% lòng trắc ẩn và sự quan tâm, 20% quyền sở hữu, và khoảng 30% sự gắn bó.

2. Tình yêu lãng mạn

Dạng tình yêu mạnh mẽ và giàu cảm xúc này biểu hiện dưới dạng sự hấp dẫn, đam mê và sự tôn thờ. Như đã thảo luận ở trên, ban đầu nó mang lại niềm vui, niềm tự hào và sức mạnh nội tâm lớn lao. Đôi khi nó biểu hiện như tình thương từ bi nhưng thường thì nó thấm nhuần thái độ ích kỷ và chiếm hữu. Chẳng hạn, chúng ta có thể bị cuốn vào sự gắn bó với vẻ bề ngoài, danh tiếng hoặc hình ảnh của một người mà họ thể hiện, dẫn đến tính chiếm hữu, ghen tị hoặc lo lắng. Do đó, nó gần như luôn là một dạng tình yêu có điều kiện và hiếm khi lâu dài, đặc biệt nếu mối quan hệ của chúng ta chỉ dựa trên cảm xúc bề mặt.

Tình yêu lãng mạn thường chứa khoảng 30% niềm kiêu hãnh, 20% quyền sở hữu, 30% sự gắn bó và 20% sự quan tâm và lòng trắc ẩn. Chừng nào sự ghen tuông, tính chiếm hữu và thái độ tự cho mình là trung tâm còn chiếm ưu thế thì hình thức tình yêu này còn có điều kiện và không an toàn. Tuy nhiên, với sự quan tâm và lòng trắc ẩn lớn hơn, những lo lắng ích kỷ sẽ tan biến và bạn có thể trải nghiệm cảm giác hạnh phúc sâu sắc hơn. Bằng cách này, tình yêu lãng mạn có thể trở thành vô điều kiện.

3. Tình yêu quý mến

Hình thức tình yêu này gợi lên cảm giác ấm áp đối với những sinh vật khác như trẻ sơ sinh, động vật và thú cưng. Chúng ta cũng có thể cảm nhận được điều này khi tiếp xúc với thiên nhiên, nghệ thuật, âm nhạc hoặc bất cứ thứ gì truyền cảm hứng như vậy. Cảm giác ấm áp đến từ tình yêu trìu mến thường đi kèm với cảm giác vui vẻ chân thành và điều này không phụ thuộc vào bất kỳ điều kiện cụ thể nào. Đúng hơn, nó gắn liền với những cảm giác như sự che chở, mềm mại và dịu dàng. Tình yêu đáng quý thường chứa khoảng 10% niềm tự hào và quyền sở hữu, 20% sự gắn bó, 30% lòng trắc ẩn và 40% sự quan tâm.

4. Tình yêu chiếm hữu

Dạng tình yêu này gắn liền với những trạng thái tinh thần tiêu cực hoặc mang tính hủy diệt như ham muốn, đố ky, kiêu hãnh hoặc những cảm xúc chỉ hời hợt. Một ví dụ là tình yêu đối với một số đồ vật vì sự phù phiếm hoặc mong muốn tự thỏa mãn. Hình thức tình yêu này chứa đựng khoảng 50% quyền sở hữu và lòng kiêu hãnh, 30% sự bám víu, 20% là sự quan tâm và hầu như không có lòng trắc ẩn.

5. Tình yêu bi mẫn

Điều này đề cập đến sự hiểu biết, sự đồng cảm và quan tâm thực sự hoặc khi có tỷ lệ cao những phẩm chất này tồn tại. Đó là cảm giác yêu thương và quan tâm đến mọi chúng sinh như bình đẳng với chính mình chứ không có nghĩa là cảm thấy thương hại hay thông cảm với những người đang đau khổ. Đúng hơn đó là sự quan tâm chân thành, không phán xét, vô điều kiện dành cho tất cả chúng sinh bất kể ngoại hình, địa vị hay hoàn cảnh của họ.

Khả năng thể hiện tình yêu thương từ bi của chúng ta rất khác nhau. Tôi tin rằng mọi người đều có nghĩa vụ tự nhiên là phát triển phẩm chất này, vì làm như vậy là vì lợi ích tốt nhất của bản thân chúng ta và những người khác. Đặc biệt, nó có thể dẫn đến mức độ hạnh phúc và sức mạnh cao hơn; nó thậm chí có thể giúp chúng ta đạt được sự giác ngộ. Việc vun trồng tình yêu thương từ bi thường đòi hỏi mức độ suy ngẫm và rèn luyện tâm trí rất cao; tuy nhiên, những người đặc biệt luôn có nó trong trái tim họ một cách tự nhiên.

Lòng bi mẫn tốt nhất nên được kết hợp với trí tuệ; sự quan tâm của chúng ta đối với người khác khi đó có thể trở nên chân thật, rõ ràng và không thể phá hủy. Nếu chỉ dựa vào sự thông cảm hay thương hại thì khó tìm được giải pháp thực sự mang lại lợi ích cho người khác. Đúng hơn là cuối cùng chúng ta có thể cảm thấy chán nản vì hành động của mình không thực sự hiệu quả, và lòng từ bi của chúng ta có thể còn giảm sút hơn nữa.

Vậy thì làm thế nào chúng ta có thể phát triển được tình

thương từ bi? Có thể cực kỳ hữu ích nếu xác định những hình thức tình yêu nào hiện diện trong các mối quan hệ của chúng ta và sau đó cố gắng tăng tỷ lệ từ bi, tôn trọng và biết ơn, đồng thời giảm tỷ lệ gắn bó, tự ám ảnh và kiêu hãnh. Nhiều khía cạnh trong cuộc sống hàng ngày của chúng ta bị ảnh hưởng bởi một nền văn hóa không nhấn mạnh đến tầm quan trọng của tình yêu thương từ bi. Do đó, điều quan trọng là phải thực hành điều này với bạn đời, gia đình và những người thân thiết nhất của chúng ta. Với nền tảng này, chúng ta có thể mở rộng tình yêu thương vô điều kiện đến tất cả chúng sinh với niềm tin rằng điều này sẽ dẫn đến tâm trí mạnh mẽ hơn và cuộc sống hạnh phúc hơn.

Thật may mắn là có rất nhiều tấm gương tuyệt vời cho việc thực hành hình thức tình yêu này. Trong truyền thống Phật giáo, họ được gọi là Bồ Tát, những sinh vật hiện thân của tình yêu vô hạn, vô điều kiện đối với mọi sinh vật. Vì vậy, dù làm việc gì thì cuộc sống của họ cũng tràn ngập niềm vui. Lòng bi mẫn của Bồ tát là khi lòng từ bi chân thật kết hợp với trí tuệ và còn được gọi là 'lòng từ bi của chiến binh', nghĩa là không có hoàn cảnh nào có thể phá hủy hoặc khiến họ từ bỏ đức tính này. Mọi người nên khao khát noi gương đức tính này vì chúng ta sẽ không bao giờ hoàn toàn vượt qua được đau khổ nếu không có nó. Tất cả chúng ta đều có tiềm năng để đạt được phẩm chất này và do đó nên cố gắng hết sức để trau dồi nó, bất kể những trở ngại trên con đường của chúng ta.

ĐẠT ĐƯỢC MỤC TIÊU VÀ SỨC MẠNH CỦA TÍNH CÁCH

Dù chúng ta đang ở giai đoạn nào trong cuộc đời, điều quan trọng là phải có mục tiêu, mặc dù điều này vô cùng quan trọng khi chúng ta còn trẻ và có rất nhiều tiềm năng để nỗ lực hết mình để đạt được chúng. Các mục tiêu có thể là tạm thời, chẳng hạn như hoàn thành một khóa học, và dài hạn, chẳng hạn như thực hiện một khám phá quan trọng hoặc phát triển tinh thần. Mục tiêu cũng cần phải có giá trị. Ví dụ, mua một ngôi nhà hay một chiếc thuyền đắt tiền cuối cùng sẽ không giúp ích gì cho hạnh phúc trong tương lai, nhưng mục tiêu liên quan đến việc giúp đỡ người khác cuối cùng sẽ mang lại lợi ích cho cả chúng ta và người khác. Nếu không có những mục tiêu thực tế và đáng giá, chúng ta sẽ sống cuộc sống trong trạng thái như trẻ con hoặc như mơ và có nguy cơ trôi dạt theo hướng đó, không bao giờ biết mình đang đi về hướng nào và không nhận ra được tiềm năng của mình để tạo ra sự khác biệt trong thế giới.

Nếu chúng ta đã đặt ra được ít nhất một số mục tiêu trong cuộc sống thì điều đó thật tuyệt vời! Đây là bước quan trọng đầu tiên, còn bước quan trọng thứ hai là cố gắng hoàn thành những mục tiêu này. Những phẩm chất tinh thần mà chúng ta phải trau dồi để làm được điều này bao gồm tham vọng và sự siêng năng nhiệt tình. Không có những điều này, bất kỳ mục tiêu nào cũng chỉ trở thành ảo tưởng.

Điều quan trọng nữa là phải có niềm tin mãnh liệt vào khả năng đạt được các mục tiêu mà chúng ta đặt ra cho bản thân. Nếu chúng ta không hoàn toàn tin tưởng vào khả năng thành công của mình thì rất có thể chúng ta sẽ bỏ cuộc khi gặp hoàn cảnh chán nản. Mặt khác, nếu chúng ta có niềm tin vào bản thân mạnh mẽ thì cho dù có trở ngại nào cản đường chúng ta và dù chúng ta có thất bại bao nhiêu lần đi chăng nữa, chúng ta sẽ luôn tiếp tục cố gắng và cuối cùng có cơ hội thành công cao. .

Khả năng tiếp tục kiên trì cho dù chúng ta phải đối mặt với những trở ngại nào cuối cùng đều phụ thuộc vào sức mạnh của tính cách. Nền tảng của một nhân cách tốt, mạnh mẽ là sự kết hợp giữa sự tự tin, kỷ luật và sức mạnh tinh thần, cùng với mức độ hài lòng cao về tinh thần. Một số người sinh ra đã có những đặc điểm này, mặc dù hầu hết chúng ta đều phải nỗ lực rất nhiều để có được những đặc điểm này, cẩn thận để không phát triển một đặc điểm này mà gây thiệt hại cho những đặc điểm khác! Ý tôi là điều quan trọng là phải áp dụng trí tuệ vào cách chúng ta phát triển tính cách của mình. Ví dụ, khi cố gắng phát triển sự tự tin, thay vào đó, chúng ta có thể rơi vào tình trạng tự hào hoặc thậm chí kiêu ngạo, hoặc khi cố gắng phát triển sự hài lòng về tinh thần, chúng ta có thể trở nên tự mãn.

Điều quan trọng là phải liên tục theo dõi cả suy nghĩ và hành động của mình, đồng thời áp dụng trí tuệ vào hướng đi mà chúng ta đang đi, cả bên ngoài lẫn bên trong. Đây là lúc rất hữu ích khi có một người cố vấn hoặc một vị thầy tâm linh hướng dẫn chúng ta phát triển những phẩm chất tinh thần. Không quan trọng 'người cố vấn' này có nền tảng tôn giáo hay trình độ học vấn cao hay không; điểm cốt yếu là người đó đã quen thuộc với những phẩm chất tốt đẹp mà chúng ta đang nói tới.

TỰ MÃN SO VỚI MÃN NGUYỆN

Tôi muốn nói thêm một chút về sự tự mãn ở điểm này. Tôi đã đề cập rằng khi chúng ta nói về việc nuôi dưỡng sự hài lòng, đôi khi người ta nhầm lẫn điều này với sự tự mãn. Ý tôi là gì? Lấy ví dụ, một người nghe rằng để đạt được hạnh phúc, chúng ta phải trau dồi những phẩm chất tốt đẹp bên trong và học cách hài lòng với những gì mình có, thay vì luôn mong muốn nhiều hơn nữa. Trừ khi chúng ta có tuệ giác và trí tuệ tốt hoặc một vị thầy giỏi, chúng ta có thể nghĩ rằng tất cả những gì chúng ta cần làm là có thái độ tích cực và không lo lắng về bất cứ điều gì. Thật không may, điều này thường khiến chúng ta mất tập trung và trở nên vô tổ chức. Đây chính là điều tôi muốn nói khi nói đến sự tự mãn.

Một thái độ tự mãn sẽ không giúp chúng ta đạt được hạnh phúc. Trong khi có một quan điểm thoải mái và bình tĩnh đôi khi có thể có lợi, chúng ta có thể rơi vào tình trạng cực kỳ bất cẩn hoặc ý chí yếu đuối. Mặc dù điều quan trọng là phải hài lòng với hoàn cảnh của mình, nhưng điều quan trọng là phải nhận ra tiềm năng mà chúng ta có để thay đổi hoàn cảnh của mình bằng cách nỗ lực một chút. Có thể hài lòng với những gì mình có và vị trí hiện tại trong khi vẫn cố gắng hết sức để đạt được mục tiêu của mình. Để đưa ra một ví dụ, nếu chúng ta hạn chế tắm nước lạnh vì hệ thống nước nóng bị hỏng, chúng ta có thể 'bằng lòng' với việc tắm nước lạnh vào lúc này và không để điều này làm xáo trộn sự bình yên tinh thần của mình—nhưng điều này không có nghĩa là chúng ta không muốn sửa nó! Nếu chúng ta quá tự mãn thì nhiều cơ hội sẽ bị đánh mất và tiềm năng cải thiện bản thân của chúng ta có thể không được thừa nhận.

Trong khi rơi vào trạng thái tự mãn là một thái cực khiến chúng ta mất đi sự hài lòng thực sự, thì thái cực còn lại là không thể hài lòng với hoàn cảnh của mình. Cho dù hoàn cảnh bên ngoài của chúng ta có tốt đến đâu, nếu luôn không hài lòng, chúng ta sẽ luôn muốn nhiều hơn và không trân trọng những gì mình đang có. Thái độ này thường bắt nguồn từ tư duy cạnh tranh và đố kỵ, muốn giỏi hơn người khác hoặc tự hào về thành tích của bản thân. Thật không may, điều này thường được khuyến khích bởi xã hội nơi chúng ta đang sống.

Gần đây tôi đọc một báo cáo tiết lộ trong đó mô tả một cuộc khảo sát yêu cầu mọi người trả lời câu hỏi sau: Bạn muốn làm công việc mà bạn kiếm được 100.000 đô la mỗi năm và mọi người khác kiếm được 80.000 đô la, hay bạn thích một công việc mà bạn kiếm được 150.000 đô la mỗi năm trong khi những người khác ở nơi làm việc của bạn kiếm được 200.000 USD? Câu trả lời có vẻ hiển nhiên đối với tôi, đó là hầu hết mọi người đều muốn kiếm được nhiều tiền hơn. Tuy nhiên, phần lớn mọi người chọn cách kiếm ít tiền hơn, miễn là họ kiếm được nhiều tiền hơn đồng nghiệp của mình!

Tôi nghĩ điều này cung cấp một cái nhìn sâu sắc quan trọng về bản chất con người - rằng chúng ta muốn trở nên tốt hơn những người khác và không hài lòng khi mình không được như vậy. Tuy nhiên, nếu chúng ta nghĩ rằng có một triệu đô la sẽ khiến chúng ta hạnh phúc và cuối cùng chúng ta đạt được mục tiêu này thì không nhất thiết chúng ta sẽ tìm thấy hạnh phúc khi đạt được điều đó. Thay vào đó, chúng ta có thể nghĩ rằng mình cần hai triệu, năm triệu hay thậm chí mười triệu đô la để được hạnh phúc! Thật hiếm khi tìm thấy sự hài lòng thực sự khi tâm trí chúng ta tập trung vào việc tích lũy của cải vật chất.

Nếu chúng ta sử dụng thời gian dành cho việc kiếm tiền để phát triển kỷ luật tự giác và sự hài lòng trong tâm trí và trái tim, thì thời gian của chúng ta có thể được sử dụng tốt hơn. Bằng cách khám phá ra sự giàu có của sự hài lòng, chúng ta sẽ luôn hạnh phúc vì đã tìm được nguồn của cải thực sự. Hơn nữa, chúng ta có nhiều khả năng khỏe mạnh hơn vì một tâm trí hài lòng sẽ mang lại bình yên, và như nhiều nghiên cứu khoa học hiện nay cho thấy, một tâm trí bình yên là cần thiết để có một cơ thể khỏe mạnh. Ví dụ, một tâm trí khỏe mạnh, không căng thẳng có thể làm giảm huyết áp và nhịp tim, cải thiện chức năng miễn dịch và mang lại nhiều lợi ích trong nhiều tình trạng,[21] bao gồm bệnh tim, tiểu đường, và ung thư. Vì vậy, sự hài lòng không chỉ tốt cho tinh thần mà còn tốt cho cơ thể.

LÒNG BI MẪN LÀ GÌ VÀ TẠI SAO

Mọi người đều quen thuộc với từ "lòng bi mẫn" và đồng ý rằng đó là một điều tốt. Vậy tại sao chúng ta phải gắng sức để đạt được nó? Mặc dù mọi người có thể đề cập đến lòng bi mẫn mỗi ngày, nhưng xã hội của chúng ta khuyến khích chúng ta tập trung chủ yếu vào bản thân và mặc dù chúng ta có thể nghe nói về sự đồng cảm và lòng trắc ẩn, nhưng chúng ta thường không được đào tạo để phát triển những phẩm chất này hoặc các kỹ năng để duy trì chúng. Ngay cả khi thỉnh thoảng chúng ta nghe nói về những lợi ích của việc thực hành lòng từ bi, chúng ta hiếm khi hiểu được ý nghĩa thực sự của nó và hiếm khi đánh giá cao những lợi ích ngắn hạn và dài hạn mà điều này có thể mang lại.

Nhiều người nghĩ lòng bi mẫn chỉ áp dụng cho những hoàn cảnh mà con người đang đau khổ, và điều đó có nghĩa là cảm thấy

buồn bã và khốn khổ cho người đang đau khổ. Cảm thấy tiếc cho một người đang đau khổ là điều quan trọng và là bước đầu tiên tốt, nhưng còn lâu mới có được lòng từ bi chân chính, nơi mà chúng ta hoàn toàn sẵn sàng hành động theo cảm giác này. Điều này không có nghĩa là làm cho mình đau khổ thay cho người khác, mà là chuẩn bị tâm trí để sẵn sàng loại bỏ nỗi đau của người khác, bất kể việc này có khó khăn đến đâu. Sau đó, chúng ta có thể hành động dựa trên động lực này để giúp đỡ những người đang đau khổ về thể xác, hoặc có lẽ bằng cách khuyến khích người khác suy nghĩ theo những cách khéo léo hơn nếu họ đang đau khổ về mặt tinh thần. Nếu chúng ta có ý định hoặc phẩm chất thuần khiết này trong tâm trí, chúng ta sẽ được ban phước với cảm giác bình yên và kiên cường bên trong, ít quan tâm đến các vấn đề của chính mình hơn.

Hầu hết con người, dù có tôn giáo hay không, đều đồng ý rằng lòng bi mẫn là một đức tính rất quan trọng, nhưng khi nhìn kỹ chúng ta có thể thấy lòng bi mẫn có nhiều cấp độ khác nhau.

Cấp độ đầu tiên là khi chúng ta cảm động khi thấy những người thân thiết của mình đau khổ. Ví dụ, nếu một người bạn của chúng ta gặp tai nạn ô tô khiến họ không thể đi lại được nữa, hoặc chúng ta biết ai đó sắp chết vì ung thư, thì chúng ta có động lực để làm hết sức mình để an ủi họ trong hoàn cảnh này. .

Cấp độ thứ hai là cảm động trước nỗi đau khổ của toàn thể nhân loại, kể cả những người thuộc mọi tôn giáo và mọi tầng lớp xã hội. Nếu chúng ta nghe tin tức về một trận động đất, dù không biết nạn nhân, chúng ta có thể cảm động muốn làm những gì có thể để giúp đỡ họ. Nếu chúng ta nghe về hậu quả của sự nóng lên toàn cầu, chúng ta có thể phát triển lòng bi mẫn đối với tất cả những người sẽ bị ảnh hưởng.

Cấp độ tiếp theo là phát triển lòng bi mẫn đối với tất cả chúng sinh mà không có bất kỳ thành kiến nào. Chúng ta nhận ra rằng tất cả chúng sinh, kể cả kẻ thù của chúng ta và những người hành động xấu, đều mong muốn được hạnh phúc và tránh đau khổ

giống như chúng ta, và vì thế chúng ta cảm thương họ cũng như chúng ta thương xót những người ở gần mình, hiểu rằng họ không có tự do thoát khỏi những điểm yếu của họ. Không chỉ con người, mà tất cả các loài động vật, cũng có khả năng trải nghiệm niềm vui và nỗi đau, đều trở thành đối tượng của lòng bi mẫn của chúng ta. Vì vậy, nếu nhìn thấy một con nhện hay con muỗi, chúng ta không giết nó chỉ vì thấy khó chịu. Thay vào đó chúng ta nhận thức sâu sắc về quyền sống của nó.

Mức độ từ bi thứ tư dựa trên trí tuệ sâu sắc giúp chúng ta nhận thức được những nguyên nhân sâu xa hơn của đau khổ, chứ không chỉ là nỗi đau khổ hiện tại mà chúng ta thấy xung quanh mình. Mặc dù tất cả chúng sinh đều mong muốn được hạnh phúc, nhưng chúng ta nhận ra rằng do vô minh và hành động vụng về, họ liên tục tạo ra nguyên nhân đau khổ cho chính mình. Tại sao người nghiện rượu lại hành động vô trách nhiệm, hay kẻ trộm, kẻ giết người lại hành động như vậy? Mặc dù chúng ta có thể nói rằng họ 'nghiện', nhưng họ vẫn đang tìm kiếm một loại thỏa mãn hay thỏa mãn nào đó, nhưng đang tạo ra đau khổ cho chính họ và người khác bằng những hành động không khéo léo của mình. Vì họ không thể thấy được điều này nên nguyên nhân sâu xa của đau khổ của họ là do vô minh.

Những người giàu có và nổi tiếng cũng không tránh khỏi đau khổ. Họ đau khổ khi những điều kiện mang lại vận may cho họ không còn nữa. Không chỉ vậy, ở mỗi thời điểm họ luôn có điều gì đó phải lo lắng; có lẽ họ không hài lòng với ngoại hình của mình hoặc ghen tị với một người nổi tiếng mới nổi nào đó. Họ cũng có gia đình mà họ phải lo lắng, chẳng hạn như cha mẹ già hoặc con cái của họ. Vì vậy, dù hoàn cảnh của một người có tốt hay xấu đến đâu, họ vẫn không thoát khỏi đau khổ. Nếu suy nghĩ sâu sắc, chúng ta sẽ thấy rằng thực tế mọi người đều liên tục đắm chìm trong một loại đau khổ nào đó hoặc đang tạo ra những nguyên nhân cho đau khổ trong tương lai. Với sự hiểu biết này, lòng bi mẫn của chúng ta càng trở nên sâu sắc hơn.

Cuối cùng, mức độ bi mẫn cao nhất dựa trên sự hiểu biết về tính vô ngã,[22] có nghĩa là chúng ta thấy rằng mọi thứ đều phụ thuộc lẫn nhau và không có thực chất, không có gì thực sự tồn tại một mình. Đây là một ý tưởng rộng lớn và sâu sắc, là tinh chất của triết học Phật giáo. Để hiểu rõ hơn về điều này, hãy tưởng tượng rằng chúng ta có thể đọc được tâm trí của một người đang mơ, người mà chúng ta có thể thấy đang đau khổ khủng khiếp trong môi trường địa ngục. Chúng ta biết đây chỉ là một giấc mơ mà họ đã tạo ra trong tâm trí, nhưng họ không biết điều này và chúng ta mong muốn hơn bất cứ điều gì khác có thể đánh thức họ khỏi giấc mơ vì chúng ta có thể nhìn thấy trực tiếp tiềm năng hạnh phúc đáng kinh ngạc của họ nếu họ chỉ có thể nhận ra giấc mơ không có thật. Với sự nhận thức này, một mức độ sâu sắc của lòng bi mẫn sẽ tự nhiên nảy sinh.

Từ một góc độ khác, hiểu vô ngã có nghĩa là nhận ra rằng không có cái 'tôi' và 'người khác' hiện hữu bẩm sinh. Khi rào cản giữa chúng ta và người khác tan biến, hạnh phúc của chúng ta không còn quan trọng hơn hạnh phúc của người khác. Lòng từ bi đối với tất cả chúng sinh lúc đó chỉ xảy ra một cách tự nhiên. Điều này không phải ai cũng dễ dàng hiểu được, nhưng thỉnh thoảng chúng ta có thể thoáng thấy nó qua trải nghiệm trực tiếp.

Sự hiểu biết sâu sắc hơn về lòng bi mẫn thực tế như thế nào trong cuộc sống hàng ngày của chúng ta? Hãy tưởng tượng chúng ta đột nhiên tranh cãi với ai đó. Chúng ta có thể nghĩ rằng họ là người xấu; họ sai và chúng ta đúng; và tại thời điểm đó chúng ta có thể cảm nhận được một ý thức mạnh mẽ về cái 'tôi' và 'người khác' riêng biệt. Tuy nhiên, nếu phân tích kỹ tình huống và đặt mình vào vị trí của họ, chúng ta sẽ thấy có nhiều nguyên nhân và điều kiện mà chúng ta chưa tính đến khi vội kết luận rằng đối thủ của mình 'sai'. Chúng ta sẽ khám phá ra nhiều yếu tố góp phần tạo nên các sự kiện dẫn đến cuộc tranh luận. Chúng ta có thể thấy rằng họ đã có một ngày tồi tệ, rằng chúng ta cũng có lỗi, hoặc có một sự hiểu lầm lớn về căn nguyên của cuộc xung đột.

Khi chúng ta hiểu rõ rằng luôn có một mạng lưới rộng lớn các yếu tố phụ thuộc lẫn nhau tác động, chúng ta sẽ nhìn thực tế rõ ràng hơn nhiều và tiến gần hơn đến việc hiểu được sự thật về lòng vị tha. Không còn cơ sở cho sự tức giận; thay vào đó chúng ta có sự đồng cảm và kiên nhẫn tự nhiên, nhận ra rằng cả hai chúng ta chỉ muốn được hạnh phúc và do đó mọi xung đột đều vô nghĩa.

Nếu chúng ta thực sự hiểu rằng mọi chúng sinh đều tìm kiếm hạnh phúc và cố gắng tránh đau khổ giống như chúng ta thì lòng từ bi của chúng ta sẽ ổn định, không có ranh giới. Tuy nhiên, điều này khó đạt được và trong thực hành lòng từ bi của chúng ta đôi khi sẽ bị hạn chế. Ngay cả trong trường hợp này, thực hành bất kỳ mức độ từ bi nào cũng vẫn có lợi. Hãy nhớ rằng có thể phải mất nhiều năm mới phát triển được lòng từ bi thực sự ổn định và không thiên vị. Chúng ta cũng phải nhớ rằng lòng bi mẫn không chỉ là cảm thấy buồn khi người khác đau khổ mà còn là sự nhạy cảm giúp chúng ta hiểu được người khác. Vì thế lòng từ bi và sự nhạy cảm mang lại sự cởi mở và gần gũi với người khác.

SỰ RỘNG LƯỢNG, KIÊN NHẪN, VÀ LÒNG BIẾT ƠN

Cách tự nhiên để thể hiện lòng bi mẫn là rộng lượng, kiên nhẫn, và thể hiện lòng biết ơn đối với những gì chúng ta có. Đặc biệt là trong giai đoạn đầu tuổi trưởng thành, những hành động này thúc đẩy chúng ta hướng tới một cuộc sống hạnh phúc, trọn vẹn và ý nghĩa một cách mạnh mẽ.

Rộng lượng không có nghĩa là cho đi tất cả tài sản của mình cho người khác. Nó có nghĩa là rèn luyện bản thân để tránh tham lam hay lười biếng và chuẩn bị tinh thần và sẵn sàng giúp đỡ người khác bằng cách cho đi vật chất, thời gian và các hình thức hỗ trợ khác khi cần thiết. Rộng lượng cũng có nghĩa là kiên nhẫn, có thể tha thứ và sẵn sàng buông bỏ sự tức giận hay oán giận.

Nhẫn nhịn có nghĩa là khi ai đó giận dữ với chúng ta hoặc đối xử với chúng ta một cách vô lý, chúng ta không phản ứng tiêu cực mà phản ứng bằng sự bình tĩnh, lý trí và từ bi. Nó cũng bao gồm sự kiên trì trong việc đạt được mục tiêu của chúng ta, ngay cả khi phải đối mặt với khó khăn. Kiên nhẫn không có nghĩa là chỉ ngồi chờ đợi các sự kiện xảy ra mà không tìm kiếm giải pháp thay thế, hoặc chỉ chấp nhận những hoàn cảnh bất lợi mà không cố gắng thay đổi hoàn cảnh của mình. Đó sẽ là sự tự mãn.

Các vận động viên rèn luyện cơ thể của họ với sự kiên nhẫn cao độ và nhìn chung họ hạnh phúc hơn nhiều so với những người lười biếng. Những lợi ích và giá trị của việc rèn luyện tâm tính kiên nhẫn và rộng lượng của chúng ta sẽ lớn hơn nhiều so với những lợi ích mà các vận động viên đạt được. Điều đặc biệt hữu ích là thực hành tính kiên nhẫn và rộng lượng bằng lời nói và hành động trong cuộc sống hàng ngày của chúng ta. Khi đó chúng ta có thể phát triển ý thức tự nhiên rằng những phẩm chất này luôn ở đó với chúng ta. Sau một thời gian, sống theo cách này trở thành nguồn vui vô bờ bến. Hãy nhớ rằng mặc dù có vẻ như chúng ta đang kiên nhẫn hoặc rộng lượng vì lợi ích của người khác nhưng thật khó để đoán trước hành động của chúng ta sẽ mang lại lợi ích cho họ đến mức nào. Mặt khác, chúng ta sẽ luôn được hưởng lợi

Hầu hết sự bất mãn và bất hạnh mà chúng ta trải qua trong cuộc sống đều bắt nguồn từ việc thiếu trân trọng những thứ quý giá mà chúng ta đang có. Chẳng hạn, khi khỏe mạnh, chúng ta quên đánh giá cao khả năng tinh thần, khả năng nhìn và nghe, hoặc khả năng thể chất của mình. Chúng ta quên biết ơn sự tồn tại quý giá của con người khi mọi thứ đang diễn ra tốt đẹp, nhưng khi phát hiện ra mình mắc bệnh ung thư hoặc một căn bệnh nghiêm trọng nào khác, chúng ta chợt nhận ra mình đã may mắn biết bao. Mọi người bị chấn thương hoặc bệnh tật đều nhận ra sự quý giá của sức khỏe tốt trước đây của họ. Sẽ tốt hơn nếu bạn học cách trân trọng sức khỏe tốt mỗi ngày và trải nghiệm niềm hạnh phúc đó ngay bây giờ thay vì chờ đợi một điều bất hạnh nào đó trong tương lai dạy cho chúng ta bài học này.

Nếu suy ngẫm kỹ, chúng ta sẽ khám phá ra có rất nhiều điều

chúng ta có thể biết ơn. Tuy nhiên, hơn bất cứ điều gì khác, chính những người gần gũi và thân yêu của chúng ta mới thực sự xứng đáng được chúng ta biết ơn. Có một câu chuyện vào thời Đức Phật minh họa điều này:

Một lần Đức Phật gặp một thương gia tên là Sigala,[23] mà Ngài thấy ông đang lạy sáu hướng Đông, Tây, Nam, Bắc, Dưới, Trên. Đức Phật hỏi Sigala tại sao ông thực hiện nghi lễ này và ông trả lời rằng cha ông đã bảo ông lạy sáu hướng mỗi sáng, mặc dù ông không biết mục đích của việc này. Đức Phật trả lời: 'Lễ lạy là một pháp tu có thể mang lại hạnh phúc cả trong hiện tại và tương lai. Ngài bảo Sigala rằng ông có thể quán chiếu lòng biết ơn cha mẹ khi lạy phương Đông và biết ơn thầy cô khi lạy phương Nam. Lạy hướng Tây ông có thể quán tưởng lòng biết ơn đối với gia đình mình, và lạy hướng Bắc ông có thể quán tưởng lòng biết ơn đối với bạn bè. Cúi lạy hướng dưới, anh ta có thể quán chiếu lòng biết ơn đối với những người đồng nghiệp của mình, và cuối cùng, cúi lạy hướng trên anh ta có thể quán chiếu lòng biết ơn đối với tất cả những bậc trí tuệ và đức hạnh.

SỰ CẦN THIẾT PHẢI RÈN LUYỆN TÂM TRÍ ĐỂ PHÁT TRIỂN NHỮNG PHẨM CHẤT BÊN TRONG

Ở thời điểm này tôi muốn nhắc lại tầm quan trọng của việc nỗ lực siêng năng để trau dồi những phẩm chất bên trong dẫn đến hạnh phúc, thay vì dựa vào những yếu tố bên ngoài và ngoài tầm kiểm soát của chúng ta. Mọi người đều mong muốn trải nghiệm hạnh phúc vào mọi lúc, tuy nhiên điều này phụ thuộc vào việc chúng ta sẵn sàng trau dồi những điều kiện cơ bản cho hạnh phúc ở mức độ nào.

Không có gì sai khi nỗ lực đạt được những điều kiện phụ trợ cho hạnh phúc như học tập, sự nghiệp, các mối quan hệ hoặc kỳ nghỉ. Nhưng điều quan trọng nhất là nhận ra những điều kiện cơ bản của hạnh phúc, được tìm thấy trong những phẩm chất tinh thần của chúng ta, và thực hành chúng một cách chân thành. Tại sao lại thế này? Thứ nhất, cực kỳ khó để làm cho mọi hoàn cảnh của chúng ta trở nên hoàn hảo, và ngay cả khi chúng ta có thể đạt được những hoàn cảnh hoàn hảo ngay bây giờ, chúng ta cũng có thể sớm trở nên không hài lòng với những gì mình có nếu không phát triển những phẩm chất bên trong của mình.

Nếu chúng ta không phát triển lòng biết ơn, chúng ta có thể mù quáng trước vận may mà chúng ta đang sở hữu và tìm thấy rất ít hạnh phúc ngay cả trong những hoàn cảnh may mắn nhất. Nếu thiếu kỷ luật, chúng ta có thể dễ buồn chán và mất tập trung khi hoàn cảnh không như ý muốn. Nếu không phát triển tính kiên nhẫn, chúng ta sẽ mất bình tĩnh và an lạc khi đối mặt với những tình huống khó khăn, do đó, càng phụ thuộc vào hoàn cảnh bên ngoài để có hạnh phúc hơn là những phẩm chất bên trong này, chúng ta càng trở nên nhạy cảm hơn với những điều nhỏ nhặt nhất. khó khăn. Chúng ta có thói quen chìm đắm trong những hoàn cảnh không may mắn và cảm thấy khó trân trọng cũng như tận hưởng vận may khi nó đến với mình.

Nói chung, việc rèn luyện tâm trí của chúng ta để tiếp nhận những phẩm chất tinh thần mới bao gồm ba bước. Đầu tiên chúng ta phải làm quen với những ưu điểm của thói quen mới mà chúng ta mong muốn áp dụng và những nhược điểm của những thói quen cũ mà chúng ta muốn từ bỏ. Sau đó, chúng ta phải cam kết thực hiện một nghi thức tự suy ngẫm, dành những khoảng thời gian ngắn đều đặn trong ngày để làm quen với thói quen mới. Cuối cùng, chúng ta phải nội tâm hóa nhận thức của mình về thói quen mới, biến nó thành một phần thường xuyên hiện diện trong con người chúng ta. Ví dụ, nếu muốn nâng cao lòng bi mẫn, chúng ta có thể suy ngẫm xem việc rèn luyện tâm trí theo cách này có thể giúp chúng ta phát triển sức mạnh nội tâm và sự hài lòng cũng như cải thiện mối quan hệ với người khác như thế nào. Sau đó, chúng ta nên thực hiện cam kết hàng ngày để quán chiếu và thực hành lòng bi mẫn bất cứ khi nào có cơ hội. Thông qua bài tập hàng ngày này, trong khoảng thời gian nhiều tháng hoặc nhiều năm, trái tim của chúng ta sẽ mở rộng để lòng từ bi trở thành một phần không thể lay chuyển trong cuộc sống của chúng ta.

Thật dễ dàng để nghĩ rằng chúng ta hiểu điều gì đó nếu nó có vẻ hiển nhiên hoặc dễ hiểu đối với chúng ta. Tuy nhiên, tâm trí của chúng ta giống như những chiếc lá bị gió cuốn đi theo nhiều hướng khác nhau, và việc nghe hay đọc một điều gì đó chỉ một lần sẽ không đủ để thay đổi cách chúng ta suy nghĩ hay hành động. Do đó, điều quan trọng là phải suy ngẫm nhiều lần về bất kỳ giáo lý nào mà chúng ta muốn áp dụng vào cuộc sống của mình, bất kể lúc đầu chúng xuất hiện rõ ràng đến mức nào. Chúng ta cũng phải nhớ rằng hạnh phúc đạt được dần dần, từng khoảnh khắc và từng trải nghiệm. Nó sẽ không xuất hiện đột ngột sau một sự kiện hoặc sự soi sáng của bề trên làm thay đổi cuộc đời.

Tuy nhiên, nếu chúng ta luôn tập trung vào việc phát triển những phẩm chất bên trong thì hạnh phúc có thể trở thành điều kiện cơ bản, ổn định và thường xuyên. Chúng ta không thể đánh mất tình trạng này chừng nào chúng ta còn sống và không ai có thể lấy nó đi khỏi chúng ta.

BÀI TẬP – SUY NGẪM VỀ MỘT NGÀY CỦA BẠN

Dành khoảng mười lăm phút mỗi buổi sáng và mỗi buổi tối. Trong buổi sáng, hãy kiểm tra thái độ của bạn trước khi bắt đầu ngày mới. Bạn có đánh giá cao rằng sáng nay bạn vẫn còn sống, đang sống ở một đất nước có điều kiện sống dễ dàng hơn so với một số nước thuộc thế giới thứ ba? Bạn có quyết tâm sử dụng ngày này một cách khôn ngoan và thực hành lòng trắc ẩn theo cách có thể, trung thực với những giá trị sâu sắc nhất của mình không? Trong công việc và các mối quan hệ của mình, bạn có sẵn sàng kiên nhẫn nếu mọi việc không diễn ra như bạn mong đợi không?

Vào buổi tối, hãy suy ngẫm về một ngày vừa qua. Hãy nghĩ về những người bạn đã nói chuyện, những nơi bạn đã đến thăm và cả những điều tốt cũng như điều xấu đã xảy ra. Bạn có thể biết ơn điều gì? Bạn có thể muốn viết danh sách từ 5 đến 10 điều trong "nhật ký biết ơn".

Ngồi thẳng lưng, thư giãn tất cả các cơ và hít một hơi thật sâu. Hãy cố gắng nghỉ ngơi trong cảm giác hài lòng và vui vẻ tự nhiên, đồng thời nghĩ về cách bạn có thể khiến ngày hôm sau thực sự có ý nghĩa và đáng giá.

Tuổi của Kinh nghiệm

Người phương Tây thường khá tiêu cực về sự lão hóa, và nhiều người coi giai đoạn này của cuộc đời là khởi đầu của một con dốc nghiêng dốc xuống dẫn đến sức khỏe kém và cuối cùng là cái chết. Tuy nhiên, về nhiều mặt, những người ở độ tuổi này có điều kiện tốt hơn để đạt được hạnh phúc hơn người trẻ. Điều này là do chúng ta đã có một lượng kinh nghiệm sống đáng kể ở độ tuổi này và hầu hết mọi người đã đạt được một số trí tuệ, hoặc ít nhất chúng ta đã gặp phải rất nhiều điều trong cuộc sống mà chúng ta có thể suy ngẫm. Nhiều người đã trải qua những thất bại trong cuộc sống, đặc biệt là về tài chính, tình cảm hoặc thể chất, và vì vậy nhận ra rằng họ không thể dựa vào những điều kiện bên ngoài để có được hạnh phúc mà thay vào đó họ cần phải tìm thấy điều này từ bên trong. Với kiến thức này, chúng ta sẽ thấy dễ dàng hơn nhiều trong việc trau dồi những phẩm chất nội tại cần thiết dẫn đến hạnh phúc.

Khi đến độ tuổi này, dù độc thân hay đang trong một mối quan hệ, chúng ta vẫn sẽ tìm kiếm hạnh phúc và tìm cách tránh xa đau khổ. Tôi đã cố gắng xác định những vấn đề phổ biến mà những người ở độ tuổi này gặp phải và sẽ cố gắng cung cấp một số hướng dẫn cho từng vấn đề đó.

CUỘC SỐNG ĐỘC THÂN

Nếu chúng ta chưa kết hôn hoặc chưa có một mối quan hệ lâu dài ở giai đoạn này của cuộc đời, điều này có thể do nhiều lý do. Chúng ta có thể đã cố gắng chung sống với một hoặc nhiều người bạn đời và vì lý do nào đó mà những mối quan hệ này không suôn sẻ, hoặc người bạn đời của chúng ta có thể đã qua đời. Có lẽ chúng ta chưa bao giờ gặp đúng người, hoặc có thể ngay từ đầu chúng ta chưa bao giờ muốn có một mối quan hệ. Bất kể lý do là gì, nhiều người độc thân ở độ tuổi này cảm thấy cô đơn và lạc lõng trong một thế giới mà việc không có bạn đời có thể được coi là một sự thất bại.

Tuy nhiên, nếu chúng ta nhìn tình huống này từ một góc độ hoàn toàn khác, việc độc thân ở độ tuổi này có thể được coi là một cơ hội tuyệt vời. Chúng ta đã trải nghiệm nhiều điều và có thể đã học được từ kinh nghiệm cá nhân rằng nhiều mục tiêu mà chúng ta theo đuổi cả đời cuối cùng đều vô nghĩa hoặc thiếu ý nghĩa. Việc theo đuổi một mục tiêu nào đó có thể có rất nhiều ý nghĩa đối với chúng ta trong quá khứ, tuy nhiên đôi khi chúng ta có cảm giác rằng mục tiêu này đã được 'hoàn thành' hoặc chúng ta đã học được những điều cần học và rằng nếu chúng ta dành cho mình một chút không gian thì một cái gì đó mới và có ý nghĩa hơn sẽ xuất hiện. Điều này giống như bóc một củ hành, từng lớp một, để dần dần chúng ta có thể bộc lộ mục đích sâu xa hơn.

Với sự khôn ngoan hướng dẫn chúng ta và không có đối tác, có rất nhiều cơ hội có thể mở ra cho chúng ta. Chúng ta có thể ghi danh vào đại học và bắt đầu một khóa học mới. Chúng ta có thể đi du lịch vòng quanh thế giới, học một ngôn ngữ mới, viết sách hoặc bắt đầu một công việc kinh doanh mới để phục vụ cộng đồng địa phương của mình. Mặc dù điều này có vẻ khác thường, nhưng chúng ta thậm chí có thể vào tu viện hoặc cống hiến cả đời mình để đạt được chứng ngộ tâm linh, sống một cuộc sống đơn giản cho phép chúng ta thực sự phát triển sự an lạc nội tâm. Chúng ta có thể làm được tất cả những điều này và nhiều điều tuyệt vời hơn nữa nếu chúng ta không có bạn đời hoặc gia đình mà chúng ta phải chịu trách nhiệm.

ĐỜI SỐNG TU VIỆN

Đời sống tu sĩ có vẻ như là một ý tưởng độc đáo đối với nhiều người trong thế giới hiện đại. Rốt cuộc, chúng ta có thể tưởng tượng ra một cuộc sống khô khan và nhàm chán, với các nữ tu sĩ sống tách biệt khỏi thế giới, tuân theo những quy tắc nghiêm ngặt và không được phép vui chơi. Tôi muốn đề cập một chút về đời sống xuất gia của Phật giáo, vì điều này có thể khá khác so với những gì nhiều người mong đợi. Tôi chắc chắn không cố quảng cáo Phật giáo như tôn giáo ‹tốt nhất› hay lối sống ‹tốt nhất›, mà tôi chỉ mong muốn chia sẻ kinh nghiệm của bản thân với hy vọng rằng bạn có thể thấy điều này hữu ích. Tôi đã sống như một tu sĩ Phật giáo trong nhiều năm và do đó có thể kể cho bạn nghe về cuộc sống này một cách tự tin.

Mục tiêu thực sự của một tu sĩ Phật giáo không phải là có một cuộc sống hạnh phúc hay dễ chịu mà là đạt đến giác ngộ. Tuy nhiên, nếu chúng ta dành cả cuộc đời để làm việc để đạt được trạng thái giác ngộ thì một cuộc sống hạnh phúc và bình yên sẽ tự nhiên thuộc về chúng ta. Tôi thường thấy những người đàn ông và phụ nữ bất hạnh và cô đơn ở phương Tây, và tôi nghĩ thật là một cơ hội tuyệt vời để người này có thể sống một cuộc đời tu sĩ an bình.

Tại sao tôi nói điều này? Nền tảng của đời sống tu sĩ là sự xuất gia. Khi tôi được thọ giới, tôi chỉ mới mười tám tuổi. Tôi chưa từng phải chịu đau khổ, khó khăn tài chính hay thất vọng. Tôi chỉ trải qua những khoảng thời gian thú vị với bạn bè và gia đình, thậm chí đã yêu—và tôi muốn nhiều hơn thế nữa! Vì thế, lẽ ra lúc đầu tôi phải thấy cuộc sống tu hành thật khó khăn; tuy nhiên, tôi vẫn có thể phát triển tâm xả ly nhờ sức mạnh của sự thực hành Phật giáo. Mặt khác, nếu chúng ta đã trải qua một trái tim tan vỡ và những nỗi thất vọng khác, chúng ta có thể biến điều này thành lợi thế của mình bằng cách để những trải nghiệm này truyền cảm hứng cho sự từ bỏ thực sự.

Cống hiến cuộc đời mình để đạt đến giác ngộ có nghĩa là gì? Về cơ bản, ý tưởng này dựa trên lời dạy của Đức Phật có tên là Tứ Diệu Đế. Đức Phật dạy những chân lý này không phải nhằm mục đích chuyển hóa mọi người sang Phật giáo, mà là để chỉ cho mỗi chúng sinh con đường thoát khỏi khổ đau. Do đó, những lẽ thật này áp dụng cho tất cả mọi người:

1. Bản chất của cuộc sống là đau khổ hay bất toại nguyện.

2. Đau khổ không phải là ngẫu nhiên, mà là có nguyên nhân - những cảm xúc tiêu cực, những hành động tiêu cực trước đây và xu hướng bám chấp vào một ý tưởng phóng đại về ‹bản thân› và ‹người khác›.

3. Hoàn toàn thoát khỏi đau khổ hay giác ngộ là điều có thể thực hiện được.

4. Con đường dẫn đến giác ngộ liên quan đến việc loại bỏ các nguyên nhân gây đau khổ bằng cách thực hành giới luật, thiền định, và trí tuệ (còn được gọi là Con đường Bát chánh đạo).[24]

Những chân lý này không chỉ là những lý thuyết trí tuệ hay suy đoán triết học, mà còn được khám phá qua kinh nghiệm trực tiếp của Đức Phật trong thiền định. Nhiều thiền giả và hành giả thiền định khác kể từ thời Đức Phật cũng đã đạt được trải nghiệm tương tự, xác nhận những khám phá này giống như cách một nhà khoa học lặp lại một thí nghiệm nhiều lần để xác minh một khám phá khoa học. Hơn nữa, những người mới đến được khuyến khích không chấp nhận bất kỳ ý tưởng nào trong số này với niềm tin mù quáng mà nên phân tích và kiểm tra kỹ lưỡng chúng bằng kinh nghiệm của chính họ, giống như chúng ta có thể kiểm tra độ tinh khiết của vàng.

Vì vậy, mục đích của đời sống tu sĩ Phật giáo là đi theo con đường đã được chứng minh rõ ràng này trong một môi trường có ít phiền nhiễu. Điều này cho phép người ta có một cuộc sống đơn giản và tập trung tâm trí vào việc tận diệt những nguyên nhân gốc rễ của đau khổ, giống như Đức Phật và nhiều đệ tử của Ngài. Khác xa với việc theo đuổi vị kỷ, mục tiêu của kiểu sống này là tăng cường sức mạnh tinh thần để chúng ta có thể phát triển năng lực lớn hơn nhiều để giúp đỡ người khác. Chỉ khi chúng ta hiểu được cách tự mình có thể vượt qua đau khổ thì chúng ta mới có thể thực sự giúp đỡ người khác làm được điều tương tự.

Do đó, chúng ta thường nói về 'sự giác ngộ vì lợi ích của người khác'; từ góc độ này, chúng ta đang tìm kiếm nhiều thứ hơn là chỉ sự cứu rỗi của riêng mình. Bằng cách này, nhiều vị thầy tâm linh vĩ đại của Tây Tạng thuộc thế hệ trước, chẳng hạn như thầy của tôi, Lama Lobsang Trinley và Karmapa vĩ đại thứ mười sáu,[25] đều cống hiến nhiều năm để trau dồi tâm giác ngộ. Điều này bao gồm việc tách mình ra khỏi thế giới hàng ngày trong vài năm để dấn thân sâu sắc vào thực hành nhập thất, tuy nhiên một khi họ đạt được chứng ngộ thực sự, khả năng làm việc vì lợi ích của người khác của họ thật phi thường. Điều này cũng có thể áp dụng cho những nhân vật vĩ đại từ các truyền thống khác như Chúa Giêsu Kitô.

Đời sống tu sĩ Phật giáo có lẽ khá giống nhau ở tất cả các nước. Tuy nhiên, vì tôi chỉ mới trải nghiệm đời sống tu sĩ ở Tây Tạng nên đây là kinh nghiệm duy nhất tôi có thể chia sẻ. Điều đầu tiên chúng ta nên biết là nếu động lực của chúng ta trong sáng thì bất kỳ tu viện nào cũng sẽ chào đón chúng ta đến ở với họ và chúng ta có thể ở lại bao lâu tùy thích. Điều thứ hai là nếu chúng ta không thể tự nuôi sống bản thân thì thường không có nghĩa vụ phải trả tiền chỗ ở, thức ăn hoặc các chi phí khác. Tuy nhiên, tôi không ủng hộ việc chúng ta vào tu viện để trốn tránh trách nhiệm thế tục -

điều quan trọng là động cơ của chúng ta là chân chính, và vì người phương Tây thường khá giàu có theo tiêu chuẩn của người Tây Tạng, nên điều tự nhiên là chúng ta nên rộng lượng nếu có thể. Sẽ là sai lầm nếu lợi dụng lòng hảo tâm của một tu viện và điều này chỉ có thể dẫn đến những hậu quả tiêu cực.

Tôi biết nhiều người tin rằng họ không có đủ trình độ học vấn hoặc kiến thức để gia nhập tu viện, tuy nhiên đây là một giả định sai lầm. Như với bất kỳ nơi học tập nào, những người theo học tại tu viện đã đạt được nhiều cấp độ khác nhau, từ những tu sĩ nam nữ dễ bị xao lãng trong việc thực hành cho đến những người đã đạt đến trình độ xuất sắc. Ở trong tu viện Phật giáo không nhất thiết có nghĩa là chúng ta phải dành toàn bộ thời gian để nghiên cứu hay thực hành Phật giáo. Mặc dù chúng ta thường có nghĩa vụ phải tuân thủ một thói quen nghiêm ngặt hàng ngày và duy trì cách cư xử mẫu mực, nhưng cũng có rất nhiều thời gian mà chúng ta có thể tự do sử dụng theo cách phù hợp nhất với sở thích và tài năng của mình. Chẳng hạn, chúng ta có thể thích giúp bảo trì máy tính của tu viện hơn là lúc nào cũng học.

Tuy nhiên, bất kể chúng ta đóng vai trò gì, không có cơ hội nào để chúng ta sẽ trải qua sự cô đơn hoặc cô lập. Trong tiếng Tây Tạng có một từ có thể được dịch là "cô đơn", mặc dù hầu hết mọi người không hiểu đầy đủ ý nghĩa của từ này vì họ quá xa lạ với trải nghiệm này. Thành thật mà nói, bản thân tôi cũng không hiểu được ý nghĩa của sự cô đơn hay trầm cảm cho đến khi sang phương Tây.

Nếu đang suy xét đời sống tu sĩ, chúng ta nên làm quen với nhiều truyền thống tu viện khác nhau tồn tại trên thế giới ngày nay và tự hỏi mình kiểu lối sống nào phù hợp nhất với sự phát triển tâm linh của mình. Ví dụ, nếu chúng ta được nuôi dưỡng theo đạo Thiên Chúa và có niềm tin mãnh liệt vào truyền thống này, thì việc gia nhập một dòng tu Kitô giáo có thể là điều phù hợp nhất với chúng ta. Nếu chúng ta muốn tập trung nhiều hơn vào thực hành thiền định, truyền thống rừng Thái của Phật giáo Nguyên thủy hoặc truyền thống Thiền có thể là những lựa chọn tốt để khám phá. Trong khi đó, các truyền thống khác lại chú trọng hơn đến học bổng hoặc các dự án dựa vào cộng đồng. Có thể chúng ta bị lôi cuốn vào việc gia nhập một cộng đồng tu sĩ ở nước ngoài, tuy nhiên việc học một ngôn ngữ mới là một rào cản đáng kể. Tuy nhiên, quá trình học tập diễn ra một cách tự nhiên khi chúng ta đắm mình trong một ngôn ngữ mới và sau vài năm giao tiếp hiếm khi còn là vấn đề.

Thật không may, văn hóa phương Tây thường không nhận thức được giá trị của sự phát triển tâm linh và lợi ích của việc hỗ trợ điều này, vì vậy việc tìm ra một con đường đích thực được hỗ trợ về mặt tài chính có thể khó khăn. Do đó, một lựa chọn khác là trở thành hội viên của một nhóm hoặc cộng đồng giáo dân. Ngày nay, một số tổ chức cung cấp sự hỗ trợ cho những người mong muốn đi theo con đường này. Thay vì mặc áo cà sa và tuân theo giới luật của một tu sĩ xuất gia, họ sống một "cuộc sống bên ngoài" giống như những người khác, dấn thân vào kỷ luật công việc và cuộc sống gia đình, nhưng đời sống nội tâm của họ lại khác; họ chọn cách đơn giản hóa cuộc sống của mình để tạo không gian cho việc thực hành thiền định, nghiên cứu các giáo lý tâm linh và cam kết áp dụng những giáo lý này vào mọi khía cạnh của cuộc sống. Họ cũng có thể quyết định dành thời gian cho những đợt tịnh dưỡng tâm linh thường xuyên.

Tuy nhiên, chúng ta phải nhớ rằng việc tìm kiếm một "con đường đích thực" không phải là việc được thực hiện một cách dễ dàng; có nhiều 'thầy tâm linh' hứa hẹn những điều lớn lao, nhưng khi phân tích kỹ lưỡng, chúng ta thấy những lời dạy của họ thiếu tính xác thực, họ bị lôi kéo vào những cuộc tranh cãi hoặc có yếu tố hành vi sùng bái. Nhiệm vụ tìm kiếm một con đường phù hợp và hiệu quả đòi hỏi kỹ năng và sự sáng suốt cao độ,[26] suy ngẫm cẩn thận về động cơ của chính chúng ta, và sự chân thực dữ dội. Chúng ta cũng phải nhận thức được xu hướng gắn bó của mình với những khái niệm tâm linh hoặc những kỳ vọng nhất định, điều này có thể khiến chúng ta mất tập trung vào việc tham gia đúng đắn vào đời sống tâm linh hoặc tìm ra con đường đích thực.

Không có gì bảo đảm rằng chúng ta sẽ không gặp khó khăn và hiểu lầm, ngay cả khi chúng ta đã cam kết đi theo một con đường cụ thể. Chẳng hạn, chúng ta có thể gặp phải những người cho chúng ta những lời khuyên vô ích hoặc khó hiểu, hoặc chúng ta có thể nản lòng khi những người xung quanh không thực hành những gì họ giảng. Trong tình huống này, điều quan trọng là phải luôn kiểm tra xem động cơ của mình có chân chính hay không, và tiếp tục dựa vào lương tri và phán đoán đúng đắn của mình thay vì niềm tin mù quáng. Nếu một con đường rõ ràng không phù hợp với chúng ta hoặc không mang lại lợi ích cho chúng ta, chúng ta nên có can đảm để rời đi một cách khéo léo và duyên dáng. Chúng ta nên tránh chỉ trích quá mức hoặc tìm kiếm bất kỳ hình thức trả thù nào, vì cuối cùng chúng ta có thể đang làm hại chính mình. Nếu động lực của chúng ta trong sáng và đích thực, và chúng ta đã nỗ lực nghiên cứu những giáo lý đích thực, thì việc chúng ta gặp được một vị thầy đích thực chỉ là vấn đề thời gian.

ĐỜI SỐNG CỦA MỘT CƯ SĨ

Nhiều người nghĩ hoặc thậm chí mơ ước từ bỏ thế gian và vào tu viện, tuy nhiên, họ thường cảm thấy mình có những trách nhiệm mà họ không thể từ bỏ, chẳng hạn như đối với cha mẹ già hoặc con cái. Tuy nhiên, nếu sự xuất gia của một người mạnh mẽ và trong sáng, họ vẫn có thể từ bỏ của cải, sự nghiệp và gia đình để bước vào đời sống tâm linh một cách trọn vẹn hơn. Điều này thường xảy ra với những tu sĩ Phật giáo đặc biệt nhất và cả với chính Đức Phật, người đã hy sinh cuộc sống xa hoa, địa vị thừa kế ngai vàng, vợ và con trai mới của mình để đạt được giác ngộ. Vì vậy, nếu sức lôi kéo vào đời sống tu viện đủ mạnh, lời khuyên của tôi là chúng ta nhất định nên theo đuổi nó!

Tuy nhiên, điều này không có nghĩa là chúng ta phải cống hiến cuộc đời mình cho việc đạt được thành tựu tâm linh để được hạnh phúc. Nếu chúng ta không thể liên quan đến ý tưởng này, thì chúng ta có quyền lựa chọn tìm kiếm bạn đời mới hoặc tiếp tục độc thân. Như đã đề cập trước đó, cuộc sống độc thân mang lại nhiều lợi ích, với nhiều cơ hội học tập, du lịch, gặp gỡ mọi người và khám phá những sở thích khác nhau. Có nhiều cánh cửa đang mở và chắc chắn chúng ta không phải cô đơn. Bằng cách tham gia vào các nhóm hoặc tổ chức địa phương, chúng ta có thể cảm thấy mình là một phần của cộng đồng và tìm thấy sự đồng hành và tình bạn ở đây. Tuy nhiên, nếu chúng ta hài lòng với một cuộc sống đơn giản và bình yên, chúng ta không nhất thiết cần bất kỳ mục tiêu hay hoạt động nào khiến mình bận rộn. Dù có thể cô đơn nhưng chúng ta sẽ không bao giờ cô đơn nếu tìm thấy sự hài lòng thực sự bên trong.

Điều gì sẽ xảy ra nếu chúng ta luôn muốn kết hôn nhưng chưa tìm được người phù hợp? Theo quan điểm truyền thống của phương Đông, ở độ tuổi này chúng ta có thể đã 'lỡ thuyền', tuy nhiên ngày nay mọi người kết hôn ở mọi giai đoạn của cuộc đời và tuổi tác không thực sự quan trọng đến thế. Có quan điểm khôn ngoan hơn, trưởng thành hơn với nhiều kinh nghiệm sống, chúng ta có thể đưa ra những quyết định sáng suốt hơn khi nói đến các mối quan hệ. Tuy nhiên, cũng có những hạn chế. Ví dụ, một người đàn ông lớn tuổi kết hôn với một cô gái trẻ có thể cảm thấy bất an và ghen tị với những người đàn ông trẻ tuổi hơn. Điều quan trọng nhất cần nhớ là dù chúng ta kết hôn khi trẻ hay già, hay thậm chí là có kết hôn hay không, chúng ta không bao giờ có thể nói đâu là số phận tốt hơn và con đường nào sẽ mang lại cho chúng ta hạnh phúc nhất. Những điều kiện mang lại hạnh phúc được vun trồng từ bên trong và không phụ thuộc vào việc chúng ta có bạn đời hay không.

BƯỚC VÀO MỘT MỐI QUAN HỆ MỚI

Nếu quyết định tìm kiếm bạn đời ở độ tuổi này, chúng ta sẽ có nhiều kinh nghiệm sống để mang lại cho mối quan hệ. Chúng ta có thể đã có một hoặc nhiều mối quan hệ trước đó đã kết thúc và có thể có nhiều lý do dẫn đến điều này. Bất kể điều kiện hay hoàn cảnh nào dẫn đến sự kết thúc của những mối quan hệ này (ngoài cái chết), nguyên nhân sâu xa hầu như luôn là sự thiếu tình yêu thương và lòng bi mẫn vô điều kiện. Tình yêu và lòng bi mẫn chân thành sẽ không suy giảm theo thời gian mà rất có thể sẽ sâu sắc hơn theo năm tháng. Mặt khác, các hình thức tình yêu khác dựa nhiều hơn vào sự hấp dẫn và những cảm xúc thoáng qua - điều này chắc chắn sẽ suy giảm theo thời gian vì thiếu trí tuệ và lòng bi mẫn.

Chúng ta nên suy ngẫm về các mối quan hệ trước đây của mình và tự hỏi xem chúng được xây dựng trên nền tảng nào. Chúng dựa trên sự quan tâm, hiểu biết, lòng bi mẫn và sự tôn trọng, hay chúng dựa trên những nhu cầu vị kỷ và sự hấp dẫn mù quáng? Chúng ta có thể sử dụng sự khôn ngoan này để đặt nền tảng vững chắc cho một mối quan hệ mới. Về cơ bản, chúng ta phải kiểm tra xem mình có khả năng rộng lượng, kiên nhẫn, chu đáo và từ bi hay ít nhất là nhận ra tầm quan trọng của chúng. Những phẩm chất bên trong này giúp chúng ta chuẩn bị tốt cho một mối quan hệ mới hạnh phúc. Nếu không, chúng ta có thể rơi vào những thói quen cũ và lặp lại những sai lầm trong quá khứ.

DUY TRÌ MỐI QUAN HỆ

Mặc dù đây không phải là một quyển sách tôn giáo, nhưng tôi muốn đề cập đến một văn bản Phật giáo cụ thể, được gọi là Kinh Thiện Sinh (Sigalovada),[27] cung cấp một số trí tuệ đơn giản và thực tế về cách vợ chồng nên đối xử với nhau. Về cơ bản, nó khuyên người chồng phải nhã nhặn, chung thủy, tôn trọng vợ và đáp ứng những nhu cầu của cô ấy, trong khi người vợ nên chung thủy với chồng và bảo vệ tài sản của chồng.

Tất nhiên, văn bản này có từ thời cổ đại và cho rằng người chồng là người cung cấp thu nhập chính. Tình cảnh ngày nay phức tạp hơn một chút, vì thường thì cả hai vợ chồng đều có việc làm. Mặc dù ai sẽ đảm nhận hầu hết các công việc gia đình và ai sẽ là nguồn thu nhập chính có thể thương lượng, nhưng những điểm thiết yếu là họ phải tôn trọng lẫn nhau, chung thủy với nhau và quan tâm đến nhu cầu của nhau, vẫn có liên quan đến vấn đề này ngày nay.

Tôi cũng tin rằng điều quan trọng là phụ nữ và nam giới phải khám phá những khác biệt cơ bản giữa giới tính của họ. Kiến thức phổ biến trong tâm lý học phương Tây là đàn ông và phụ nữ nhìn thế giới theo những cách tinh tế khác nhau.[28] Ví dụ, đàn ông thường bị thúc đẩy bởi ý thức về phương hướng và mục đích, trong khi phụ nữ lại bị lay động bởi mong muốn chia sẻ tình yêu và năng lượng với người khác. Khi đối mặt với một vấn đề, đàn ông có thể có xu hướng rút lui hoặc tìm cách 'tạm dừng' cho đến khi họ tìm ra giải pháp, trong khi phụ nữ lại thích nói về các vấn đề ngay cả khi điều này không giải quyết được vấn đề. Kinh nghiệm của bản thân cũng dạy tôi rằng hầu hết phụ nữ đều giỏi làm nhiều việc cùng một lúc. Nhận thức được những khác biệt này có thể giúp mỗi người nhận ra điểm mạnh và hạn chế của nhau và phân chia nhiệm vụ gia đình cho phù hợp.

Tuy nhiên, dù chúng ta có hiểu rõ sự khác biệt chung giữa nam và nữ đến đâu, chúng ta vẫn cần hiểu tính cách và bản chất cụ thể của đối phương và điều này đòi hỏi sự giao tiếp cởi mở, tốt đẹp. Chúng ta rất dễ hiểu sai hành vi của vợ/chồng mình và để tránh rơi vào cái bẫy này, điều quan trọng là có thể thảo luận một cách cởi mở và với ý định rõ ràng về lý do tại sao họ lại hành động theo một cách cụ thể. Mọi xung đột sẽ dễ dàng giải quyết hơn nếu chúng ta có nền tảng thiện chí vững chắc đối với đối tác của mình và đặc biệt nếu cả hai bạn đều coi xung đột là cơ hội để cùng nhau học hỏi và phát triển.

Điều này đưa chúng ta một lần nữa đến tầm quan trọng của tình yêu thuần khiết hoặc vô điều kiện trong bất kỳ cuộc hôn nhân hoặc mối quan hệ hợp tác nào. Có tình yêu thuần khiết dành cho ai đó là mong muốn hạnh phúc của họ hơn hạnh phúc của mình. Nhiều người nói rằng họ yêu một người bằng cả trái tim và rồi trở nên suy sụp khi đối phương quyết định chấm dứt mối quan hệ. Họ có thể bắt đầu nói rằng họ ghét người bạn đời cũ của mình, bị ăn mòn bởi sự ghen tị hoặc oán giận. Đây là một ví dụ về tình yêu chiếm hữu hơn là tình yêu thuần túy. Mặt khác, nếu tình yêu của chúng ta trong sáng, chúng ta thậm chí nên mừng cho họ khi họ rời bỏ chúng ta để theo người khác nếu điều này khiến họ hạnh phúc hơn. Bất cứ khi nào tôi đưa ra quan điểm này trong các buổi nói chuyện trước công chúng, nhiều người đều bị sốc và miễn cưỡng đồng ý với tôi. Tuy nhiên, tình yêu thuần khiết dành cho người khác có nghĩa là chúng ta thực sự mong muốn điều tốt nhất cho họ, bất kể điều này có ảnh hưởng gì đến chúng ta hay không. Có lẽ chúng ta nghĩ rằng loại thái độ này là tự chuốc lấy thất bại và sẽ không mang lại lợi ích gì cho mình, tuy nhiên, yêu một người với động cơ thực sự trong sáng chắc chắn sẽ làm cho mối quan hệ của chúng ta bền chặt hơn, và bằng cách trau dồi phẩm chất này, tâm trí chúng ta sẽ mở ra cho hạnh phúc thực sự.

LÀM CHO CON CỦA BẠN TỐT HƠN CHÍNH BẠN

Mọi người đều yêu thương con mình (hiếm có ngoại lệ), nhưng cha mẹ thường thiếu bí quyết để dạy con một cách hiệu quả. Đáng buồn thay, có một số bậc cha mẹ bỏ bê những nhu cầu cơ bản về thể chất và tinh thần của con mình. Ở thái cực khác, một số bậc cha mẹ sẽ chiều theo mọi mong muốn của con mình. Tôi thường nghe người ta nói với tôi rằng họ yêu con đến mức không thể nói không và cho chúng mọi thứ chúng muốn!

Mặc dù những bậc cha mẹ này đang cố tỏ ra tử tế nhưng thực tế họ đang làm hại con mình. Những đứa trẻ được cho mọi thứ thường lớn lên với mong muốn cuộc sống sẽ dễ dàng và chúng có thể ngay lập tức có được bất cứ thứ gì chúng mong muốn. Khi đối mặt với thực tế cuộc sống, đặc biệt là khi gặp thất vọng và thất bại, chúng gặp khó khăn trong việc đương đầu vì chưa học được cách kiên trì, nhẫn nại. Cha mẹ không nên quá ngạc nhiên về điều này; Suy cho cùng, bạn không thể trồng một cái cây trong nhà kính, đặt nó ở ngoài trời trong cơn bão mùa đông và rồi ngạc nhiên nếu nó không sống sót được. Do đó, điều quan trọng là phải đặt ra những ranh giới vững chắc và dạy trẻ cách vượt qua khó khăn, đồng thời thể hiện cho chúng thấy tình yêu thương và lòng bi mẫn chân thành.

Đặt ra những ranh giới trước sau như một, chẳng hạn như nói không với việc xem TV, hoặc ngủ lại nhà khác, và nhờ chúng giúp làm việc nhà, không chỉ dạy cho con cái chúng ta rằng cuộc sống không phải lúc nào cũng dễ dàng mà còn cung cấp một cấu trúc hoặc nhịp điệu cuộc sống giúp chúng cảm thấy an toàn. Khi con cái chúng ta không phải lúc nào cũng phải đối mặt với sự thay đổi và sự không an toàn, chúng có thể phát triển hành vi đạo đức tốt - không phải vì bị ép buộc mà vì chúng học cách thấy được lợi ích của việc có một thói quen tốt và kỷ luật. Điều này cũng trở thành nền tảng cho sự sáng tạo, sự tự tin và lòng tốt trước sự chứng kiến của người khác.

Kỷ luật vững chắc và thiết lập ranh giới cũng rất quan trọng nếu chúng ta muốn giữ con mình đi theo 'con đường trung đạo' - chúng không được phép đạt được bất cứ điều gì chúng muốn, nhưng cũng không nên bị áp lực phải đáp ứng những kỳ vọng cao. Ngoài ra, khi chuẩn bị cho tương lai của con cái, chúng ta không nên chỉ nói về số tiền mình đã dành cho chúng hay ngôi nhà mà chúng ta sẽ mua cho chúng. Chắc chắn sự hỗ trợ vật chất này rất hữu ích nhưng quan trọng hơn nhiều là đầu tư vào sự phát triển tinh thần và cảm xúc của con cái chúng ta.

Do đó, chúng ta nên ghi nhớ những điều kiện gốc rễ của hạnh phúc và dạy những điều này cho con cái mình - đặc biệt là giá trị bản thân, lòng bi mẫn, sự tự chủ và sức mạnh của nhân cách. Bằng cách dạy họ trí tuệ và lòng từ bi thông qua việc kể chuyện, trò chuyện và tấm gương về hành động của chính mình, chúng ta sẽ chuẩn bị cho họ cách tốt nhất có thể để đạt được hạnh phúc và thành công trong tương lai.

Điều quan trọng là phải dạy những phẩm chất này cho mọi lứa tuổi trong thời thơ ấu,[29] hãy nhớ rằng việc thể hiện những phẩm chất này của bản thân luôn là cách tốt nhất. Trong bốn năm đầu đời, trẻ cực kỳ nhạy cảm với môi trường cảm xúc mà chúng lớn lên, vì vậy điều quan trọng nhất là chúng ta phải thể hiện cho con thấy tình yêu thương trọn vẹn vô điều kiện. Chúng ta nên cố gắng làm cho chúng cảm thấy chúng thực sự đặc biệt, khiến chúng cảm nhận sâu sắc về giá trị nội tâm. Trong những năm tiểu học, chúng ta nên chỉ ra và ủng hộ sự sáng tạo, chăm chỉ và giúp đỡ người khác của con mình, khuyến khích tất cả những phẩm chất này phát triển, để rồi trong những năm thiếu niên, chúng ta có thể giúp chúng cảm thấy mình là một thành viên có giá trị và đóng góp cho nhân loại, biết rằng cuộc sống của chúng dù có chuyện gì xảy ra cũng có ý nghĩa. Nuôi dạy một thiếu niên không bao giờ là dễ dàng vì chúng ta bị giằng xé giữa việc muốn làm điều tốt nhất cho chúng và học cách tin tưởng rằng chúng sẽ tìm ra con đường riêng của mình. Học cách yêu chúng vô điều kiện, bất kể chúng lựa chọn thế nào, chắc chắn có thể là một thử thách lớn.

Cuối cùng, một trong những bài học quan trọng nhất cần dạy cho con cái chúng ta là hậu quả tai hại của việc sử dụng ma túy, thuốc lá và rượu. Một số bậc cha mẹ nghĩ rằng vì họ có thể đã từng hút thuốc hoặc thử dùng ma túy khi còn trẻ nên họ không có quyền dạy con mình không làm điều tương tự. Điều này không đúng – với kinh nghiệm của mình, bạn sẽ có thể dạy con hiệu quả hơn và cố gắng giúp chúng giỏi hơn mình. Tuy nhiên, hãy nhớ rằng nếu bạn gặp khó khăn trong việc quản lý hành vi của con mình, bạn không bao giờ đơn độc và luôn có sự giúp đỡ.

CHA MẸ VÀ CƠ HỘI BÀY TỎ LÒNG BIẾT ƠN

Đến giai đoạn này trong cuộc đời, rất có thể sức khỏe của cha mẹ chúng ta đang suy giảm hoặc thậm chí có thể họ không còn sống. Nếu họ có sức khỏe kém, họ có thể đưa ra nhiều yêu cầu đối với thời gian và nguồn lực của chúng ta. Chúng ta có thể được triệu tập để đưa họ đến các cuộc hẹn với bác sĩ, giúp đỡ những công việc mà họ không thể làm được nữa hoặc thậm chí họ có thể muốn chuyển đến sống cùng chúng ta để chúng ta có thể chăm sóc họ tốt hơn.

Ở Tây Tạng, người ta mong đợi rằng trẻ em sẽ chăm sóc cha mẹ tại nhà riêng khi cha mẹ chúng lớn hơn. Mặc dù văn hóa ở phương Tây có khác biệt nhưng điều quan trọng là phải đối xử với cha mẹ theo cách tốt nhất có thể. Trừ những trường hợp ngoại lệ hiếm hoi, họ vô cùng tử tế với chúng ta và việc chúng ta mong muốn đền đáp lòng tốt này là điều tự nhiên. Cũng hãy nhớ rằng từ tấm gương của chúng ta, con cái chúng ta sẽ học được cách đối xử với cha mẹ—nếu chúng ta nêu gương tốt bằng cách chăm sóc cha mẹ một cách tử tế và từ bi, thì con cái chúng ta cũng có nhiều khả năng làm điều tương tự với chúng ta.

Khi cha mẹ già đi và cần đến sự giúp đỡ của chúng ta, điều này có thể gây ra nỗi đau khổ đáng kể cho những người không có mối quan hệ tốt với họ. Có thể chúng ta cảm thấy cha mẹ chưa bao giờ thực sự quan tâm đến chúng ta, hoặc có thể họ là những người nghiện rượu hoặc ma túy. Có lẽ họ đã không dành cho chúng ta đủ sự quan tâm hoặc không cung cấp cho chúng tôi nền giáo dục tốt hoặc hỗ trợ tài chính. Dù họ có phạm sai lầm trong quá trình nuôi dạy chúng ta hay không thì việc cha mẹ mong muốn con cái mình có một cuộc sống hạnh phúc là điều đương nhiên. Chúng ta có thể hiểu được điều này khi suy ngẫm về cảm xúc của mình đối với con cái mình.

Kể từ khi đến phương Tây, tôi đã gặp nhiều người không hài lòng với cuộc sống của chính mình và cho rằng cha mẹ họ phải chịu trách nhiệm về việc này. Họ cho rằng việc họ không có được một cuộc sống thành công là do cha mẹ không chăm sóc họ. Quan điểm này có thể bắt nguồn từ một số nhánh tâm lý học cho chúng ta biết rằng những đặc điểm tính cách tiêu cực của con người bị ảnh hưởng mạnh mẽ bởi quá trình giáo dục của họ và rất khó thay đổi. Từ quan điểm Phật giáo, điều này không hoàn toàn đúng. Không phải mọi kết quả trong cuộc sống đều là kết quả của những trải nghiệm thời thơ ấu của chúng ta. Đúng hơn, chúng ta mang trong mình những hạt giống định mệnh. Mặc dù chúng ta có thể cảm thấy 'mắc kẹt' trong những thói quen nhất định mà chúng ta có thể tìm thấy từ những sự kiện thời thơ ấu, nhưng chúng ta vẫn có thể học cách chấp nhận hoàn cảnh của mình và tha thứ cho những người mà chúng ta có thể đổ lỗi.

Chúng ta hãy tạm thời giả sử rằng cha mẹ chúng ta phải chịu trách nhiệm về những thất bại trong cuộc đời chúng ta. Ngay cả trong trường hợp này, việc cảm thấy tức giận, căm ghét hoặc thất vọng đối với họ cũng không có lợi ích gì, vì những cảm xúc tiêu cực này sẽ chỉ làm hại chúng ta. Một khi chúng ta nhận thức được rằng việc ôm giữ sự tức giận hoàn toàn không mang lại kết quả gì, chúng ta có thể học cách từ bi chấp nhận hành trình mà chúng ta đã trải qua và tiến về phía trước theo hướng mục tiêu và ước mơ của mình. Thay vì nuôi dưỡng sự tức giận, hãy nhớ rằng lòng biết ơn là một trong những điều kiện thiết yếu để có được hạnh phúc. Chúng ta sẽ tự nhiên cảm thấy biết ơn khi cơn giận của chúng ta đã được vượt qua, bởi vì sự thật là cha mẹ rất yêu thương và quan tâm đến con cái mình, bất chấp sự không hoàn hảo của chúng. Bằng việc cảm thấy biết ơn cha mẹ đã nuôi dưỡng chúng ta, chúng ta nuôi dưỡng hạnh phúc và sự tự do nội tâm bên trong mình.

CÔNG VIỆC KHÔNG THỎA MÃN VÀ NHỮNG CÁI BẪY CỦA CHỦ NGHĨA DUY VẬT

Nhiều người mà tôi đã nói chuyện có vẻ không hài lòng vì công việc của họ. Họ nói với tôi rằng họ thường xuyên vội vã và căng thẳng, họ không thích những người làm việc cùng họ hoặc họ ước mình có thể ngừng làm việc. Mặc dù không có câu trả lời dễ dàng, tôi tin rằng sẽ hữu ích nếu xem xét kỹ động cơ của chúng ta khi tham gia vào lĩnh vực công việc cụ thể của mình. Chúng ta có bị thúc đẩy bởi mong muốn giúp đỡ mọi người hay làm điều gì đó mà chúng ta thực sự yêu thích hoặc thấy có ý nghĩa không? Hay chúng ta chỉ đơn giản là phấn đấu để thăng tiến và kiếm được nhiều tiền hay đạt được địa vị cao? Phải chăng công việc chỉ đơn giản là một công việc vặt chứ không phải là niềm đam mê, chỉ hơn một chút gì đó để trả các hóa đơn, nuôi sống gia đình hoặc hỗ trợ các lợi ích khác?

Nếu chúng ta coi công việc của mình như một 'tiếng gọi' hay một cách chia sẻ những món quà độc đáo của mình với thế giới, chúng ta có thể sẽ nhận được sự hài lòng lớn lao từ công việc của mình. Mặt khác, nếu chúng ta bị thúc đẩy bởi mong muốn xây một ngôi nhà lớn hơn hoặc có được sự thăng tiến quý giá, thì công việc của chúng ta có thể trở thành nỗi ám ảnh, vì chúng ta bị thúc đẩy bởi mong muốn được "tiến lên và tiến lên". Mặc dù chúng ta có thể tận hưởng những gì mình làm nhưng phần đời còn lại của chúng ta có thể sẽ phải chịu đựng nhiều đau khổ. Căng thẳng hoặc thậm chí kiệt sức thường là kết quả vì cái gì có lên thì phải có cái gì đi xuống. Ngoài ra, nếu công việc của chúng ta chỉ là một công việc vặt hoặc nghĩa vụ, chúng ta cũng khó có thể tìm thấy sự hài lòng thực sự. Do đó, có thể phải mất rất nhiều thời gian tìm kiếm trong tâm hồn để tìm ra điều gì khác phù hợp với mục đích sâu sắc nhất của chúng ta.

Chúng ta cũng nên biết rằng sự hài lòng trong công việc phụ thuộc rất ít vào loại công việc chúng ta làm.[30] Ví dụ, làm công việc dọn dẹp có thể có ý nghĩa to lớn đối với chúng ta, đặc biệt khi chúng ta nghĩ rằng mọi người đều đánh giá cao sự sạch sẽ và chúng ta đang đóng góp cho cuộc sống của người khác. Ngược lại, chúng ta có thể làm bác sĩ và cảm thấy thất vọng hoặc buồn chán vì bệnh nhân không ngừng phàn nàn và chúng ta không kiếm đủ tiền.

Nếu chúng ta thực sự không thích công việc của mình, chúng ta cần nghiêm túc xem xét lại lý do tại sao chúng ta lại làm việc đó. Nếu chỉ để kiếm tiền để chúng ta có đủ khả năng duy trì một lối sống giàu có, thì việc đơn giản hóa cuộc sống và giảm bớt ham muốn của cải vật chất bằng cách chọn một công việc ít giờ hơn là điều hợp lý. Tất cả chúng ta đều có xu hướng nghĩ rằng có thêm của cải sẽ khiến chúng ta hạnh phúc hơn, nhưng hiếm khi chúng ta thấy rằng điều này giống như việc cố gắng làm dịu cơn khát bằng nước mặn. Cũng như việc chúng ta càng khát hơn sau khi uống nước mặn, chúng ta càng trở nên bất mãn hơn nếu chỉ nhìn ra bên ngoài để khiến mình hạnh phúc. Một người bạn làm kỹ sư của tôi từng nói với tôi rằng anh ấy không hạnh phúc vì tất cả bạn bè đều kiếm được nhiều tiền hơn anh ấy. Tôi đã đề cập rằng cho dù anh ấy được trả bao nhiêu thì người khác sẽ luôn kiếm được nhiều tiền hơn. Thật không dễ dàng để hài lòng với số phận của mình trong cuộc sống, và tôi chỉ có thể ước rằng có nhiều người hơn nữa có thể nếm được sự tự do nội tâm và sự an tâm mà thái độ như vậy mang lại.

Thiếu động lực thực sự, hoặc thiếu động lực tốt chắc chắn là một lý do khiến chúng ta không hài lòng trong công việc, mặc dù một lý do khác là chúng ta có thể không có đủ tham vọng hoặc sự tập trung. Ví dụ, đôi khi người châu Á có thể làm việc hơn 14 giờ một ngày với mục tiêu nhanh chóng trả hết khoản thế chấp cho một ngôi nhà mới. Động lực của họ có thể không nhất thiết phải tốt và cuộc sống của họ có thể không "cân bằng", nhưng nhìn chung họ vẫn hạnh phúc vì họ đã rèn luyện trí óc của mình để có mức độ tập trung và gắn kết cao. Họ hài lòng với việc cúi đầu và chỉ làm công việc hơn là lo lắng về những ngày nghỉ, điều kiện làm việc hoặc những kỳ vọng khác. Đơn giản là họ quá bận rộn để buồn bã hay chán nản.

Kiểu đạo đức làm việc này có vẻ không cân bằng theo quan điểm của phương Tây. Ở một mức độ nào đó thì điều này đúng, nhưng chúng ta phải nhớ rằng tham vọng, quyết tâm, và sự tập trung là những nguyên nhân gián tiếp tạo ra một mức độ hạnh phúc nhất định và do đó chúng có giá trị nào đó. Tuy nhiên, chúng ta cần có quan điểm cân bằng hơn để đạt được mức độ hạnh phúc cao hơn.

TỰ DO, ĐAU KHỔ, VÀ VÔ THƯỜNG

Trong đạo Phật, chúng ta nói rất nhiều về sự giải thoát khỏi đau khổ. Tuy nhiên, ý tưởng này thường bị hiểu lầm, đặc biệt là trong thế giới hiện đại. Có một số loại tự do khác nhau. Đầu tiên là tự do bên ngoài, chẳng hạn như tự do ngôn luận và tự do sống mà không sợ bị đàn áp. Loại tự do này đang thiếu ở nhiều nơi trên thế giới. Gần như tất cả các nước phương Tây đều rất may mắn có được loại tự do này, mặc dù hiếm khi chúng ta thực sự đánh giá cao điều này.

Loại tự do thứ hai là tự do cá nhân, được nhiều người ở phương Tây hậu hiện đại đánh giá rất cao. Với loại tự do này, chúng ta nghĩ: 'Tôi có quyền làm cái này hoặc quyền sở hữu cái kia'. Do đó, chúng tôi tự hào về ý tưởng hoàn toàn tự do hành vi cá nhân hoặc quyền tự chủ.

Mặc dù điều quan trọng là chúng ta phải tự mình lựa chọn cách sống và hành động, nhưng đây thực sự không phải là tự do thực sự. Loại thái độ này thường khiến chúng ta tập trung chủ yếu vào phúc lợi của bản thân và kết quả là chúng ta tạo ra khoảng cách giữa mình và những người khác, chẳng hạn như bạn bè hoặc hàng xóm. Chúng ta thậm chí có thể tránh né người khác hoàn toàn hoặc không phản hồi lại người khác vì chúng ta quá quan tâm đến việc 'tôn trọng quyền tự do của họ'. Ví dụ, nếu một thanh niên chọn bắt đầu hút thuốc hoặc hành động theo cách rõ ràng là gây hại cho anh ta, chúng ta có thể chỉ nghĩ, 'Không sao đâu, anh ta có quyền tự do hành động theo cách này nếu anh ta chọn'. Đây không phải là sự tự do thực sự mà là một thái độ vô ích, cuối cùng sẽ dẫn đến sự cô đơn. Đây là một vấn đề phổ biến trong thế giới hiện đại và là điều mà tất cả chúng ta cần phải nghiêm túc suy ngẫm.

Điều mà chúng ta có thể không nhận ra là sự tự do giả tạo có thể rất khó nhận ra ở phương Tây, vì nó bắt nguồn từ thói quen văn hóa hàng thế kỷ. Ví dụ, ở các nước châu Á, mọi người có thể đánh nhau, nhưng thông thường họ có thể giải quyết xung đột và kết quả là thậm chí trở nên thân thiết hơn với nhau. Tuy nhiên, bằng cách tránh xung đột với lý do tôn trọng quyền của người khác, chúng ta dễ trở nên xa cách và ít quan tâm đến hạnh phúc của người khác.

Mặt khác, tự do thực sự là điều cần thiết cho hạnh phúc. Điều này không có nghĩa là có thể làm bất cứ điều gì chúng ta muốn bất cứ khi nào chúng ta muốn, mà là có thể kiểm soát cảm xúc và mong muốn của mình để có thể quyết định cách phản ứng trong mọi tình huống và chọn cách sống mà không bị thúc đẩy bởi xung đột cảm xúc. Từ quan điểm Phật giáo, điều này có nghĩa là chúng ta thoát khỏi nghiệp chướng, hay thoát khỏi sức mạnh của những thói quen và hành động trong quá khứ. Nếu chúng ta thoát khỏi nghiệp chướng thì bất kể gặp phải hoàn cảnh nào, chúng ta cũng không bị cảm xúc và thói quen kiểm soát. Khi đó chúng ta thực sự tự do.

Ngay cả khi chúng ta không phải là Phật tử, việc có thể kiểm soát suy nghĩ và cảm xúc của mình mang lại cho chúng ta sự tự do lớn lao. Như tôi đã nói trước đây, không phải những sự kiện bên ngoài quyết định mức độ hạnh phúc của chúng ta mà là cách chúng ta phản ứng với chúng, do đó, vì suy nghĩ và cảm xúc của chúng ta đóng vai trò lớn trong việc xác định mức độ hạnh phúc của chúng ta, thậm chí chúng ta có thể kiểm soát được một chút đối với chúng là vô cùng có giá trị.

Khi chúng ta già đi, chúng ta có nhiều trải nghiệm hơn trong cuộc sống, cả tốt lẫn xấu. Vào thời điểm chúng ta đạt đến giai đoạn này, chúng ta có thể đã chứng kiến sự đau khổ dưới một hình thức nào đó, có thể là qua cái chết của một người thân yêu hoặc sự kết thúc của một mối quan hệ. Do đó, chúng ta sẽ biết rằng, mặc dù có dịch vụ chăm sóc sức khỏe tốt nhất, chính sách bảo hiểm tốt nhất và mọi nỗ lực trên thế giới, chúng ta không bao giờ có thể ngăn chặn được cái chết, bệnh tật, tuổi già hoặc nhiều điều khác trong cuộc sống vốn chắc chắn mang lại đau khổ. Bản chất của cuộc sống là vô thường – nó liên tục thay đổi theo cả hướng tốt và xấu.

Nếu chúng ta bám chặt vào cảm xúc của mình và những người xung quanh thì chúng ta sẽ tạo ra một thế giới dựa trên nỗi đau khổ của chính mình và của những người gần gũi với chúng ta. Đây là điều mà Đức Phật đã nhận ra từ nhiều năm trước. Một số người trở nên rất chán nản khi họ nhận ra điều này và nghĩ, 'Ồ, mục đích là gì? Vì cuộc sống là đau khổ nên có lẽ bây giờ tôi cũng nên bỏ cuộc'.

Tuy nhiên, Đức Phật đã chỉ cho chúng ta có một cách để thoát khỏi vòng đau khổ, đó là buông bỏ sự cố chấp. Điều này áp dụng cho cả những hoàn cảnh và cảm xúc tiêu cực như giận dữ hay hận thù, cũng như những hoàn cảnh và cảm xúc thú vị mang lại cho chúng ta niềm vui, chẳng hạn như tình yêu lãng mạn. Chúng ta cần nhận ra rằng những điều này sẽ đến và đi, và tuy chúng ta vẫn có thể tận hưởng những cảm xúc vui thú nhưng nếu ôm giữ chúng quá chặt thì chúng ta sẽ đau khổ khi hoàn cảnh thay đổi. Thay vào đó, chúng ta nên hướng tới việc đạt được sự tự do đến từ một tâm hồn bình yên, hạnh phúc và từ bi, không bị lôi kéo theo cách này hay cách khác bởi những cảm xúc và ham muốn bất chợt.

BÀI TẬP — HỌC HỎI TỪ KINH NGHIỆM SỐNG

Đến nay, chúng ta đã tích lũy được nhiều kinh nghiệm sống và có thể học được nhiều bài học quý giá nếu chúng ta suy ngẫm sâu sắc về những gì cuộc sống đã dạy chúng ta. Điều này thậm chí có thể khiến chúng ta phải đánh giá lại một số ưu tiên của mình.

Đầu tiên hãy nhớ đến một người mà bạn từng có mối quan hệ trong quá khứ. Người này không nhất thiết phải là đối tác - có thể là bạn bè, cha mẹ hoặc có thể là đồng nghiệp. Động lực của bạn để có được mối quan hệ này là gì? Nó có diễn ra như bạn mong đợi không? Bạn đã thành công như thế nào trong việc vượt qua khó khăn? Giao tiếp của bạn cởi mở đến mức nào? Có lẽ nếu trải qua một khoảng thời gian vô cùng khó khăn, bạn có thể viết ra những gì bạn nhớ được - điều này có thể giúp bạn chấp nhận quá khứ và bước tiếp.

Sau đó, hãy nhớ lại công việc bạn từng làm trước đây và tự hỏi mình những câu hỏi tương tự. Động lực của bạn để làm loại công việc này là gì? Bạn còn học được gì từ kinh nghiệm của mình?

Bây giờ hãy nhìn vào hoàn cảnh hiện tại của bạn. Hãy tự hỏi: 'Làm thế nào tôi có thể áp dụng những bài học đã học? Làm thế nào tôi có thể sống cuộc sống của mình một cách khôn ngoan nhất có thể?'

Ngồi thẳng với cột sống thẳng và đặt tay lên đùi, làm căng cơ thể và sau đó cảm thấy toàn thân thư giãn. Hãy thành thật tự hỏi bản thân xem bạn có muốn thay đổi điều gì ở giai đoạn này của cuộc đời không, sau đó nghĩ xem bạn có thể thực hiện điều này như thế nào.

Tuổi của Sự Khôn Ngoan

Trong giai đoạn này, giai đoạn thứ năm của cuộc đời, sẽ có những khác biệt lớn về hoàn cảnh mà mọi người phải đối mặt, tuy nhiên, giai đoạn này của cuộc đời có vui vẻ hay không phụ thuộc vào cách chúng ta nhìn nhận cuộc sống và nhận thức của chúng ta rộng rãi hay hạn chế như thế nào. Đó là thời điểm chúng ta hoàn thành nhiều nghĩa vụ của cuộc sống và cũng phải đối mặt với nhiều thử thách mà chúng ta phải đối mặt trong suốt cuộc đời. Đối với một số người, điều kiện bên ngoài cho phép họ có một khởi đầu mới. Cuối cùng họ cũng có thể nghỉ việc, lên đường đi du lịch khắp thế giới hoặc dành nhiều thời gian hơn cho những người thân yêu. Đối với những người khác, giai đoạn này của cuộc đời có thể được đánh dấu bằng sự mất mát—mất vợ, mất vai trò trong xã hội sau khi nghỉ việc, hoặc mất sức khỏe. Tuy nhiên, bất kể hoàn cảnh của chúng ta như thế nào, ở độ tuổi này, chúng ta đang bước vào một giai đoạn của cuộc đời khi việc tự suy ngẫm và tìm kiếm ý nghĩa là điều quan trọng. Khi làm như vậy, chúng ta có thể học cách thấy rằng bất kỳ loại mất mát nào trên thực tế đều có thể là cơ hội để phát triển và sáng suốt về mặt tinh thần.

Bản chất con người rất coi trọng thành tích, sự cạnh tranh và đạt được mọi thứ, và có lẽ chúng ta đã phấn đấu để đạt được nhiều thứ trong suốt cuộc đời. Có lẽ chúng ta đã làm việc chăm chỉ để kiếm tiền, mua nhà và các tài sản khác, nuôi dạy con cái và duy trì sự nghiệp thành công cũng như để được người khác khen ngợi. Ngay cả ở độ tuổi này, nhiều người vẫn tiếp tục phấn đấu vì những điều như vậy. Hãy suy nghĩ kỹ về cuộc sống mà chúng ta đã xây dựng cho chính mình. Những điều chúng ta đã nỗ lực rất nhiều để đạt được có thực sự có ý nghĩa không? Cuộc sống của chúng ta có vẻ có ý nghĩa đối với chúng ta không? Chúng ta đã phát triển được sự an toàn bên trong chưa? Hãy suy nghĩ về điều này trong bối cảnh ngày càng già đi. Mặc dù chúng ta có thể đã làm việc chăm chỉ và đạt được nhiều thành tựu, nhưng suốt thời gian qua cơ thể chúng ta đang suy thoái dần dần và không thể tránh khỏi. Ở độ tuổi này, chúng ta sẽ nhận ra rằng chúng ta không còn có thể phủ nhận tính tất yếu của cái chết—bất kể chúng ta có làm gì thì cũng không thể thoát khỏi điều này. Liệu việc tiếp tục sống cuộc sống của chúng ta theo cách tương tự có còn ý nghĩa không? Hoặc có lẽ đã đến lúc thực hiện một số thay đổi và thiết lập một số ưu tiên mới?

Tôi tin rằng hầu hết mọi người sẽ nhận ra rằng nhiều thứ mà họ đã lấp đầy cuộc sống của mình không còn có ý nghĩa như xưa nữa khi họ già đi. Tuy nhiên, đây không nhất thiết phải là một suy nghĩ chán nản và chắc chắn chúng ta không nên dành hàng giờ để hối tiếc về cách mình đã sử dụng thời gian và sức lực của mình. Đúng hơn, chúng ta có thể sử dụng nhận thức này như một cơ hội để cắt bỏ sự gắn bó của mình với nhiều thứ mà chúng ta không còn thấy quan trọng nữa và để phát triển sự hài lòng nội tâm dồi dào. Điều này có thể mở ra một thế giới hoàn toàn mới và cũng có thể cho chúng ta cơ hội để chú ý hơn đến tâm trí mình.

Chắc chắn là không quá muộn để phát triển tâm trí của chúng ta, và chúng ta không cần phải trở thành tu sĩ hay thiền định hàng giờ để đạt được điều này. Ở giai đoạn này của cuộc đời, cũng như ở mọi giai đoạn khác, điều quan trọng nhất là suy ngẫm về thái độ và hành động của chúng ta trong cuộc sống hàng ngày. Chúng ta sẽ thấy có nhiều điều đơn giản mà chúng ta có thể thực hiện để phát triển những phẩm chất bên trong và thúc đẩy hạnh phúc của chính mình, bất kể chất lượng cuộc sống của chúng ta tốt hay xấu.

SỰ MẤT MÁT VÀ VÔ THƯỜNG

Như đã đề cập trước đó, nhiều người coi độ tuổi này là khởi đầu của sự suy tàn và cuối cùng là mất đi những thứ mà họ cho là quan trọng. Thật dễ dàng để tự lừa dối bản thân khi nghĩ rằng chúng ta có thể kiểm soát thế giới xung quanh, tin rằng chúng ta có thể dựa vào các chính sách bảo hiểm và chăm sóc y tế tốt nếu mọi việc không ổn, tuy nhiên, điều này đơn giản là không đúng. Mặc dù chúng ta đã cận kề cái chết từ lúc sinh ra, nhưng điều này thường chỉ trở nên rõ ràng khi chúng ta đối mặt với cái chết của chính mình, và đôi khi nó có thể trở thành một cú sốc. Chúng ta cũng nhận ra rằng thời điểm của cái chết thì không cố định, rằng dù chúng ta ở tuổi thiếu niên hay chín mươi tuổi, chúng ta không bao giờ có thể chắc chắn rằng mình sẽ sống thêm một năm nữa.

Đau khổ về tinh thần có thể là kết quả của bất kỳ loại mất mát nào, chẳng hạn như mất người thân, mất việc làm, mất địa vị hoặc mất sức khỏe. Tất cả những mất mát này có thể khiến chúng ta đau khổ vô cùng nếu chúng ta không nhìn nhận chúng một cách thực tế, để rồi chúng ta có quyền lựa chọn. Chúng ta có thể đau khổ không thể kiểm soát được khi hoàn cảnh thay đổi và những người thân yêu của chúng ta qua đời, hoặc chúng ta có thể học cách chấp nhận rằng mọi thứ đều vô thường, rằng tuổi già, bệnh tật và cái chết chỉ là một phần tự nhiên của cuộc sống,[31] không phải là một âm mưu chống lại chúng ta. Khi đó chúng ta có thể nhận ra rằng việc bám chặt vào bất cứ thứ gì cuối cùng sẽ chỉ dẫn đến đau khổ. Thông qua việc thừa nhận tính vô thường, chúng ta có thể phát triển một quan điểm hoàn toàn mới về cuộc sống và chuẩn bị cho sự mất mát, cho phép chúng ta duy trì trạng thái tâm hồn hạnh phúc và bình yên, bất kể điều kiện bên ngoài của chúng ta là gì.

CÁI CHẾT CỦA NGƯỜI PHỐI NGẪU

Đối với nhiều người, cái chết của người chồng hoặc người vợ là sự kiện đau buồn nhất sẽ xảy ra trong cuộc đời họ. Mặc dù tôi chưa bao giờ kết hôn nhưng tôi nghĩ tôi có phần hiểu được sự mất mát to lớn này. Khi còn trẻ, tôi đã mất cả cha và anh trai, và trong văn hóa Tây Tạng, mối quan hệ giữa cha và con hoặc giữa hai anh em cũng mạnh mẽ như mối quan hệ giữa vợ và chồng. Do đó, tôi muốn nói ngắn gọn về cách chúng ta có thể đối phó với sự mất mát to lớn như vậy.

Khi một người thân qua đời, chúng ta phải cố gắng nhìn ra ngoài quan điểm hạn hẹp của mình. Mặc dù cái chết của một người nào đó gần gũi với chúng ta và sự đau khổ mà nó gây ra là một sự kiện to lớn, nhưng cái chết của mỗi chúng sinh là một phần không thể tránh khỏi trong sự phối hợp lớn hơn của cuộc đời chúng ta. Mặc dù hôm nay vợ chúng ta đã chết, nhưng ngày mai có thể là vợ của bạn bè chúng ta, hoặc con của người hàng xóm. Mặc dù chúng ta không thể tin nổi và bị sốc khi người thân qua đời, nhưng nếu suy ngẫm sâu sắc, chúng ta sẽ hiểu rằng ai cũng sẽ có lúc bị ảnh hưởng bởi cái chết của một người thân thiết với mình.

Thông thường, chúng ta đau khổ rất nhiều vì so sánh hoàn cảnh của mình với hoàn cảnh của người khác, những người mà chúng ta nghĩ là may mắn hơn chúng ta nhiều. Tuy nhiên, sự khác biệt duy nhất là thời điểm bất hạnh xảy đến với chúng ta, không có gì khác. Nếu suy ngẫm kỹ về điều này, nỗi buồn của chúng ta sẽ giảm bớt vì chúng ta có thể vượt qua bản năng tự nhiên là so sánh hoàn cảnh của mình với hoàn cảnh của người khác. Một cách tiếp cận thậm chí còn mạnh mẽ hơn là phát khởi lòng từ bi. Khi chúng ta thực sự nhận ra rằng tất cả chúng ta đều phải chịu đựng những khó khăn giống nhau, vì tất cả chúng ta đều trải qua đau buồn và mất mát vào một thời điểm nào đó trong cuộc đời, thì nỗi đau của chính chúng ta sẽ giảm bớt khi chúng ta học cách nhìn nó từ góc độ rộng hơn nhiều này.

Tất nhiên cái chết của một người thân thiết sẽ ảnh hưởng đến chúng ta nhiều hơn cái chết của một người xa lạ, và việc chúng ta có những tình cảm mãnh liệt như vậy đối với chính gia đình mình là điều tự nhiên. Nhưng cuối cùng, chúng ta cần nhớ rằng cái chết sẽ ảnh hưởng đến mọi sinh vật sống, và nếu chúng ta thực sự ghi nhớ điều này thì cũng không có gì đáng ngạc nhiên. Một câu chuyện về cuộc đời Đức Phật minh họa điểm này:[32]

Xưa có một người phụ nữ trẻ có đứa con đầu lòng bị bệnh và chết khi nó được khoảng một tuổi. Quá đau buồn, cô cầu xin bất cứ ai cô gặp một loại thuốc có thể giúp đứa trẻ sống lại, tuy nhiên, cô được biết rằng người duy nhất có thể thực hiện được phép lạ này là Đức Phật. Cuối cùng, khi cô gặp Đức Phật và kể cho Ngài nghe câu chuyện của mình, Ngài bảo cô mang về cho Ngài một hạt cải từ bất kỳ ngôi nhà nào trong làng chưa từng có người chết. Tuy nhiên, không lâu sau, cô nhận ra rằng nhiệm vụ mà Đức Phật đã đặt ra cho cô không thể hoàn thành được. Nhà nào cũng từng trải qua cái chết; không chỉ một lần mà một số trong số đó vô số lần. Vì vậy, cuối cùng người phụ nữ trẻ đã từ biệt đứa con của mình lần cuối và trở về gặp Đức Phật mà không có hạt cải. Cô đã học được bài học của mình. Không chỉ có cô phải chịu đựng cái chết mà cái chết còn xảy đến với tất cả mọi người - đó là một phần tự nhiên của cuộc sống.

Ý tưởng tái sinh của Phật giáo cũng có thể hữu ích khi đối mặt với sự mất mát và đau buồn, vì nó trấn an chúng ta rằng không có cái gọi là cái chết hoàn toàn. Khi nói điều này, tôi không có ý nói rằng những người thân yêu của chúng ta luôn ở bên chúng ta và dõi theo chúng ta, đó là ấn tượng mà chúng ta có thể có được từ một số nhà thấu thị trên truyền hình! Khái niệm này bị hạn chế, vì nó có thể tạo ấn tượng rằng chúng ta chỉ được kết nối với cùng một gia đình hoặc tổ tiên, thay vì nhận ra vòng đời rộng lớn và luôn thay đổi mà chúng ta gắn liền với nó.

Khi nói rằng không có cái chết hoàn toàn, tôi đang đề cập đến ý tưởng rằng mỗi chúng sinh đều trải qua một chuỗi vô tận các kiếp sống. Giống như dòng vật chất mà chúng ta gọi là vũ trụ tiếp tục tồn tại theo thời gian, dòng tâm thức của tất cả chúng sinh cũng vậy. Giống như một bông hoa trải qua nhiều "lần tái sinh", khi nó chết đi và hạt giống của nó sinh ra một bông hoa mới, chúng ta có thể nói về dòng tâm thức của chính mình theo cách tương tự. Khi chúng ta chết, cơ thể vật chất thô và tâm trí thô không còn tồn tại. Tuy nhiên, tâm vi tế của một người, nơi chứa đựng những dấu vết của mọi hành động tốt và xấu của họ, vẫn tiếp tục. Tôi sẽ thảo luận thêm về điều này trong chương tiếp theo.

Tất cả những điều này có nghĩa là thời gian chúng ta dành cho người phối ngẫu của mình không quá một vài khoảnh khắc trong cuộc hành trình bất tận của chúng ta. Chúng ta đã từng như những người xa lạ gặp nhau ở quán rượu hay nhà hàng; chúng ta đã ở bên nhau một thời gian và đã học hỏi lẫn nhau, nhưng rồi chúng ta phải chia tay, đó là điều tự nhiên. Tâm trí của người thân yêu của chúng ta cần tiếp tục tồn tại trong kiếp sau, giống như cách chúng ta cần tiếp tục với cuộc sống của chính mình.

Đôi khi tôi gặp những người đã mất đi người thân từ nhiều năm trước, và kể từ đó, họ không thể ngừng nghĩ về người này, trăn trở rằng họ đã yêu họ và nhớ họ đến nhường nào. Đôi khi họ cho rằng việc níu giữ thật chặt ký ức về người này là họ đang tôn vinh người mình yêu và chứng minh rằng họ yêu người thân yêu của họ đến nhường nào. Tuy nhiên, điều này không đúng vì khi giữ quá chặt ký ức này, họ đang tự làm tổn thương chính mình và điều này không hữu ích.

Tôi không nói rằng chúng ta nên quên đi những người thân yêu của mình, mà thay vào đó chúng ta nên nhớ và trân trọng khoảng thời gian tuyệt vời mà chúng ta đã trải qua cùng nhau thay vì giữ chặt những kỷ niệm đến mức làm tổn thương chính mình. Nếu một bông hoa xinh đẹp tàn lụi khi mùa đông đến, chúng ta chấp nhận điều đó là lẽ tự nhiên. Sẽ khá kỳ quặc nếu ai đó khóc lóc và đau khổ vì không thể chấp nhận được điều này. Nếu chúng ta suy ngẫm sâu sắc thì cái chết của bất kỳ ai cũng chỉ là một phần tất yếu của cuộc sống. Cuộc sống của mỗi người sẽ có lúc kết thúc, và một ngày nào đó cuộc sống của chúng ta cũng vậy.

Khi tôi ở New Zealand, tôi gặp một người phụ nữ có chồng vừa mới qua đời. Bà này đã tám mươi mốt tuổi, đã lấy chồng nhiều năm và rất yêu chồng. Tuy nhiên, sau khi anh qua đời, bà vẫn có thể sống một cuộc sống hạnh phúc. Bà có thể nói chuyện với vẻ thích thú và biết ơn về khoảng thời gian họ đã trải qua cùng nhau, nhưng bà nhận ra rằng anh cần phải chuyển sang kiếp sau, trong khi bà vẫn phải sống ở kiếp này. Điều thú vị là bà cũng đề cập rằng chồng bà đã phải trải qua một khoảng thời gian khá khó khăn trước khi qua đời, mặc dù vậy ông vẫn có thể tìm thấy cảm giác bình yên và hạnh phúc sâu sắc. Có lẽ thái độ dũng cảm và chấp nhận của vợ đã giúp ông làm được điều này.

SỨC KHỎE SUY GIẢM

Một mất mát khác mà nhiều người phải trải qua trong thời gian này là mất đi sức khỏe. Một số người khó có thể nhìn sức khỏe của mình trôi đi, đặc biệt nếu họ rất coi trọng tuổi trẻ và sức sống của mình trong quá khứ. Nhưng sức khỏe suy giảm là một phần tất yếu của cuộc sống. Từ lúc chúng ta được sinh ra, cơ thể vật lý của chúng ta mất đi sức khỏe và sức sống; và từ quan điểm của Phật giáo, chúng ta đang dần dần sẵn sàng để thay thế cơ thể của mình một lần nữa. Hãy nghĩ về một chiếc ô tô cũ, một chiếc tivi cũ hay bất kỳ đồ vật vật chất nào; khi nó bị hỏng, đầu tiên chúng ta cố gắng sửa chữa nó. Khi nó bị hỏng nhiều đến mức không thể sửa chữa được thì chúng ta phải mua một cái mới. Tương tự như vậy, khi cơ thể chúng ta suy sụp không thể sửa chữa được, điều chúng ta cần là một cơ thể mới!

Sức khỏe suy yếu cũng nhắc nhở chúng ta rèn luyện lòng biết ơn. Chúng ta có thể biết ơn vì được sống ở một đất nước giàu có với cơ sở y tế tốt và những người được đào tạo để chăm sóc chúng ta. Hãy nhớ rằng có rất nhiều người trên thế giới này chết vì một căn bệnh nhẹ hoặc khi còn trẻ hoàn toàn vì không có bác sĩ hay bệnh viện nào giúp đỡ họ. Chẳng hạn, cha tôi đã chết ở tuổi 49 vì chứng xoắn ruột. Chỉ có một bác sĩ trong làng chúng tôi đã chẩn đoán sai bệnh tình của bố tôi và chỉ cho ông một số loại thuốc khi điều ông thực sự cần là phẫu thuật. Nhiều năm sau tôi mới biết rằng chỉ với một ca phẫu thuật nhỏ, mạng sống của bố có thể được cứu dễ dàng. Tôi cảm thấy phẫn nộ và vô cùng thất vọng trong vài năm sau đó khi biết rằng cha tôi có thể tiếp tục sống một cuộc sống giàu có và đầy ý nghĩa với tư cách là một hành giả Phật giáo.

Vậy tôi đã đối mặt với những cảm xúc này như thế nào? Tôi thực sự không có lựa chọn nào khác. Tôi nhận ra rằng dù tôi có cảm thấy tức giận hay buồn bã thế nào trước cái chết của cha mình đi chăng nữa thì điều này cũng không thể khiến ông sống lại được. Những cảm xúc tiêu cực của tôi sẽ không giúp ích gì cho cha mà cuối cùng chúng chỉ gây hại cho tôi. Là một Phật tử, tôi cũng tin rằng nghiệp của tôi là mất cha ở độ tuổi trẻ như vậy, giống như nghiệp của cha tôi là phải chết vào lúc này - đây thực sự là một cách khác để nói rằng chúng ta nên chấp nhận sự thật. những điều chúng ta không thể thay đổi. Tôi cũng nghĩ rằng điều quan trọng là phải làm những gì có thể để tưởng nhớ cha tôi, và vì ông luôn mong muốn tôi trở thành một tu sĩ nên tôi đã làm như vậy. Trước đây tôi chưa bao giờ quan tâm đến việc đi tu, nên chính cái chết của cha đã truyền cho tôi nguồn cảm hứng để thay đổi hướng đi của cuộc đời mình.

MẤT VIỆC LÀM

Sự kết thúc cuộc đời làm việc của chúng ta có thể đến từ sự lựa chọn của chính chúng ta, chẳng hạn như khi chúng ta nghỉ hưu, hoặc theo ý muốn của người khác, nếu chúng ta bị sa thải hoặc nhận thấy rằng kỹ năng của mình không còn cần thiết nữa. Hầu hết mọi người nghĩ rằng lựa chọn đầu tiên sẽ tuyệt vời, trong khi lựa chọn thứ hai được coi là kém dễ chịu hơn. Tuy nhiên, chúng thực sự giống nhau và dù thế nào đi nữa, chúng cũng gây ra cho mọi người những vấn đề giống nhau.

Nhiều người mơ ước được nghỉ hưu trong nhiều năm, và rồi khi điều này xảy ra, họ cảm thấy mất mát và đau buồn sâu sắc. Đột nhiên họ thấy mình buồn chán, không có gì để làm. Tôi nghĩ điều này phần lớn là do trong thế giới hiện đại, công việc của chúng ta gắn chặt với danh tính và lòng tự trọng của chúng ta, và đối với nhiều người, nó cũng là một biểu tượng địa vị.

Nhưng hãy tự hỏi mình, nó có thực sự quan trọng không? Hãy suy ngẫm về điều này một chút. Có thể việc trở thành ông chủ lớn, tích lũy được nhiều tiền và có nhiều người dưới quyền khiến chúng ta cảm thấy hài lòng về bản thân. Tuy nhiên, điều này không có nghĩa là chúng ta là người tốt; đúng hơn, nó có thể bắt nguồn từ sự gắn bó với cảm giác thích thú về quyền lực và lòng tự trọng! Bằng cách nuôi dưỡng những cảm xúc này, chúng ta đang tự trói buộc mình vào chúng, khiến chúng ta đau khổ khi điều kiện của chúng ta thay đổi, như điều chắc chắn sẽ xảy ra. Nếu chúng ta không bám quá nhiều vào những cảm xúc này thì rất có thể nỗi buồn sẽ đến với chúng ta ít hơn nhiều.

Người ta thường thấy rằng họ có quá nhiều thời gian rảnh khi ngừng làm việc. Tuy nhiên, điều mà nhiều người có thể không nhận ra là thời gian rảnh rỗi này có thể cho chúng ta cơ hội quý giá để phát triển bản thân và khám phá bản chất bên trong của mình, nỗ lực trau dồi tất cả những phẩm chất tốt đẹp mà chúng ta đã đề cập. Người ta thường chết khi còn trẻ, trong thời gian họ đang bận rộn với nhiều việc như lập nghiệp hay nuôi dạy con cái. Chúng ta may mắn có được thời gian và cơ hội, không có quá nhiều thứ bên ngoài làm chúng ta phân tâm, để tập trung nhiều hơn vào đời sống nội tâm. Chúng ta sẽ luôn có nhiều việc phải làm mỗi ngày nếu tập trung vào tâm trí và sự phát triển nội tâm của mình.[33] Lúc đầu, chúng ta có thể cần dành nhiều thời gian và nỗ lực cho công việc này, nhưng chẳng bao lâu nó sẽ trở nên thú vị hơn nhiều so với việc xem tivi hoặc chơi lô tô!

Vậy làm thế nào chúng ta có thể phát triển những phẩm chất bên trong này? Có nhiều cách khác nhau để đạt được điều này thông qua việc giúp đỡ người khác, chẳng hạn như dạy ngôn ngữ cho người tị nạn, giúp đỡ trong bếp nấu súp hoặc tình nguyện làm cố vấn qua điện thoại. Tham gia vào những hoạt động này khiến chúng ta không còn cảm thấy như thể mình có quá nhiều thời giờ rảnh rỗi, và bằng cách giúp đỡ người khác, chúng ta sẽ ngày càng cảm nhận được nhiều hạnh phúc hơn trong cuộc sống.

Một cuộc sống năng động, bác ái cũng có thể được hỗ trợ bằng cam kết thường xuyên "luyện tâm trí trong trí tuệ", vì điều này có thể khiến khả năng giúp đỡ người khác của bạn thậm chí còn hiệu quả hơn. Bạn có thể đọc và suy ngẫm những cuốn sách về tâm lý học, tôn giáo hoặc triết học và áp dụng những ý tưởng bạn học được vào cuộc sống của chính mình hoặc thảo luận những ý tưởng này với người khác. Khi đó, ngoài niềm vui của một cuộc sống vị tha, bạn sẽ khám phá ra niềm vui khi có được một tâm trí sắc bén, sáng suốt. Cuối cùng, vì các nhà khoa học hiện nay tin rằng ngay cả những người lớn tuổi cũng có thể tạo ra các tế bào não mới [34] thông qua việc rèn luyện trí óc, nên việc thường xuyên học tập hoặc thiền định có thể là một cách hiệu quả để làm chậm quá trình suy giảm trí nhớ liên quan đến tuổi tác vốn đang gây đau khổ cho rất nhiều người lớn tuổi.

Nếu chúng ta lo ngại rằng mình không đủ thông minh để dành hàng giờ đọc sách nhằm nâng cao trí tuệ của mình thì sẽ rất hữu ích khi biết rằng có sự khác biệt lớn giữa người khôn ngoan và người thông minh. Một người khôn ngoan có thể không nhất thiết phải có học vấn tốt hay một công việc quan trọng; thay vào đó, họ có thể chỉ có sự hiểu biết thực tế bẩm sinh về điều gì là quan trọng trong cuộc sống, và có thể họ vốn là một người tử tế. Có rất nhiều câu chuyện ở Tây Tạng về những người có cuộc sống cực kỳ đơn giản và không có bất kỳ nền giáo dục chính thức nào, nhưng luôn nổi tiếng vì lòng tốt và trí tuệ.

Làm sao chúng ta có thể giống những người này? Điều quan trọng là phải liên tục nghĩ đến và mong ước rằng tất cả những người khác sẽ được hạnh phúc và thoát khỏi đau khổ, giống như một người mẹ tốt không muốn gì ngoài điều tốt nhất cho con mình. Nếu chúng ta luôn có một trái tim ấm áp, coi mỗi người như đứa con thân yêu nhất của mình khi đi bộ, nói chuyện, ngủ, ăn hay làm bất kỳ hoạt động nào, thì theo thời gian chúng ta sẽ quên đi lợi ích cá nhân của mình và tự nhiên sẽ cảm thấy hạnh phúc hơn và hạnh phúc hơn, khôn ngoan hơn. Ngay cả khi chúng ta quá mệt mỏi hoặc quá không khỏe để thực sự giúp đỡ người khác, điều quan trọng nhất là chúng ta rèn luyện tâm trí để suy nghĩ một cách chu đáo và tử tế. Tôi tin chắc rằng chúng ta sẽ dần dần trở thành những người tử tế hơn, khôn ngoan hơn và hạnh phúc hơn.

TÀI CHÍNH

Ở độ tuổi này, sự tập trung của hầu hết mọi người đã tự nhiên rời xa việc kiếm tiền. Đây là một điều tốt cho hạnh phúc của chúng ta! Tuy nhiên, tôi vẫn muốn đề cập đến tiền bạc vì cách chúng ta sử dụng tiền bạc và tài sản ở độ tuổi này vẫn rất quan trọng và đáng tiếc là vẫn còn nhiều cạm bẫy mà chúng ta có thể rơi vào. Một trong những cái bẫy này là tính keo kiệt. Một số người không muốn tiêu tiền cho bất cứ ai ngoại trừ chính họ, trong khi những người khác lại keo kiệt đến mức thậm chí không tiêu tiền cho chính mình. Thật là ngu ngốc khi không bao giờ tiêu xài bất cứ thứ gì sau một đời làm việc vất vả!

Nếu đã tiết kiệm được một khoản tiền hợp lý thì chúng ta nên tiêu số tiền đó như thế nào? Đến giai đoạn này, có lẽ chúng ta đã rút ra được bài học kinh nghiệm rằng tiền bạc khó có thể mua được hạnh phúc, mặc dù nó chắc chắn có thể mang lại lợi ích to lớn nếu chúng ta sử dụng nó một cách khôn ngoan. Chỉ cần nói rằng chúng ta có 5.000 đô la để chi tiêu. Chúng ta có thể chọn đi nghỉ ở một hòn đảo nhiệt đới hoặc có thể quyên góp số tiền này cho một gia đình nghèo, và có thể cứu sống một người cần phẫu thuật. Chúng ta thường tiêu tiền vào một kỳ nghỉ đắt tiền hoặc một chiếc ô tô mới vì muốn thay đổi, cảm thấy không hài lòng hoặc chán nản với tình hình hiện tại. Điều này có vẻ rất hấp dẫn vào thời điểm đó nhưng nó sẽ không dẫn đến hạnh phúc lâu dài. Ngược lại, việc giúp đỡ chúng sinh khác bằng lòng hào phóng sẽ mang lại cho chúng ta cảm giác hạnh phúc ngay lập tức và cũng sẽ gieo hạt giống hạnh phúc tương lai vào tâm trí chúng ta.

Tuy nhiên, điều này không có nghĩa là chúng ta nên cho đi tất cả tiền bạc của mình, hầu như không để lại gì cho mình và sau đó mắc nợ để mua quà cho người khác. Một người bạn của tôi cho tôi biết rằng nhiều người ở Úc chi số tiền lớn để mua quà cho gia đình và bạn bè vào dịp Giáng sinh, đôi khi nhiều hơn mức họ thực sự có thể mua được. Động lực của họ có thể tốt nhưng loại lòng tốt này thường không thực tế và thiếu trí tuệ, đặc biệt nếu họ đang phải vật lộn để kiếm sống. Nợ nần có thể hạn chế rất nhiều sự tự do của chúng ta, tuy nhiên hình thức đau khổ này thường có thể được ngăn chặn nếu chúng ta khôn ngoan trong cách chi tiêu.

Mặc dù điều quan trọng là phải rộng lượng và giúp đỡ người khác, nhưng điều quan trọng là phải thành thật về hoàn cảnh của mình và cố gắng xem rõ mình có thể chi trả được bao nhiêu. Chúng ta nên tự hỏi làm thế nào chúng ta có thể sử dụng của cải một cách hiệu quả nhất, có nghĩ đến tất cả mọi hoàn cảnh. Đây là điều tôi muốn nói qua từ ngữ trí tuệ. Cũng nên nhớ rằng hào phóng không chỉ có nghĩa là tặng những món quà vật chất. Món quà thời gian, tình yêu và sự quan tâm của chúng ta, chẳng hạn như việc giúp nấu nướng hoặc dọn dẹp vào ngày Giáng sinh, cũng quan trọng và được những người xung quanh đánh giá cao.

CÔ ĐƠN VÀ KHÔNG DUNG THỨ

Nhiều người lo lắng, thậm chí sợ rằng họ sẽ trở nên cô đơn khi về già. Có một số điều thiết thực chúng ta có thể làm để tránh sự cô đơn. Nếu có thể, chúng ta có thể tham gia cùng những người cần giúp đỡ trong cộng đồng. Chúng ta có thể bắt đầu dạy ngôn ngữ cho người di cư, làm tình nguyện viên ở trường học hoặc tìm cách sử dụng các kỹ năng và chuyên môn của mình để hỗ trợ các tổ chức tình nguyện như Hội Chữ Thập Đỏ, hoặc có lẽ là nhà thờ hoặc đền thờ địa phương của chúng ta.

Nếu chúng ta không có thể trạng tốt nhưng tinh thần lại mạnh mẽ thì việc học tập và thực hành tâm linh có thể là một cách sử dụng thời gian rất bổ ích. Như những ẩn sĩ đi nhập thất dài ngày sẽ chứng thực, chúng ta có thể cảm thấy vô cùng gần gũi với người khác nếu chúng ta thiền định về lòng bi mẫn, và chúng ta cũng có thể phát triển khả năng tập trung nội tâm tốt. Mặc dù chúng ta có thể ở một mình nhưng điều này không có nghĩa là chúng ta phải cảm thấy cô đơn.

Tham gia vào các nhóm cộng đồng hoặc tôn giáo là một cách tốt để gặp gỡ những người mới và chúng ta sẽ kết bạn với nhiều người trong số họ. Tuy nhiên, một số người trong số họ có thể làm phiền chúng ta. Tôi đề cập đến điều này nhằm nêu lên vấn đề không khoan dung, mà tôi cảm thấy đó là lý do chính khiến người ta thường cô đơn ở phương Tây. Trong văn hóa phương Tây, nhiều người dường như rất coi trọng "không gian cá nhân" và "tự do cá nhân" của mình, chỉ muốn kết giao với những người có cùng quan điểm và tính cách tương thích; tuy nhiên, điều này chắc chắn sẽ tạo ra những rào cản.

Điểm đầu tiên tôi muốn nhấn mạnh là không có phong tục hay kiểu tính cách cụ thể nào tốt hơn kiểu khác. Đây chỉ là suy nghĩ theo thói quen của mình, và mình cần học cách thực hành lòng khoan dung đối với mọi người, cho dù mình thích họ ngay lập tức hay thấy họ khó chịu. Việc gặp một ai đó và ban đầu có ác cảm mạnh mẽ với họ là điều rất bình thường, nhưng sau đó dần dần quý mến và đánh giá cao họ. Điều này không có nghĩa là người đó đã thay đổi bản chất vốn có của họ, mà có nghĩa là tâm trí của chúng ta đã chuyển đổi nhận thức về họ.

Một cách phổ biến khác mà sự không khoan dung trở thành vấn đề là khi chúng ta tạo ra những rào cản về thể chất hoặc cảm xúc xung quanh mình. Ý tôi là chúng ta có thể vô tình tạo ra những rào cản bằng cách bám chặt vào ý tưởng rằng một không gian hoặc một thời gian nào đó chỉ dành cho riêng chúng ta. Chẳng hạn, chúng ta có thể nghĩ rằng ai đó mở cửa hoặc ai đó đến thăm chúng ta mà không báo trước là xâm phạm không gian cá nhân của chúng ta. Điều này thật khác với Tây Tạng biết bao! Khi tôi sống trong các tu viện ở Tây Tạng, không thành vấn đề nếu tôi cố gắng học tập, cố gắng mặc quần áo, hay thậm chí cố gắng tắm rửa, các tu sĩ khác thường tự nhiên như ở nhà trong phòng của tôi và lục soát đồ đạc của tôi. Tôi không cảm thấy khó chịu hay bực mình vì đây là một phần bình thường của văn hóa. Tuy nhiên, đã sống ở phương Tây được vài năm, nếu bây giờ có ai đó đến thăm tôi mà không báo trước hoặc mở cửa của tôi, tôi cảm thấy điều này không thích hợp cho lắm.

Thật không may, khái niệm về không gian cá nhân của chúng ta thường tạo ra khoảng cách giữa con người với nhau, và nếu chúng ta xa cách thì chúng ta dễ trở nên cô đơn hơn. Nếu chúng ta sống trong một môi trường hoàn toàn cởi mở, không có ranh giới cá nhân, chúng ta có thể dễ dàng gây căng thẳng cho nhau. Mặt khác, việc từ bỏ thái độ "cần" không gian cá nhân có thể dẫn đến sự gần gũi và bao dung lẫn nhau. Tôi phải thú nhận rằng tôi thực sự không biết cô đơn là gì cho đến khi đến phương Tây - tôi nghĩ cô đơn cũng giống như sự buồn chán! Bây giờ tôi đã nhận thức được vấn đề lớn đến mức nào, tôi cảm thấy điều đặc biệt quan trọng là giúp mọi người nhìn thấy những bất lợi của việc gắn bó với không gian cá nhân của họ.

Ở điểm này, tôi muốn dùng một ví dụ cá nhân để minh họa quan điểm về lòng khoan dung. Trong một tu viện nơi tôi từng sống, có một tu sĩ tính tình rất nóng nảy, ông sẽ nhanh chóng trở nên tức giận bất cứ khi nào các tu sĩ khác ngắt lời hoặc đùa giỡn với ông.

Sau đó, các nhà sư khác cố tình làm phiền anh ta hết lần này đến lần khác, vì điều đó rất dễ khiến anh ta tức giận. Điều này nghe có vẻ tàn nhẫn, nhưng theo thời gian, tính khí và khả năng tự chủ của anh ấy trở nên tốt hơn rất nhiều, vì anh ấy nhận ra rằng sự tức giận của mình chẳng mang lại kết quả gì và anh ấy hạnh phúc hơn khi thực hành lòng khoan dung đối với người khác.

Sự khoan dung không chỉ mở rộng đối với người khác. Chúng ta có rất ít quyền kiểm soát những gì xảy ra trong cuộc sống của mình, vì vậy chắc chắn chúng ta sẽ phải đối mặt với nhiều sự kiện bên ngoài mà chúng ta không muốn đối mặt. Nếu chúng ta không khoan dung, chúng ta sẽ khó đạt được hòa bình, vì những sự kiện này sẽ dẫn đến sự tức giận và đau khổ, ăn mòn thiện chí của chúng ta.

Ngoài ra, chúng ta có thể tận dụng mọi tình huống khiến mình chán nản và mọi người mà chúng ta thấy khó chịu làm cơ hội để rèn luyện lòng khoan dung. Chúng ta có thể làm điều này hàng ngày cho đến khi nó trở thành thói quen. Đầu tiên hãy làm quen với những lợi ích của việc hành động theo cách này và những bất lợi khi không làm như vậy, sau đó, như một nghi lễ, hãy luôn chú ý thực hành lòng khoan dung. Bạn sẽ được đền đáp bằng nhiều mối quan hệ yêu thương hơn và tâm hồn thanh thản như bầu trời xanh không một gợn mây.

LÒNG BIẾT ƠN

Lòng biết ơn là một phẩm chất tinh thần tích cực khác mà chúng ta có thể rèn luyện hàng ngày. Có một lý do rất chính đáng để làm điều này, vì cảm giác biết ơn người khác khiến bản thân chúng ta cảm thấy hạnh phúc hơn. Đây không chỉ là niềm tin của Phật giáo mà các nghiên cứu tâm lý cũng cho thấy lòng biết ơn là một yếu tố góp phần mang lại hạnh phúc cho con người.[35]

Đôi khi tôi đề cập đến điều này với mọi người thì họ phản ứng rằng họ quá bất hạnh nên không cảm thấy biết ơn. Họ nói với tôi rằng họ cô đơn, họ có ít tiền hoặc họ không có mối quan hệ tốt với con cái, và do đó họ không có gì để biết ơn. Điều này không bao giờ đúng, vì luôn có điều gì đó đáng biết ơn nếu chúng ta có thể nhận ra nó. Ví dụ, khi tôi đến Úc, đây là lần đầu tiên tôi có điện thoại trong nhà. Thật là một phát minh tuyệt vời! Tôi đột nhiên có thể nói chuyện với những người ở bên kia thế giới ngay tại nhà của mình. Tôi biết ơn người đã phát minh ra điều này biết bao! Bây giờ tôi cũng cảm thấy như vậy về Internet, về việc đi máy bay, và thậm chí về băng dính khi tôi cần dán thứ gì đó lên tường. Chưa kể đến nhiều người giúp dọn thức ăn lên bàn của tôi mỗi ngày và những người tặng quà là tình bạn của họ.

Một số người có thể không chấp nhận lý do này và tự nghĩ: 'Tôi vẫn phải trả tiền cho nhiều thứ như vậy thì tại sao tôi phải cảm thấy biết ơn?' Tuy nhiên, vẫn có người thiết kế và chế tạo máy bay, điện thoại và băng dính cho những thứ này. để tôi có thể sử dụng chúng. Nếu tôi là người giàu nhất thế giới nhưng không ai phát minh ra điện thoại thì tôi sẽ không thể nói chuyện với những người ở lục địa khác! Hơn nữa, chúng ta nên nhớ rằng có rất nhiều điều đáng biết ơn mà không có tiền nào cũng có thể mua được, chẳng hạn như lòng tốt của gia đình và bạn bè hay vẻ đẹp tự nhiên của thế giới xung quanh chúng ta.

Bằng cách cảm thấy biết ơn những điều trong cuộc sống hàng ngày, chúng ta có thể nuôi dưỡng hạnh phúc bên trong mình. Điều này làm cho tinh thần chúng ta mạnh mẽ hơn và cho phép chúng ta đương đầu tốt hơn với nhiều vấn đề của cuộc sống, bao gồm tuổi già, mất mát và cuối cùng là cái chết. Tuy nhiên, điều quan trọng cần nhớ là lòng biết ơn có hai mặt. Thật tuyệt vời nếu chúng ta có thể cảm thấy biết ơn mọi thứ, mọi người xung quanh; tuy nhiên, chúng ta phải đề phòng bản thân để không bị dính mắc vào những thứ này. Nếu điều này xảy ra, chúng ta sẽ cố gắng bám giữ chúng và chắc chắn sẽ đau khổ khi chúng bị lấy đi. Thật khó để thực sự hiểu làm thế nào chúng ta có thể trân trọng mọi thứ mà không gắn bó với chúng, tuy nhiên đây là một kỹ năng quan trọng nếu chúng ta mong muốn sống một cuộc sống hạnh phúc và ý nghĩa.

Hãy nhớ rằng mọi thứ đều có điểm tốt và điểm xấu, kể cả điện thoại, máy bay và băng dính. Hóa đơn điện thoại của chúng ta có thể đắt tiền, chuyến bay của chúng ta có thể bị trì hoãn và chúng ta có thể không tìm được đầu cuối của miếng băng dính! Nhưng nếu chúng ta không cảm thấy biết ơn những gì mình có, chúng ta đang rèn luyện tâm trí mình tập trung vào những điểm tiêu cực và chắc chắn sẽ không hài lòng. Chúng ta sẽ không bao giờ thực sự hạnh phúc, vì không thể lúc nào cũng có được mọi thứ mình mong muốn. Về bản chất, thế giới tuy có nhiều đau khổ nhưng cũng có nhiều điều kỳ diệu. Nuôi dưỡng lòng biết ơn không có nghĩa là khiến chúng ta nhìn thế giới qua lăng kính màu hoa hồng, mà là học cách trân trọng những điều kỳ diệu này như bản chất của chúng.

BÀI TẬP – QUÁN CHIẾU VỀ VÔ THƯỜNG

Hãy ghi nhớ một số mất mát và thay đổi mà bạn đã chứng kiến vào thời điểm này trong cuộc đời và suy ngẫm những suy nghĩ sau:

- *Cái gì sinh ra cũng sẽ già và chết.*
- *Những gì đã được tập hợp sẽ bị phân tán.*
- *Những gì đã tích lũy sẽ cạn kiệt.*
- *Những gì đã được xây dựng sẽ sụp đổ.*

Tương tự như vậy, tình bạn và thù hận, vận may và nỗi buồn, tất cả những suy nghĩ chạy qua tâm trí chúng ta – mọi thứ luôn luôn thay đổi.

Hãy nhắc nhở bản thân rằng vô thường đơn giản là sự thật về cuộc sống và do đó điều duy nhất chúng ta thực sự có là bây giờ, hiện tại.

Sự hiểu biết này có thể giúp bạn đương đầu với sự mất mát người thân như thế nào?

Làm thế nào nó có thể thay đổi quan điểm của bạn về các loại mất mát khác nhau mà chúng ta phải đối mặt—mất đi những người thân yêu, mất việc làm, hoặc mất đi bất cứ thứ gì chúng ta yêu quý?

Cũng có thể hữu ích khi nhớ rằng những thay đổi không nhất thiết dẫn đến bất hạnh—đôi khi chúng có thể mang lại lợi ích to lớn cho bạn, mặc dù lúc đầu điều này có thể không rõ ràng.

Suy ngẫm về tất cả những câu hỏi này, hãy ngồi thẳng lưng, cảm thấy cơ thể thư giãn và hít một vài hơi thở sâu và nhẹ nhàng. Sự thật về vô thường mang lại cho bạn bài học gì?

Chuẩn bị Rời khỏi Cuộc đời Này

Giai đoạn thứ sáu của cuộc đời là cơ hội cuối cùng và quan trọng nhất để tự nhận thức. Tôi sẽ nói trực tiếp hơn về tâm linh trong chương này vì ở độ tuổi này, việc thực hành tâm linh đối với hầu hết mọi người quan trọng hơn bao giờ hết. Chuyện gì đã xảy ra trong quá khứ của chúng ta không quan trọng. Không có gì phải hối tiếc về cách chúng ta đã sống cho đến thời điểm này - chúng ta phải nhớ rằng chúng ta vẫn còn cơ hội và khả năng vận dụng trí óc của mình và đạt được hạnh phúc. Quan trọng nhất, ở giai đoạn này của cuộc đời, không có ngoại lệ, mọi người đều có cơ hội chuẩn bị cho một cái chết thanh thản và sử dụng khoảng thời gian quan trọng này như một cơ hội để nhận thức bản thân.

Vì tôi được tu luyện về Phật giáo nên tôi sẽ nói chủ yếu từ quan điểm Phật giáo. Tuy nhiên, trong văn hóa phương Tây, có hai quan điểm chính khác mà về nhiều mặt đều có giá trị như nhau – quan điểm hữu thần, chủ yếu đến từ các truyền thống Thiên chúa giáo, Do Thái, Hồi giáo, và quan điểm thế tục, bao trùm khoa học và thường chủ trương một quan điểm vô thần hoặc thuyết không thể biết.

Từ quan điểm hữu thần, chúng ta có thể chuẩn bị cho cái chết bằng cách trau dồi những phẩm chất yêu thương và từ bi, để chúng ta có thể trở nên "gần gũi với Thượng Đế". Chúng ta cũng được khuyến khích thành thật thú nhận mọi hành động tiêu cực của mình, biết rằng không bao giờ là quá muộn để cầu xin sự tha thứ và tìm thấy sự bình yên thực sự nếu chúng ta thành thật. Chúng ta có thể chấp nhận khó khăn và đau khổ như 'ý muốn của Thượng Đế', và điều này cho phép chúng ta tìm thấy trạng thái bình an nội tâm, bình tĩnh và tự tin. Cũng có quan niệm cho rằng người tốt sẽ được lên thiên đường nhờ việc làm tốt và đức tin của mình.

Từ quan điểm thế tục, có nhiều người không có bất cứ kỳ vọng cụ thể nào về cuộc sống sau khi chết. Đây có thể là một thái độ rất hữu ích, vì nó có thể ngăn chúng ta bám vào những ý tưởng và khái niệm có thể tỏ ra vô ích, dẫn đến ít sợ hãi hơn và nội tâm bình tĩnh hơn. Tuy nhiên, bất kể niềm tin của chúng ta là gì, chúng ta sẽ khám phá ra qua kinh nghiệm sống rằng lòng tốt, lòng bi mẫn và trái tim nhân hậu là những phẩm chất thiết yếu nuôi dưỡng mọi khía cạnh của cuộc sống chúng ta. Mặt khác, thái độ tiêu cực chỉ gây hại cho chính chúng ta và người khác. Vì vậy, thật hợp lý khi tập trung vào những phẩm chất tích cực này khi chúng ta cận kề cái chết và cố gắng hết sức để buông bỏ mọi tiêu cực. Đối với những người có niềm tin mạnh mẽ rằng chúng ta không còn tồn tại sau khi chết, ở một khía cạnh nào đó, đây cũng có thể là một thái độ hữu ích, vì nó có thể giúp chúng ta nhận ra cuộc sống này vô cùng quý giá và truyền cảm hứng cho chúng ta tận dụng tối đa nó.

Bây giờ tôi sẽ nói về một số khái niệm theo quan điểm Phật giáo mà tôi cảm thấy có thể hữu ích cho mọi người, bất kể nền tảng tôn giáo hay văn hóa của họ là gì. Tôi hy vọng rằng bạn sẽ thấy những nguyên tắc này liên quan như thế nào đến hệ thống niềm tin của chính bạn và sau đó áp dụng chúng vào cuộc sống của chính bạn.

NGHIỆP

Cho đi cái gì, nhận được cái nấy.
— *Tục ngữ truyền thống* —

〜

Với suy nghĩ của mình, chúng ta tạo nên thế giới.
— Đức Phật —

❧

Gieo nhân nào thì gặt quả đó.
— Chúa Giêsu Kitô —

❧

Hầu hết mọi người, theo đạo Phật cũng như không theo đạo Phật, đều quen thuộc với khái niệm nghiệp báo. Tuy nhiên, để chắc chắn rằng chúng ta hiểu nó một cách rõ ràng, tôi muốn sử dụng một vài phép tương đồng.

Hãy tưởng tượng chúng ta có một cái bồn chứa đầy nước trong và sau đó chúng ta cho một ít đất hoặc một ít thuốc nhuộm vào đó. Nước sẽ trở nên đục. Tương tự như vậy, tâm trí của chúng ta giống như làn nước trong vắt, và bất kỳ hành động hay suy nghĩ nào chúng ta có sẽ in sâu vào dòng tâm thức của chúng ta. Chúng ta phải hiểu rằng bất cứ điều gì chúng ta nghĩ, nói hay làm đều phụ thuộc vào tâm, vì hành động của chúng ta bắt đầu từ tâm và kết thúc bằng tâm. Do đó, tâm giống như một vị vua, thân và khẩu là những người hầu của nó, thực hiện bất cứ điều gì tâm chỉ dẫn. Vì vậy, bất cứ điều gì chúng ta làm đều in sâu vào tâm trí. Theo Phật giáo, tâm (thô) và lời nói phụ thuộc vào cơ thể vật lý và do đó tạm thời và dễ bị hủy diệt, trong khi tâm vi tế không phụ thuộc vào vật chất và do đó tồn tại sau khi chúng ta chết. Vì lý do này, chúng ta có ý tưởng về những chu kỳ liên tục của cuộc sống, với những dấu vết trong tâm trí tiếp tục từ đời này sang đời khác.

Một sự tương tự khác là một ngân hàng. Khi chúng ta kiếm được tiền nhờ làm việc chăm chỉ, chúng ta gửi số tiền này vào ngân hàng, và sau đó, khi chúng ta cần sử dụng số tiền này, số tiền này sẽ ở đó chờ chúng ta. Tương tự như vậy, khi chúng ta có một suy nghĩ tích cực hoặc thực hiện một hành động tích cực, chúng ta sẽ tích lũy công đức cho tương lai của mình; tuy nhiên, khi chúng ta suy nghĩ hoặc hành động một cách tiêu cực, chúng ta sẽ lấy đi công đức này, và nếu chúng ta lấy đi một số tiền đáng kể thì cuối cùng chúng ta sẽ phải trả nợ.

Nghiệp là một khái niệm cơ bản trong Phật giáo [36], mặc dù ngay cả khi chúng ta không có bất kỳ niềm tin tâm linh nào thì nó vẫn áp dụng cho chúng ta. Nếu chúng ta làm điều gì đó không tử tế hoặc thiếu suy nghĩ đối với một người, điều này sẽ dẫn đến hai hậu quả khó chịu. Trước hết, người đó sẽ không ưa chúng ta, thứ hai là chúng ta sẽ cảm thấy hối hận. Ban đầu chúng ta có thể không nhận thấy điều này, nhưng sâu thẳm bên trong chúng ta sẽ luôn có một chút tiếc nuối nào đó trong lòng, điều này cuối cùng sẽ lộ ra ngoài. Mặt khác, như các nghiên cứu tâm lý hiện nay cho thấy, nếu chúng ta tử tế với ai đó, chúng ta sẽ cảm thấy bản thân hạnh phúc hơn và người khác cũng có nhiều khả năng tử tế với chúng ta hơn.[37] Sự khác biệt thực sự duy nhất giữa những sự thật đơn giản này và điều mà những người theo đạo Phật tin là ý tưởng cho rằng chúng ta mang theo nghiệp mà chúng ta đã tích lũy trong đời này sang đời sau.

Những cuộc sống tương lai của chúng ta được tạo ra bởi nghiệp của chúng ta như thế nào? Nếu chúng ta luôn rất rộng rãi, trước tiên chúng ta sẽ nhận thấy rằng những người xung quanh cũng hào phóng đáp lại chúng ta. Chúng ta thậm chí có thể nhận thấy rằng nhiều người chúng ta chưa từng gặp cũng rất hào phóng với chúng ta, vì vậy chúng ta dễ dàng đạt được thành công về mặt tài chính và các hình thức thành công khác. Hầu hết chúng ta có thể gọi đây là sự may mắn, nhưng những người theo đạo Phật sẽ nói rằng những điều kiện thuận lợi bên ngoài này thực sự là kết quả của những hành động tốt hay nghiệp tốt trước đây của chúng ta trong kiếp này hoặc những kiếp trước. Mặt khác, nếu hiện tại chúng ta có điều kiện bên ngoài kém, thì đó là do nghiệp xấu mà chúng ta đang giải nghiệp. Điều này dựa trên ý tưởng rằng mọi thứ đều phụ thuộc lẫn nhau và do đó không có gì là ngẫu nhiên, ngay cả những gì chúng ta thường nghĩ là "may mắn" tốt hay xấu.

Vì vậy, chúng ta không nên nản lòng nếu hoàn cảnh của mình xấu, cũng không nên cảm thấy tự hào nếu hoàn cảnh của mình may phước. Người đang sống "cuộc sống tốt đẹp" thực chất là đang sử dụng hết nghiệp tốt từ ngân hàng nghiệp của mình, trong khi người đang gặp khó khăn đang sử dụng hết hoặc "tịnh hóa" nghiệp xấu. Tuy nhiên, cả hai đều có cơ hội tạo điều kiện tốt cho bản thân trong kiếp hiện tại và tương lai bằng cách thực hiện những hành động tốt.

KHỔ ĐAU VÀ TẨY TỊNH

Đau khổ gắn liền với nghiệp chướng đối với người Phật tử. Đức Phật đã dạy rằng đau khổ là sự thật đầu tiên trong cuộc sống, rằng nếu chúng ta sống thì chúng ta sẽ đau khổ.[38] Chúng ta đã biết điều này trong cuộc sống bởi vì mọi thứ chắc chắn sẽ xảy ra sai sót - chúng ta đau lòng và chúng ta mất đi những người và những thứ mà chúng ta quan tâm. Vậy nếu chúng ta không thể tránh được những tác động bên ngoài gây ra đau khổ thì chúng ta có thể làm gì để vượt qua nó? Câu trả lời là chúng ta cần hiểu rằng nguyên nhân gốc rễ của đau khổ được tìm thấy trong những cảm xúc và hành động tiêu cực trước đây của chúng ta. Thông qua việc lưu tâm đến sự thật này, chúng ta có thể học cách tạo ra những trạng thái tâm trí lành mạnh và học cách quan sát, chấp nhận và buông bỏ những suy nghĩ và cảm xúc đang chạy đua trong tâm trí chúng ta, thay vì giữ chặt chúng. Thông qua quá trình này, chúng ta có thể giảm bớt mức độ đau khổ hiện tại và dần dần loại bỏ hoàn toàn đau khổ.

Điều đầu tiên chúng ta phải hiểu là đau khổ là do chính chúng ta, do tâm của chúng ta tạo ra chứ không phải ai khác. Những điều kiện bên ngoài mà chúng ta nghĩ mang lại đau khổ thực ra chỉ là những điều kiện thứ yếu và đây là kết quả của nghiệp. Điều này không có nghĩa là chúng ta nên tự trách mình vì những điều kiện bên ngoài - việc đổ lỗi không quan trọng hay hữu ích. Đúng hơn, chúng ta phải hiểu nguyên nhân của các điều kiện bên ngoài và sau đó giải quyết chúng.

Vậy nếu đau khổ hiện tại cũng như tương lai là hậu quả của nghiệp tiêu cực, chúng ta có thể làm gì với nó? Chúng ta có bị kết án phải gánh chịu hậu quả của những hành động trong quá khứ của mình hay chúng ta có thể thay đổi tình trạng này không?

May mắn thay, chúng ta có thể tịnh hóa nghiệp quá khứ, miễn là chúng ta thành thật về việc này. Điều này có thể ngăn ngừa đau khổ trong tương lai và cũng có thể làm giảm bớt trải nghiệm đau khổ của chúng ta trong quá trình hấp hối. Để giặt đồ bẩn chúng ta cần xà phòng và nước. Khi nào chúng ta (muốn) rửa sạch nghiệp tiêu cực, chúng ta cần bốn điều kiện:

1. Hối lỗi

Cần phải tạo ra sự chấp nhận chân thành đối với bất kỳ xung đột hoặc vấn đề nào đã khiến bạn gặp khó khăn trong suốt cuộc đời, cùng với sự hối hận về bất kỳ điều gì sai trái mà bạn có thể đã phạm phải. Điều này bao gồm mọi thứ bạn không nhớ từ kiếp này và có lẽ cả những điều từ kiếp trước. Tuy nhiên, khả năng ghi nhớ mọi thứ không quan trọng bằng sức mạnh và tính chân thực của cảm giác mà bạn tạo ra. Bạn có thể nghĩ, 'Tôi đây, đây là tôi. Tôi không có gì để giấu; Tôi hoàn toàn chấp nhận bản thân mình và tôi thành thật thừa nhận mọi khuyết điểm của mình'. Hãy nhớ đừng nhầm lẫn sự hối hận với cảm giác tội lỗi hoặc sự xấu hổ không lành mạnh, vì ý hướng là bộc lộ một cách công khai những xu hướng tiêu cực của bạn mà không tự phê bình bản thân. Bạn đang cho phép bản thân chấp nhận mọi phần của con người bạn với tư cách là một con người và sau đó buông bỏ mọi thứ đang đè nặng lên bạn.

2. Áp dụng Thuốc giải độc

Điều này có nghĩa là bạn nên cố gắng hết sức để thực hiện những hành động tốt và trau dồi những trạng thái tâm thiện lành, vì đây là một phần của quá trình thanh lọc. Hãy phát khởi lòng bi mẫn đối với người khác và cầu xin sự tha thứ bằng bất cứ cách nào có ý nghĩa đối với bạn, cầu xin hoặc cầu nguyện để được giúp đỡ để rửa sạch nghiệp tiêu cực của bạn. Nhiều người thấy hữu ích khi nghĩ đến việc dâng mình cho một 'quyền lực cao hơn', cho dù đó là Chúa, Phật hay tiềm năng tốt đẹp chung của con người. Nhìn mọi việc từ góc độ này, bạn có thể thấy mình có thể tha thứ cho những người mà bạn có ác cảm, nói chuyện cởi mở với những người đã trở nên xa cách hoặc thậm chí giải quyết những xung đột lâu dài. Tuy nhiên, kết quả quan trọng nhất của việc thực hành này là sự chuyển hóa trạng thái tâm trí của chính bạn.

3. Quyết tâm

Điều này có nghĩa là bạn nên thực sự cương quyết không lặp lại những hành động hoặc thói quen tương tự đã khiến bạn tạo nghiệp tiêu cực hoặc sống trong trạng thái xung đột cảm xúc. Tầm quan trọng của điều này không thể nói gì hơn. Quyết tâm của bạn phải đến mức ngay cả khi mạng sống của bạn bị đe dọa, bạn cũng sẽ từ chối thực hiện hành động này hoặc nghĩ lại theo cách này. Người ta nói rằng một quyết tâm mạnh mẽ và chân thành có thể đủ mạnh mẽ để tịnh hóa nghiệp tiêu cực trong nhiều đời. Điều này không phụ thuộc vào lượng thời gian bạn dành để suy nghĩ theo cách này, mà phụ thuộc vào tính chân thực và sức mạnh của sự cam kết của bạn.

4. Mãnh liệt

Cuối cùng, bạn cần có mức độ tập trung cao, suy nghĩ sâu sắc về tất cả những hành động tiêu cực mà bạn từng phạm phải và thực sự nhận biết tất cả những điều bạn muốn thay đổi. Bạn có thể nhiệt thành cầu nguyện rằng tất cả những điều này sẽ được cuốn trôi. Có hàng ngàn lời cầu nguyện chính thức trong Phật giáo, cũng như nhiều trong Cơ đốc giáo và các tôn giáo khác, nhưng nếu bạn không biết bất kỳ lời cầu nguyện chính thức nào, bạn có thể nói bất cứ điều gì xuất phát từ trái tim. Bạn nói gì không quan trọng, miễn là nó xác thực và chân thành. Từ đó nó có thể rất mạnh mẽ.

Nỗi đau khổ trải nghiệm khi chết có thể rất lớn. Tuy nhiên, nỗi đau tinh thần của một người thường lớn hơn nhiều so với nỗi đau thể xác của người đó. Bằng cách học cách tịnh hóa nghiệp tiêu cực, trải nghiệm đau khổ về tinh thần có thể giảm bớt đáng kể. Ngay cả sự đau khổ về thể xác, mặc dù chúng ta vẫn phải trải qua nó, nó sẽ không đè nặng lên chúng ta nhiều như trước đây. Chúng ta có thể vẫn còn trải qua đau khổ, nhưng nó sẽ không lấn át chúng ta.

Tâm lý học phương Tây đã xác định các giai đoạn khác nhau mà chúng ta trải qua sau khi phát hiện ra mình mắc một căn bệnh nan y hoặc thực sự phải đối mặt với bất kỳ tin xấu bất ngờ nào.[39] Chúng bao gồm: phủ nhận rằng ngay từ đầu đã có điều gì đó không ổn, tức giận hoặc thất vọng vì mọi việc không theo ý mình, rồi chán nản và mất tự tin khi thấy mình bị vướng vào một điều gì đó mà chúng ta không thể kiểm soát được. Cuối cùng, mặc dù không phải tất cả mọi người đều đạt đến giai đoạn này, nhưng chúng ta có thể đạt đến trạng thái chấp nhận bình yên và chân thành, học cách buông bỏ mọi khó khăn mà chúng ta đã trải qua và nhìn cuộc sống với một cảm giác sâu sắc và khôn ngoan mới mẻ. Nếu chúng ta hiểu được sự thật về đau khổ và nỗ lực thanh lọc nghiệp chướng của mình, chúng ta có thể đạt đến giai đoạn bình yên và chấp nhận này sớm hơn nhiều.

Điểm cuối cùng là nếu chúng ta đau ốm và mệt mỏi, điều quan trọng là phải chấp nhận nỗi đau đi kèm với điều này hơn là cố gắng chống lại nó hoặc buộc mình phải giao tiếp với thế giới bên ngoài. Chấp nhận đau khổ cũng giúp chúng ta thoát khỏi cảm giác tội lỗi rằng chúng ta không còn có thể thực hiện được những cam kết và trách nhiệm trước đây, điều này chỉ làm tăng thêm những nỗi đau không cần thiết cho những đau khổ mà chúng ta đang trải qua. Văn hóa hiện đại tập trung vào việc tiến về phía trước và bận rộn đến mức thường khó cho phép bản thân thực sự lắng nghe cơ thể mình và nghỉ ngơi khi cần. Điều này đúng với mọi người ở bất kỳ giai đoạn nào của cuộc đời, nhưng đặc biệt là về cuối đời khi nhiều người trong chúng ta lần đầu tiên buộc phải "chậm lại".

LÒNG BI MẪN

Nếu ai đó không vui và gặp vấn đề, tôi thường khuyên họ nên thực hành lòng bi mẫn. Họ có thể trả lời: 'Bản thân tôi cũng thấy bất hạnh, làm sao tôi có thể có lòng bi mẫn với người khác?' Lối suy nghĩ này dường như gợi ý rằng lòng bi mẫn tương đương với sự cảm thông hoặc cảm thấy tiếc cho người khác, và rằng chúng ta sẽ đau khổ hơn nếu chúng ta gánh lấy gánh nặng của họ. Tuy nhiên, đau khổ thường đến khi chúng ta phớt lờ cảm xúc của người khác và bị cuốn vào niềm kiêu hãnh và phù phiếm của chính mình. Vì vậy, phát khởi lòng bi mẫn thực sự đối với người khác có thể là một cách rất hiệu quả để giảm bớt nỗi đau khổ của chính chúng ta.

Mặc dù việc thực hành lòng mẫn bi có thể mang lại lợi ích vô cùng lớn, nhưng nhiều người có ý tưởng hạn chế về ý nghĩa thực sự của lòng bi mẫn, nghĩ rằng nó có nghĩa là cảm thấy tiếc cho người khác trong khi chúng ta chỉ còn lại một cảm giác khó chịu. Kết luận hợp lý có thể là: "Cảm thương người khác khiến tôi đau khổ và do đó tôi không nên nghĩ đến nỗi đau khổ của người khác". Đây là một lối suy nghĩ rất hạn chế, vì lòng bi mẫn chân thật luôn đi đôi với trí tuệ và do đó không bao giờ nên khiến chúng ta đau khổ hay trở nên yếu đuối. Tại sao lại như vậy? Lòng bi mẫn chân thật có nghĩa là chúng ta hiểu được nguyên nhân của đau khổ và làm thế nào mỗi chúng sinh, bắt đầu từ chính chúng ta, đều có khả năng vượt qua đau khổ. Khi đó, trong tâm trí nhận lấy nỗi đau khổ của người khác, chúng ta có thể phát triển một tâm trí mạnh mẽ và can đảm, điều này thực sự bảo vệ chúng ta khỏi trải nghiệm đau khổ!

Để tôi đưa ra một ví dụ về cách chúng ta có thể kết hợp lòng bi mẫn với trí tuệ. Nếu ai đó bắn một người hoặc cướp tài sản của người đó, thì thông thường chúng ta dễ cảm thấy thương xót người đã mất tiền bạc hoặc thậm chí mất mạng, và tức giận với người đã phạm tội, nhưng bằng cách kết hợp lòng bi với trí tuệ, chúng ta nhận ra cả hai đều là đối tượng của lòng bi mẫn. Thứ nhất, người mất tiền phải chịu đau khổ do nhiều yếu tố, trong đó có nghiệp tiêu cực trước đây của họ, trong khi người đã phạm tội làm như vậy dưới sự kiểm soát của các cảm xúc phiền não và đang tạo ra đau khổ mới cho chính mình trong tương lai như một kẻ mất tiền. hậu quả của hành động của mình (thậm chí có thể tăng lên trong những đời tương lai). Trên cơ sở này mà lòng từ bi có thể được mở rộng một cách bình đẳng đến tất cả chúng sinh, bạn bè cũng như kẻ thù.

Loại bi mẫn này không chỉ tìm cách hiểu nỗi đau khổ của người khác mà còn khiến chúng ta sẵn sàng hành động để giảm bớt nỗi đau của họ. Thật tuyệt vời nếu chúng ta có thể giúp đỡ người khác, tuy nhiên, ngay cả khi không thể giúp đỡ, chúng ta nên nhớ rằng lòng từ bi chắc chắn sẽ giúp ích cho chúng ta. Hiểu được nỗi đau khổ của người khác là giảm bớt nỗi đau khổ của chính chúng ta, vì chúng ta nhận ra rằng tất cả chúng ta đều đang trải qua những cuộc đấu tranh tương tự và việc tập trung vào những vấn đề của chính mình không còn ý nghĩa gì nữa. Giống như những gợn sóng lan ra khi một hòn đá được ném xuống ao, thái độ từ bi cũng có thể giúp ích cho những người mà chúng ta tiếp xúc, chẳng hạn như bạn bè và gia đình. Đây có thể là chất xúc tác để xây dựng hòa bình giữa chúng ta và những người khác, cũng như giữa những người khác nhìn thấy tấm gương của chúng ta. Ai biết được những gợn sóng từ bi của chúng ta sẽ lan rộng đến đâu?

VƯỢT QUA NỖI SỢ CHẾT

Chết cũng giống như thay quần áo
— *Thánh Đức Dalai Lama* —

~

Nhìn chung, mọi người có xu hướng tránh nghĩ đến cái chết, nhưng sớm hay muộn chúng ta cũng phải nhận ra rằng đó là điều không thể tránh khỏi. Do đó, khi chúng ta già đi, chúng ta có thể gia tăng nỗi sợ hãi về cái chết, nỗi sợ hãi phần lớn dựa trên ba yếu tố chính. Đầu tiên là nỗi sợ mất người thân và tài sản, cùng với nỗi sợ bị hủy diệt. Sau đó là nỗi sợ hãi về nỗi đau thể xác khi chết. Cuối cùng, chúng ta phải đối mặt với nỗi sợ phải đối mặt với hậu quả của những hành động sai trái mà chúng ta có thể đã phạm, thường đi kèm với cảm giác hối hận sâu sắc. Tuy nhiên, tất cả những nỗi sợ hãi này đều có thể vượt qua nếu chúng ta biết cách.

Theo quan điểm của Phật giáo, sự bám chấp là nguồn gốc của đau khổ và do đó cần phải từ bỏ. Nếu chúng ta luyến ái với những người thân yêu của mình, nỗi sợ mất họ có thể khiến chúng ta vô cùng đau khổ. Để giảm bớt nỗi sợ hãi này, sẽ rất hữu ích khi nghĩ về tất cả những người mà chúng ta có liên hệ trong cuộc đời này, ngay cả những người thân thiết nhất với chúng ta, như thể họ giống như những người chúng ta đi ngang qua trên phố hoặc những nhân vật xuất hiện trong giấc mơ. Trong kế hoạch lớn hơn, họ chỉ đơn giản là những người quen biết qua đường.

Tuy nhiên, điều này không có nghĩa là chúng ta sẽ không bao giờ gặp lại những người thân yêu của mình nữa. Quả thực, nếu chúng ta buông bỏ sự bám luyến của mình thì thực sự có nhiều khả năng chúng ta sẽ gặp lại họ trong một hoàn cảnh thuận lợi. Điều này là do những tương tác tích cực mà chúng ta đã có với họ, dựa trên lòng tốt và sự hào phóng, chắc chắn sẽ thu hút chúng ta lại với nhau khi có điều kiện phù hợp. Mặc dù chúng ta phải nói lời tạm biệt với tất cả những người thân yêu của mình, nhưng chúng ta thực sự có thể mong chờ cái chết nếu chúng ta coi đó là một khởi đầu mới đang chờ đợi và có thể giảm bớt sự gắn bó với cuộc sống cũ.

Chúng ta cũng có thể có nỗi sợ hãi sâu xa về nỗi đau thể xác. Để đáp lại điều này, có thể hữu ích khi nhận thức được rằng không phải ai cũng trải qua một cái chết đau đớn. Thực tế, nhiều người chết không đau đớn và với tâm hồn thực sự bình yên. Tuy nhiên, nếu chúng ta trải qua nỗi đau, điều hữu ích là phát huy một tâm trí mạnh mẽ và một thái độ dũng cảm chấp nhận nỗi đau, thay vì nhìn nó với sự sợ hãi hay ác cảm. Quan trọng hơn, chúng ta nên ý thức rằng nỗi đau mà chúng ta trải qua có thể là một cách để tịnh hóa vô số ác nghiệp, đặc biệt nếu chúng ta có thể giữ được tâm thái đạo đức. Khi chúng ta bị bệnh, cảm giác đau đớn thường là dấu hiệu cho thấy cơ thể chúng ta đang lành lại. Thật hữu ích khi suy nghĩ theo cách tương tự khi cơ thể chúng ta đang trải qua quá trình chuyển đổi sang một lần tái sinh.

Thứ hai, điều quan trọng là tâm không chỉ bị nỗi đau chiếm giữ hay bám chấp vào nó. Ngay cả khi chúng ta trải nghiệm nó, việc chúng ta đối phó tốt đến đâu đều phụ thuộc vào mức độ chúng ta có thể buông bỏ phản ứng trước cảm giác đau đớn, đôi khi cảm giác này quá sức chịu đựng. Do đó, sẽ rất hữu ích khi học cách 'quan sát' nỗi đau hoặc để nó mờ dần, hoặc xem nó chỉ là cảm giác, lấp đầy tâm trí chúng ta bằng những suy nghĩ mạnh mẽ, đạo đức như nguồn cảm hứng của Thượng Đế hoặc bất cứ điều gì đại diện cho sự thật sâu sắc nhất của chúng ta.

Để đối phó với cảm giác hối hận, trước tiên chúng ta phải hiểu rằng việc cảm thấy hối hận về bất kỳ hành động sai trái nào mà chúng ta đã phạm là điều tốt. Chúng ta phải nhớ rằng bất kỳ hành động tiêu cực nào và kết quả của chúng chỉ là tạm thời và do đó không xác định được chúng ta là ai. Thay vào đó, bản chất thực sự của chúng ta về cơ bản là thanh tịnh và không bị ô nhiễm bởi những cảm xúc phiền não, giống như bầu trời trong trẻo không bị mây che phủ. Cảm giác hối hận thực sự về mọi hành động sai trái của chúng ta càng lớn thì khả năng thanh lọc bản thân của chúng ta càng lớn bằng cách sử dụng bốn điều kiện đã đề cập trước đây – hối lỗi, áp dụng phương pháp giải độc, quyết tâm, và mãnh liệt. Hãy nhớ rằng, sự hối lỗi thực sự không có nghĩa là chúng ta nên sống trong cảm giác tội lỗi và không làm gì cả. Thay vào đó, nó sẽ thúc đẩy chúng ta thực sự chấp nhận mình là ai và những gì đã xảy ra trong cuộc sống của chúng ta, đồng thời cố gắng hết sức để loại bỏ những trạng thái tâm bất thiện và trau dồi những phẩm chất tinh thần lành mạnh.

Việc hiểu được điều gì xảy ra khi chúng ta chết cũng có thể rất hữu ích. Phần lớn kiến thức này xuất phát từ các thực hành Mật tông của Phật giáo Tây Tạng, qua đó những hành giả vĩ đại sẽ tự rèn luyện bản thân để thực hành một cách có ý thức để vượt qua trải nghiệm về cái chết khi vẫn còn sống. Chúng ta rất may mắn vì kiến thức như vậy hiện nay đã được phổ biến rộng rãi, vì nó có thể giúp chúng ta biết chính xác điều gì sẽ xảy ra trong tiến trình hấp hối và giúp chúng ta vượt qua nỗi sợ hãi về sự hủy diệt.

Cái chết thực ra là một tiến trình chúng ta trải qua hàng ngày khi chìm vào giấc ngủ. Khi chúng ta chìm vào giấc ngủ, tâm thô, bao gồm những suy nghĩ và cảm xúc thông thường của chúng ta, hòa tan vào tâm vi tế, và chúng ta có thể trải nghiệm những cảm giác như hỷ lạc và trong sáng khi điều này xảy ra. Khi chúng ta chết, tâm vi tế càng trở nên vi tế hơn và năng lượng của cơ thể vật chất lần lượt tan rã thành bốn yếu tố: đất, nước, lửa, và gió. Đây là lý do tại sao khi chết, đầu tiên chúng ta cảm thấy vô cùng nặng nề, như thể đang chết đuối, vì yếu tố đất đang dần dần hòa tan vào yếu tố nước. Tiếp theo, chúng ta cảm thấy cực kỳ mất nước, khi yếu tố nước tan rã, và sau đó cơ thể chúng ta trở nên lạnh lẽo khi yếu tố lửa tan rã. Cuối cùng, chúng ta thấy khó cử động và dần dần hơi thở của chúng ta ngừng lại khi yếu tố gió tan biến.

Có nhiều chi tiết hơn về quá trình tan rã này,[40] và những chi tiết này có thể được tìm thấy trong những cuốn sách cụ thể về chủ đề này. Tuy nhiên, điều quan trọng cần biết là quá trình này không hoàn tất khi ngừng thở. Mặc dù hơi thở và nhịp tim đều đã ngừng và người ta thường được coi là đã chết, nhưng các tiến trình tinh thần của cái chết vẫn tiếp tục, và do đó không nên di chuyển chúng trong một thời gian hoặc đánh lạc hướng chúng bằng tiếng ồn. Những gián đoạn như vậy thực sự có thể làm xáo trộn tâm trí vi tế của người sắp chết trong khi các giai đoạn tan rã cuối cùng đang diễn ra, dẫn đến tinh thần bất ổn trong một số giai đoạn nhất định.

Ở Tây Tạng, có nhiều trường hợp hành giả tâm linh đã thể hiện sự làm chủ hoàn toàn tiến trình hấp hối và thường thì thân thể họ vẫn còn ấm, đặc biệt là trung khu tim, nhiều ngày sau khi ngừng thở. Để đưa ra một ví dụ, vị thầy của tôi, Lama Lobsang Trinley và người anh em tâm linh Lama Rinpal của thầy đều có thể thông báo thời điểm chết của họ và viên tịch trong trạng thái thiền định sâu mà không bệnh tật. Đức Karmapa vĩ đại thứ 16 luôn vui vẻ trong suốt cơn bệnh cuối cùng của ngài, và nhiều ngày sau khi ngài qua đời người ta thấy trái tim của ngài vẫn còn ấm áp,[41] khiến các bác sĩ và nhà khoa học phương Tây bối rối. Điều này cho thấy vẫn có thể có mối liên hệ giữa tâm trí và cơ thể rất lâu sau khi chúng ta thường nghĩ rằng một người đã 'chết'.

Tuy nhiên, đối với hầu hết mọi người, trong khi chúng ta đang tách rời khỏi cơ thể hiện tại, tâm trí vi tế của chúng ta dần dần trở nên thô thiển hơn và chúng ta bị đẩy tới một sự tái sinh mới. Điều này được trình bày chi tiết trong "những lời dạy về bardo", với thuật ngữ bardo mô tả một trạng thái hoặc tiến trình trung gian giữa đời này và đời sau. Ở trạng thái này, nhận thức có ý thức của chúng ta tái xuất hiện với khả năng cảm giác, cảm nhận, và nhận biết mọi thứ một lần nữa nhưng không có sự hỗ trợ của cơ thể vật lý. Sau một giai đoạn chuyển tiếp được cho là kéo dài khoảng bảy tuần, nhận thức có ý thức này thường tái sinh một lần nữa trong một cơ thể mới.[42]

Tất cả chúng ta đều mong muốn một cái chết bình yên, nhưng điều này phụ thuộc vào cách chúng ta đã sống cuộc sống của mình. Điều quan trọng là sống một cuộc sống bình yên và nỗ lực hết mình để phát triển những phẩm chất tinh thần tốt như lòng nhân ái, lòng bi mẫn, sự tha thứ, và lòng bao dung. Khi chúng ta sắp chết, điều cực kỳ quan trọng là tập trung vào việc phát triển những phẩm chất này, vì đây là thời điểm rất mạnh mẽ và chúng ta có cơ hội tuyệt vời để đảm bảo cho mình một cái chết bình yên và một sự tái sinh cát tường.

THỰC HÀNH CHO KHOẢNH KHẮC CỦA LÚC CHẾT

Có hai thực hành tâm linh quan trọng mà chúng ta có thể thực hiện để giúp mình đạt được cái chết bình yên. Đầu tiên là một thực hành tịnh hóa sâu rộng hơn mà chúng ta có thể thực hiện một thời gian nào đó trước khi chết hoặc vào lúc chết, nếu chúng ta có đủ năng lượng. Cách thực hành thứ hai là một phương pháp rất đặc biệt và thiết thực giúp chúng ta đạt được tái sinh vào cõi tịnh độ hay thiên đường. Một cõi như vậy phản ánh những phẩm chất của những bậc giác ngộ và thoát khỏi đau khổ, vì không có cơ hội cho những trạng thái tinh thần phiền não phát sinh, và những chúng sinh sống ở đó một cách tự nhiên sở hữu những trạng thái tâm thiện lành và nhận thức thiêng liêng.

Tuy nhiên, cả hai phương pháp thực hành này đều dựa vào khả năng phát triển tâm trí bình tĩnh và ổn định của chúng ta. Do đó, điều quan trọng trước tiên là phải học những điều căn bản về thực hành thiền. Do đó tôi sẽ đưa ra một cái nhìn tổng quan ngắn gọn về cách hành thiền trước khi mô tả những thực hành quan trọng này.

Học Cách Thiền

Chẳng may thay, tâm trí của chúng ta thường bị phân tán đến mức khó tập trung vào một đối tượng mà không mất tập trung. Do đó, điều quan trọng là học một phương pháp hoặc thói quen để chánh niệm đưa tâm trí và cơ thể đến trạng thái thư giãn, bình tĩnh và tỉnh táo bất cứ khi nào chúng ta chọn.[43] Điều này bắt đầu bằng việc biết các tư thế thiền đúng.

Bốn Tư Thế Thiền
Ta có thể thiền trong khi ngồi, nằm, đi, hoặc đứng – và mỗi tư thế này có thể được sử dụng một cách trang trọng hoặc thân mật.

Để ngồi, bạn nên sử dụng một chiếc ghế có đệm lưng thẳng thoải mái hoặc một chiếc ghế hoặc đệm thiền. Hai tay đặt trong lòng hoặc trên đùi, lưng giữ thẳng, cằm hơi hếch vào. Hàm, lưỡi, vai và bụng đều thả lỏng, mắt nhắm hoặc nửa mở, nhẹ nhàng nhìn chăm chú hướng xuống. Đặt lưỡi phía sau răng trên có thể khiến đầu óc tỉnh táo hơn, đồng thời đặt lưỡi phía sau răng hàm dưới có thể giúp bạn đạt được trạng thái thư giãn và bình tĩnh hơn.

Để nằm, bạn có thể nằm ngửa, hai tay đặt bên cạnh và hai tay mở rộng, hoặc nằm nghiêng về bên phải với tay phải đặt dưới mặt, hai chân cùng với đầu gối hơi cong và cánh tay trái đặt dọc theo bên trái. cơ thể của bạn. Khi đi và đứng, bạn nên nắm tay, bàn tay phải bên trong bàn tay trái, phía trước thân người, để cánh tay buông thõng tự nhiên và bảo đảm tư thế thẳng lưng nhưng thoải mái.

Phương Pháp Thiền Căn Bản
Tất cả các loại thiền đều tuân theo cùng một phương pháp cơ bản và điều này bắt đầu bằng việc thư giãn cơ thể một cách có ý thức. Một cách tốt để đạt được điều này là thực hiện một số 'bài tập thư giãn' nhẹ nhàng trước khi thiền, chẳng hạn như lắc hoặc xoa bóp các bộ phận khác nhau trên cơ thể hoặc thực hiện các động tác yoga nhẹ nhàng. Sau đó, bạn nên buông bỏ một cách có ý thức mọi lo lắng về quá khứ và tương lai, quyết tâm trở thành một người 'không có lịch sử' trong khi đang hành thiền. Sau đó, tập trung tâm trí của bạn vào nhận thức về thời điểm hiện tại, bao gồm hơi thở, sự hiện diện vật lý của cơ thể,

cảm giác trong cơ thể, âm thanh xung quanh và trạng thái của tâm trí bạn, chú ý đến cách tất cả những điều này phát sinh và biến mất.

Khi chánh niệm của bạn đã được thiết lập tốt, bạn có thể tiếp tục tập trung vào thời điểm hiện tại, được neo giữ bởi nhận thức về hơi thở trong toàn bộ cơ thể (và biết bạn đang thở một hơi thở dài hay một hơi thở ngắn). Ngoài ra, bạn có thể chuyển nhận thức của mình sang một đối tượng thiền cụ thể như hình ảnh, âm thanh, quán chiếu về một chủ đề như lòng từ, hoặc nhận thức thuần túy về hơi thở ở tim hoặc chóp mũi.

Điều không thể tránh khỏi là các tư tưởng sẽ khởi lên, và bạn chỉ nên quan sát hay ghi nhận chúng bằng 'khía cạnh nhận biết' của tâm mà không bám chấp vào chúng, rồi nhẹ nhàng quay trở lại đối tượng thiền. Âm thanh và những cảm giác khác sẽ vẫn còn đó ở phía sau; một phần tâm trí của bạn sẽ nhận biết được những cảm giác này, tuy nhiên chúng không cần phải quấy rầy chánh niệm của bạn nếu bạn có thể chỉ quan sát chúng mà không phản ứng. Bằng cách thực hành theo cách này, cuối cùng bạn sẽ đạt đến trạng thái cơ thể thư giãn, cảm xúc bình tĩnh và tâm trí trong sáng.

Lúc đầu, các thời thiền ngắn và thường xuyên là cách tốt nhất để phát triển trạng thái tâm trí bình tĩnh và cân bằng. Bằng cách đó, việc luyện tập sẽ trở nên hấp dẫn và thú vị và chắc chắn bạn sẽ nhận thấy sự khác biệt sau khi thực hiện một thời gian. Một trạng thái tâm tĩnh lặng sẽ cho phép bạn thực sự cảm nhận được tác dụng của hai thực hành tiếp theo và đạt được cái nhìn sâu sắc thực sự về ý nghĩa thực sự của chúng.

Thực Hành Tịnh Hóa

Việc làm quan trọng nhất trong việc chuẩn bị cho cái chết là tịnh hóa ác nghiệp của chúng ta. Điều này đòi hỏi bốn điều kiện mà tôi đã thảo luận trước đây: hối hận, áp dụng phương pháp giải độc, quyết tâm, và mãnh liệt. Chúng ta có thể làm cho thực hành này trở nên mạnh mẽ hơn nữa bằng một quán tưởng đặc biệt mà Phật tử gọi là Vajrasattva.[44] Vajrasattva là một vị Bổn tôn trắng sáng rực rỡ, hiện thân của sự thanh tịnh, từ bi và sức mạnh chữa lành. Đối với những người có khuynh hướng tâm linh khác nhau, điều quan trọng là thực hiện thực hành này với sự hỗ trợ của bất cứ điều gì đại diện cho chân lý này cho bạn. Ví dụ, bạn có thể chọn quán tưởng Chúa Giêsu, một sự hiện diện yêu thương dưới dạng ánh sáng trắng rực rỡ, hoặc có lẽ là một hình ảnh từ thiên nhiên như mặt trời chiếu qua một cơn mưa đầy ánh sáng.

Đầu tiên hãy áp dụng một trong những tư thế thiền được mô tả ở trên, bất kỳ tư thế nào bạn cảm thấy thoải mái nhất. Hãy nhớ lại bất cứ điều gì bạn đã làm sai trong cuộc đời này và công khai thừa nhận điều này, cùng với tất cả những nỗi đau mà bạn đang ôm giữ, vì bất cứ lý do gì. Bạn cũng có thể thừa nhận rằng bạn đã phạm nhiều hành vi tiêu cực trong nhiều kiếp. Hãy quán tưởng hình tướng của Vajrasattva (hoặc bất cứ điều gì thể hiện sự thật này cho bạn) trên đầu bạn, màu trắng như mặt trăng nhưng trong suốt, được trang điểm bằng ngọc và ngồi xếp bằng trên một bông hoa sen trắng. Hãy thỉnh cầu với sự thành thật chân thành, 'Xin Đấng từ bi, xin hãy tịnh hóa mọi ác nghiệp của con'.

Sau đó, bạn hãy quán tưởng dòng cam lồ giống như sữa thiêng liêng của phúc lạc, lòng bi mẫn và sự tha thứ chảy từ trái tim của Đức Vajrasattva và thấm vào từng lỗ chân lông trên da và từng tế bào trên cơ thể bạn, rửa sạch mọi nghiệp tiêu cực và cảm xúc có hại của bạn. Tất cả bụi bẩn bị cuốn trôi và rời khỏi phần dưới cơ thể bạn dưới dạng khói đen, mực hoặc máu bẩn, biến mất dưới lòng đất. Dần dần, cam lồ thánh thiện sẽ tràn ngập cơ thể bạn, cơ thể bạn trở nên giống như một viên pha lê, như thể bạn đã rót sữa vào ly. Đây không chỉ là quán tưởng mà là thứ bạn có thể thực sự cảm nhận được trên toàn bộ cơ thể mình.

Nếu bạn thấy việc hình dung này khó khăn thì một hình thức thực hành khác là hình dung hơi ấm của mặt trời dần dần tràn ngập

*Vajrasattva, hiện thân của sự thanh
tịnh trong truyền thống Phật giáo Tây Tạng.*

cơ thể bạn, sau đó là một cơn mưa rào nhẹ nhàng lướt qua làn da của bạn và sau đó xuyên qua tất cả các cơ, xương của bạn. và các cơ quan nội tạng. Tốt nhất là áp dụng một hình thức thực hành gợi lên tốt nhất cho bạn cảm giác bình tĩnh, hạnh phúc và rạng rỡ khắp cơ thể.

Mỗi ngày, càng thường xuyên càng tốt, bạn nên tiếp tục quán tưởng này và trở nên tin tưởng rằng bạn đã tịnh hóa được nghiệp tiêu cực và những cảm xúc có hại. Cuối cùng, khi bạn đã tịnh hóa đầy đủ nghiệp lực của mình, bạn sẽ không còn sợ chết hay hối tiếc nữa, dẫn đến một cái chết bình yên và một sự tái sinh quý giá. Bạn có thể biết rằng sự thực hành đang có hiệu quả khi bạn có thể cảm nhận được cam lồ phúc lạc màu trắng, rạng rỡ lấp đầy toàn bộ cơ thể bạn, và bạn sẽ cảm thấy một niềm tin chắc rằng bạn đã được tịnh hóa, như thể một gánh nặng lớn đã được trút bỏ khỏi vai bạn.

Tại sao Vajrasattva? Trong truyền thống Phật giáo, người ta kể rằng xưa kia có một vị thánh tên là Vajrasattva đã đạt giác ngộ với khát vọng tịnh hóa ác nghiệp của người khác, giống như việc Chúa Kitô chết trên thập tự giá để tịnh hóa tội lỗi của thế gian. Do đó, cầu nguyện với sự hỗ trợ của Vajrasattva, hoặc Chúa Giêsu nếu bạn là người theo đạo Thiên chúa, có thể có tác dụng đặc biệt mạnh mẽ.

Thực hành để được Tái sinh Thoát khỏi Khổ đau

Nếu chúng ta mong muốn được tái sinh xinh đẹp, giàu có hay quyền lực thì điều này chắc chắn có thể đạt được nếu chúng ta được trang bị phương pháp tịnh hóa nghiệp tiêu cực và mong muốn được tái sinh theo cách này. Tuy nhiên, việc tái sinh thành một người xinh đẹp, giàu có hay quyền lực không bảo đảm rằng chúng ta sẽ thoát khỏi đau khổ trong những đời tương lai.

Nếu chúng ta thực sự mong muốn thoát khỏi khổ đau, điều tốt nhất là mong muốn được tái sinh vào một cõi tịnh độ hay cõi trời. Có cả một trường phái Phật giáo ("Phật giáo Tịnh độ") nhấn mạnh đến việc rèn luyện tâm trí với nguyện vọng này, để khi chúng ta đến gần thời điểm chết, chúng ta có thể tự tin và quen thuộc với quá trình chuyển đổi sang tái sinh trong cõi tịnh độ gọi là Cực Lạc. Mặc dù những giáo lý này bắt nguồn từ kinh điển Phật giáo và có từ nhiều thế kỷ trước, nhưng chúng không hề lỗi thời và cũng không chỉ là giáo điều. Đúng hơn, chúng đã được xác nhận hết lần này đến lần khác bởi kinh nghiệm trực tiếp của những hành giả chứng ngộ cao, ngay cả ngày nay, và trong nhiều trường hợp cái chết của những hành giả này đi kèm với những dấu hiệu kỳ diệu. Quả thực tôi đã đích thân chứng kiến điều này nhiều lần ở Tây Tạng. Để lấy một ví dụ, có một lần, một người phụ nữ ở làng tôi sắp chết vì ung thư vòm họng kể với tôi rằng cô ấy đã sợ chết trong vài tuần, cho đến một ngày cô ấy nhìn thấy linh ảnh của Đức Phật A Di Đà màu đỏ trước mặt cô ấy - từ lúc đó cô hoàn toàn không còn sợ chết và cảm thấy vui vẻ, thoải mái, không còn quan tâm đến

Đức Phật A Di Đà

nỗi đau thể xác.

Bằng cách siêng năng thực hành thiền định để làm quen với cõi Cực Lạc, chúng ta sẽ tạo điều kiện cho một cái chết không sợ hãi, an lạc và vui vẻ, tin tưởng rằng chúng ta sẽ có một tái sinh mới tuyệt vời. Xin hãy hiểu rằng thực hành này không chỉ dành cho Phật tử. Nếu bạn có niềm tin mãnh liệt vào Chúa hoặc một đấng vĩ đại như Chúa Giêsu, thì đây là Cực lạc dành cho bạn và do đó việc thực hành vẫn sẽ có hiệu quả đối với bạn.

Tại sao Sukhavati lại đặc biệt như vậy? Giống như Vajrasattva dành sự giác ngộ của mình để tịnh hóa nghiệp tiêu cực của chúng ta, người ta nói rằng một vị bồ tát, hay một bậc vĩ đại, được biết là A Di Đà đã từng khao khát giải thoát mọi người khỏi đau khổ vào lúc chết và, thông qua sự giác ngộ của mình, đã tạo ra thiên đường Cực Lạc. Điều này không có nghĩa là ngài ấy đã xây dựng nơi này; đúng hơn, ngài hồi hướng đại dương thiện nghiệp để một cõi tịnh độ sẽ hiển lộ, trong đó con người sẽ tái sinh nếu nguyện vọng của họ thực sự chân thành.

Nếu chúng ta tái sinh vào một cõi tịnh độ thì chúng ta bẩm sinh đã hoàn hảo. Điều này có nghĩa là chúng ta tự nhiên sở hữu những phẩm chất tinh thần tối cao, thực tế là vượt trội hơn nhiều so với những phẩm chất mà tôi đã mô tả trong cuốn sách này. Đặc biệt, chúng ta có lòng sùng mộ, tinh tấn, trí nhớ và nhãn thông siêu việt, định lực, lòng bi mẫn và trí tuệ. Chúng ta được sinh ra như vậy, là một sinh vật hoàn hảo về thể chất và tinh thần với khí chất thần thánh. Mặc dù chúng ta có thể vẫn còn những khuynh hướng nhất định, nhưng không có cơ hội cho những cảm xúc tiêu cực hay thói quen xấu xâm chiếm chúng ta bởi vì những điều kiện bên ngoài được thần thông của Đức A Di Đà ban gia trì. Ví dụ, không có ai gây ra tranh luận và không có điều kiện môi trường nào dẫn đến bất kỳ loại suy đồi, đau khổ hoặc cảm xúc tiêu cực nào. Do đó, tất cả nghiệp chướng của chúng ta sẽ tự nhiên được tịnh hóa và chúng ta sẽ không bao giờ tái sinh vào cõi bất tịnh trừ khi do chúng ta tự nguyện lựa chọn. Chúng ta sẽ thực sự được giải thoát.

Làm thế nào chúng ta đạt được cõi tịnh độ của A Di Đà? Giáo lý nói về bốn điều kiện rất đơn giản và hiệu quả. Hãy nhớ rằng đây là một thực hành vô cùng quý giá và mạnh mẽ. Rất hiếm khi gặp được lời dạy này và có may mắn thực hành nó.

1. Khát vọng đích thực
Bạn phải có ý định thực sự chân thành và mong muốn được tái sinh vào cõi Cực lạc. Thông thường chúng ta nghĩ dục vọng là chướng ngại cho một cái chết an lành; tuy nhiên, ở đây chúng ta có cơ hội duy nhất để sử dụng cảm xúc này để mong muốn được tái sinh vào Cực Lạc. Là con người, chúng ta thường bị dục vọng điều khiển, nhưng bây giờ chúng ta có cơ hội điều khiển nó để có thể đạt tới cõi tịnh độ của Đức A Di Đà.

2. Làm quen

Bạn cần phải làm quen với cõi tịnh độ, và đặc biệt là hình tướng A Di Đà, giống như cửa ngõ đi vào Cực Lạc. Do đó, bạn nên thực hành quán tưởng Đức Phật A Di Đà hoặc bất kỳ hình ảnh thần thánh nào mà bạn cảm thấy có mối liên hệ với trái tim, áp dụng một trong những tư thế thiền chính thức được mô tả ở trên.

Theo truyền thống, A Di Đà được miêu tả có màu đỏ hồng ngọc, giống như một ngọn núi hồng ngọc tỏa sáng dưới ánh sáng của hàng ngàn mặt trời. Ngài mặc áo cà sa đơn giản, ngồi xếp bằng, chắp tay trong tư thế thiền định (tay phải đặt lên tay trái, tựa vào lòng). Màu đỏ tượng trưng cho dục vọng của con người, với Đức Phật A Di Đà hiện thân để giải thoát chúng ta qua dục vọng. Theo truyền thống, hình dạng của Ngài được hình dung phía trên đỉnh đầu của chúng ta hoặc ở phía trước chúng ta, ngang tầm trán, hướng về phía chúng ta. Thông thường, hình ảnh lớn hơn nhiều so với kích thước của con người, thậm chí lớn bằng một ngọn núi, mặc dù nó có thể là bất kỳ kích thước nào mà bạn thấy thoải mái. Khi đó bạn có thể tưởng tượng lòng từ bi vô lượng phát ra từ trái tim của Đức Phật A Di Đà dưới dạng ánh sáng đỏ hoặc hồng, kết nối với mọi chúng sinh trong vũ trụ.

Nếu việc quán tưởng này không đến dễ dàng với bạn, một hình thức thay thế là hãy tưởng tượng một bông hồng đỏ ở giữa tim bạn, từ từ mở ra và tỏa ánh sáng đỏ hoặc hồng dịu khắp mọi bộ phận của cơ thể bạn. Sau đó, bạn có thể hình dung ánh sáng này như một quả cầu dần dần mở rộng ra ngoài cơ thể bạn, một lần nữa tạo ra sự kết nối với mọi sinh vật.

Sẽ rất tốt nếu bạn có thể giữ hình dung này một cách rõ ràng trong tâm trí, củng cố nó bằng cách thực hành lặp đi lặp lại. Bạn nên quán tưởng điều này mỗi ngày, càng thường xuyên càng tốt, lặp đi lặp lại cho đến khi bạn trở nên quen thuộc với nó đến mức bạn có thể cảm nhận được sự hiện diện của Phật A Di Đà. Điều quan trọng là cảm nhận được sự gần gũi hoặc cảm giác kết nối mạnh mẽ với A Di Đà. Tuy nhiên, nếu bạn thấy việc hình dung này đầy thách thức, thì hãy lấp đầy tâm trí bạn bằng màu đỏ hồng ngọc cũng như tình yêu thương và lòng bi mẫn phi thường của Ngài đối với bản thân và tất cả chúng sinh. Điểm cuối cùng là khi quán tưởng, chúng ta không chỉ đang bịa ra một điều gì đó, như khi chúng ta tưởng tượng một mảnh gỗ biến thành vàng; đúng hơn là chúng ta đang cố gắng tiếp xúc với một thực tế sâu sắc hơn.

Cũng rất tốt nếu chúng ta làm quen với một số đặc điểm độc đáo của Cực Lạc [45], được mô tả rất chi tiết trong nhiều văn bản Phật giáo khác nhau. Như tôi đã đề cập trước đây, không có cơ hội nào cho những phiền não phát sinh bởi vì môi trường và cư dân ở đó có bản chất thanh tịnh như vậy.

3. Tích tụ công đức

Bạn cũng phải cố gắng hết sức có thể để thực hiện những việc tốt và phát triển những phẩm chất tinh thần lành mạnh. Hãy tử tế với người khác, tránh giận dữ và ghen tị, đồng thời học cách tha thứ và buông bỏ bất cứ điều gì mà bạn gắn bó. Hãy nhắc nhở bản thân rằng bạn đang cố gắng chuyển hóa tâm mình để có thể tái sinh vào Cực Lạc. Ngoài ra, hãy cầu nguyện rằng bạn sẽ tái sinh ở đó vì lợi ích của tất cả chúng sinh, bởi vì khi tái sinh ở đó, bạn sẽ có nhiều tự do và khả năng làm lợi lạc người khác hơn, sở hữu một số năng lực thần thông vượt quá sự hiểu biết thông thường của chúng ta. Hãy trau dồi công đức và hành động tốt suốt cả ngày và tránh những hành động tiêu cực. Mỗi buổi sáng, hãy kiểm tra động lực của bạn, đưa ra quyết định để trở nên tử tế và từ bi hơn là bị thúc đẩy bởi lợi ích cá nhân. Hãy quyết tâm không lãng phí ngày hôm nay mà sử dụng nó một cách khôn ngoan để tích lũy công đức với ước nguyện tái sinh vào Cực Lạc. Mỗi buổi tối, hãy suy ngẫm về hành động của mình. Hãy nhận biết cả những hành động thiện và bất thiện của bạn, hồi hướng và hoan hỷ với những việc làm tốt của bạn, và quyết tâm không bao giờ lặp lại những hành động tiêu cực trong tương lai.

4. Hồi hướng

Bạn nên hồi hướng bất cứ điều tốt nào bạn đã làm trong suốt cuộc đời, cũng như đại dương những việc tốt được thực hiện bởi những người khác mà bạn biết hoặc có thể tưởng tượng, cho việc tái sinh vào cõi thiên. Việc hồi hướng những việc làm tốt của người khác ngoài việc làm của chính mình sẽ làm tăng sức mạnh khát vọng của chúng ta. Bất cứ khi nào bạn thực hiện một hành động tốt, hãy hồi hướng điều này bằng một lời cầu nguyện chân thành, thực hiện ước nguyện chân thành rằng bạn sẽ tái sinh vào Cực Lạc vì lợi ích của người khác. Hãy tự nghĩ: 'Con nguyện hồi hướng công đức của mình cùng với công đức của tất cả chúng sinh để con có thể tái sinh vào Cực Lạc để mang lại lợi ích cho tất cả chúng sinh. Con nguyện hồi hướng những thiện hạnh này để xua tan mọi chướng ngại để làm trọn hành trì này. Con cũng nguyện hồi hướng những thiện hạnh này để tất cả chúng sinh sẽ có may mắn được gặp và thực hành những giáo lý này'.

Hãy chắc chắn rằng bạn không hồi hướng những hành động tốt của mình cho một tái sinh trong tương lai với sức khỏe tốt, sắc đẹp, giàu có, địa vị, v.v. Những phẩm chất này bị hạn chế và sẽ cạn kiệt. Nếu sự hồi hướng của bạn hướng đến việc tái sinh vào Cõi Cực Lạc, bạn sẽ khám phá ra những phẩm chất này và nhiều phẩm chất vô biên khác thực sự vượt quá sức tưởng tượng của bạn.

ĐỜI SỐNG SAU KHI CHẾT

Điều gì thực sự xảy ra khi chúng ta chết nếu chúng ta đã rèn luyện tốt trong thực hành A Di Đà? Giáo lý nói về việc được sinh ra một cách kỳ diệu từ một bông hoa sen và có trải nghiệm hòa nhập với ánh sáng ấm áp vô hạn, nhìn thấy trực tiếp khuôn mặt của Đức Phật A Di Đà hoặc cảm nhận được sự hiện diện yêu thương của ngài. Chúng ta có thể nhận được lời tiên tri về sự giác ngộ của chính mình, hoặc được những bậc giác ngộ hướng dẫn về sự tái sinh của chúng ta.

Nếu chúng ta quen thuộc và phát triển niềm tin mạnh mẽ vào A Di Đà thì chúng ta có thể nhìn thấy ngài trực tiếp trước khi chết, và trải nghiệm trực tiếp này sẽ hoàn toàn lấy đi nỗi sợ chết của chúng ta. Mặc dù điều này nghe có vẻ khó tin nhưng nó không chỉ là mê tín. Ở tỉnh tôi ở Tây Tạng, tôi biết những người từng có cuộc sống bận rộn không có thời gian để tập trung vào việc thực hành tâm linh, nhưng sau đó họ chuyển sang tập trung vào thiền A Di Đà. Khi họ sắp đến tuổi già và cái chết, nhiều người trong số họ nhìn thấy Đức Phật A Di Đà và cảm thấy rất vui vẻ và an toàn. Mỗi người trong số họ đều trải qua một cái chết yên bình, không sợ hãi và không đau đớn. Tôi đã trực tiếp chứng kiến những sự việc này chỉ cách đây vài năm – nó không chỉ là một câu chuyện.

Tất cả những điều này có áp dụng cho người phương Tây được không? Chắc chắn! Những người đã trải qua trải nghiệm cận tử thường nói về việc bị thu hút và sau đó được ánh sáng bao bọc,[46] cũng như sự hiện diện của tình yêu vô điều kiện. Tôi đặc biệt thích thú khi đọc rằng Elizabeth Kubler-Ross,[47] nổi tiếng với công việc nghiên cứu những người sắp chết, mô tả một trải nghiệm rất giống trong cuốn tự truyện của cô ngay trước khi cô qua đời. Cô nhớ lại việc rời khỏi cơ thể mình và nhìn thấy nhiều bông hoa sen vô cùng xinh đẹp trước mặt, cũng nhìn thấy ánh sáng và biết rằng cô phải vượt qua một bông hoa sen khổng lồ đặc biệt và hòa nhập với ánh sáng và sự hiện diện yêu thương của nó. Sau trải nghiệm này, cô đã mất hết nỗi sợ chết:

Chết không có gì đáng sợ. Đó có thể là trải nghiệm tuyệt vời nhất trong cuộc đời bạn. Tất cả phụ thuộc vào cách bạn đã sống thế nào.[48]

Điều này tương tự về nhiều mặt với trải nghiệm của các hành giả A Di Đà ở Tây Tạng. Mặc dù cô ấy không đề cập đến việc nhìn thấy một sinh vật màu đỏ ruby, nhưng không nhất thiết phải có những chi tiết cụ thể giống hệt nhau, bởi vì nhận thức của mỗi người phụ thuộc vào cách rèn luyện tâm trí của mỗi người. Điều quan trọng hơn là: chúng ta nhận ra sự cần thiết phải sống như một con người tốt với niềm tin và lòng bi mẫn mạnh mẽ, có được niềm tin không lay chuyển rằng chúng ta sẽ có một cái chết bình yên và không sợ hãi.

Ngay cả khi chúng ta chưa quen với việc thực hành A Di Đà hoặc đơn giản là không thể liên hệ được với thực hành đó, chúng ta phải tự nhắc nhở mình rằng mọi giáo lý tâm linh đều cho chúng ta biết về khả năng có cuộc sống sau khi chết. Trong truyền thống Tây Tạng, có nhiều bằng chứng cho thấy đây không chỉ là niềm tin dựa trên niềm tin mù quáng. Một trong những ví dụ điển hình nhất là Đức Đạt Lai Lạt Ma, hiện thân của ngài là Tenzin Gyatso, còn được gọi là Đức Đạt Lai Lạt Ma thứ mười bốn. Ngay từ khi còn nhỏ, ngài đã được công nhận là hóa thân của Đức Đạt Lai Lạt Ma thứ mười ba nhờ một quá trình kiểm tra nghiêm ngặt, trong đó bao gồm, cùng với những việc khác, kiểm tra xem liệu ngài có thể nhận ra những đồ vật quen thuộc với mình ở kiếp trước hay không. Ngoài ra, việc học tập của ngài ấy tiến bộ với tốc độ nhanh bất thường so với các tu sĩ khác, cho thấy một lượng lớn 'khả năng tâm linh' bẩm sinh. Hơn nữa, vào cuối mỗi kiếp sống, Đức Đạt Lai Lạt Ma đưa ra một dấu hiệu về nơi mà Ngài sẽ tái sinh trong kiếp sau, cho thấy rằng Ngài có đủ khả năng kiểm soát tâm trí của mình để thực sự lựa chọn hoàn cảnh tái sinh của mình và rằng sự cam kết sâu sắc của Ngài đối với Phúc lợi của người dân Tây Tạng là một lời cam kết kéo dài nhiều đời kiếp.

Tương tự như vậy, có nhiều trường hợp các Tulku Tây Tạng, hay những lạt ma tái sinh được công nhận, chọn quay lại đời này qua đời khác để tiếp tục công việc tại tu viện của họ hoặc thậm chí ở nước ngoài, bất kể nguyện vọng của họ là gì. Họ không chỉ được nhận biết bằng các bài kiểm tra cụ thể và sự giải thích cẩn thận về các "dấu hiệu", mà nhiều người trong số họ còn có khả năng nhớ lại những sự kiện quan trọng trong tiền kiếp của họ, giống như cách chúng ta có thể nhớ những điều đã xảy ra với mình trong thời thơ ấu.

Hiện tượng này chắc chắn không chỉ giới hạn ở người Tây Tạng. Trong thời gian gần đây, khá nhiều người phương Tây đã được công nhận là tái sinh của các Lạt ma Tây Tạng.[49] Hiện nay cũng có một số lượng đáng kể các báo cáo trường hợp về những người từ các nước phương Tây có khả năng đặc biệt để nhớ lại những gì dường như là những kiếp trước. Một số câu chuyện của họ gần như tương quan chính xác với bằng chứng lịch sử từ một thời đại cụ thể hoặc một tình huống cụ thể, tiết lộ những sự thật mà đơn giản là không thể thu thập được bằng các phương tiện lừa đảo. Ví dụ, có nhiều trường hợp được ghi chép về trẻ nhỏ có thể xác định được nhà cửa và thành viên gia đình từ kiếp trước,[50] nhớ được tên và sự việc đã được những người còn sống ở những nơi này xác nhận.

Về cơ bản, có hai loại tái sinh. Thứ nhất, có sự tái sinh do lựa chọn, nơi chúng ta có thể kiểm soát tâm trí của mình ở mức độ cao và tái sinh giữa những người hoặc những tình huống mà chúng ta có thể giúp đỡ người khác một cách hiệu quả, giống như Đức Đạt Lai Lạt Ma. Rồi có sự sự tái sinh dưới sự kiểm soát của nghiệp, trong trường hợp đó chúng ta bị cuốn theo sức mạnh của những hành động trước đây của mình đến một cuộc sống mới, do cảm xúc và nghiệp của chúng ta quyết định.

Tuy nhiên, tái sinh vào cõi Cực Lạc cho phép chúng ta bỏ qua phản ứng dây chuyền nghiệp báo này. Điều đó có nghĩa là chúng ta sẽ không bao giờ tái sinh ở cõi người nữa, hoặc ở bất kỳ cõi nào khác, trừ khi chúng ta chọn lựa như vậy. Do đó, giáo lý này vô cùng quý giá, vì nó có thể giúp chúng ta thoát khỏi vòng sinh tử không kiểm soát và tái sinh một lần và mãi mãi.

Lời Cuối

Cuốn sách này không được viết chỉ nhằm mục đích giải trí. Đúng hơn, tôi chân thành mong muốn rằng bạn sẽ coi nó như một tài liệu tham khảo hữu ích mà bạn có thể tham khảo ở bất kỳ giai đoạn nào của cuộc đời. Tôi hy vọng bạn sẽ tận dụng nó khi gặp khó khăn, khi phải đưa ra những quyết định quan trọng hoặc khi bạn cảm thấy muốn dành chút thời gian để suy ngẫm xem cuộc sống của mình đang diễn ra như thế nào.

Vì lý do này, tôi thực sự khuyến khích bạn không nên chỉ đặt nó trên giá sách để bám bụi sau khi đọc xong. Giữ nó bên mình mọi lúc mọi nơi. Hãy suy ngẫm đi xem lại nội dung của nó và áp dụng trí tuệ bạn có được vào cuộc sống hàng ngày. Thảo luận những ý tưởng trong cuốn sách này với bạn đời, gia đình hoặc bạn bè của bạn. Đừng chỉ chấp nhận chúng với niềm tin mù quáng mà hãy kiểm tra chúng và xem liệu chúng có giúp ích cho bạn hay không, giống như một nhà khoa học đang thực hiện một thí nghiệm. Ngoài ra, đừng nghĩ rằng một số phần là khá rõ ràng và không đáng để suy ngẫm, vì chúng ta thường gặp khó khăn trong một số lĩnh vực nhất định của cuộc sống vì chúng ta không suy ngẫm về những điều dường như hiển nhiên.

Sẽ hữu ích nhất nếu bạn có thể áp dụng tất cả các nguyên tắc học được vào mọi tình huống mà bạn gặp phải, sau đó tự hỏi bản thân xem điều này có hiệu quả như thế nào và liệu bạn có thể làm tốt hơn vào lần sau hay không. Hãy tiếp tục làm điều này nhiều lần và đổi mới cam kết thực hành những phẩm chất tốt đẹp mỗi ngày, đặc biệt là lòng tốt và lòng biết ơn. Ngay cả khi một số ý tưởng nhất định có vẻ hiển nhiên, hãy nhớ rằng có một khoảng cách rất lớn giữa việc biết điều gì đó và việc thực sự hiểu hoặc thể hiện nó. Có lẽ bạn có thể dành ra 15 đến 20 phút mỗi ngày để bắt đầu một nghi thức tự suy ngẫm, hoặc thậm chí thường xuyên hơn trong ngày - khi đó bạn sẽ có thể tiếp thu những kiến thức trong cuốn sách này và áp dụng nó vào mọi tình huống mà bạn gặp phải. tìm thấy chính mình. Một khi bạn trở nên thành thạo trong việc thực hành các phẩm chất tinh thần lành mạnh một cách thường xuyên, bạn sẽ dần dần có thể trải nghiệm niềm vui tột đỉnh đến từ những mức độ hạnh phúc sâu sắc hơn.

Khi còn nhỏ, chúng ta muốn cảm thấy thoải mái và tự tin vào bản thân. Là thanh thiếu niên và thanh niên, chúng ta muốn biết bí mật của sự nghiệp và các mối quan hệ thành công. Khi lớn lên, chúng ta muốn học cách sống một cuộc sống phong phú và bổ ích, đương đầu với những thay đổi và thử thách theo cách tốt nhất có thể. Cuối cùng, khi chúng ta sắp kết thúc cuộc đời, chúng ta muốn biết cách chuẩn bị cho một cái chết bình yên. Ở mỗi giai đoạn này, chúng ta có thể học cách xác định và trau dồi những điều kiện dẫn đến hạnh phúc khi chúng áp dụng vào hoàn cảnh cụ thể của chúng ta.

Tuy nhiên, bạn không nên nghĩ rằng chỉ có chương dành riêng cho nhóm tuổi của bạn mới áp dụng cho bạn. Có thể là ngay cả khi bạn đã già và đã nghỉ hưu, bạn vẫn có thể thấy chương dành cho tuổi thiếu niên hoặc thanh niên phù hợp nhất với hoàn cảnh cuộc sống của bạn. Mặt khác, ngay cả khi còn trẻ, bạn có thể thấy những chương sau của cuốn sách sẽ giúp ích rất nhiều cho bạn trong việc chuẩn bị cho tương lai, cho bạn ý tưởng về cách đối phó với những thử thách mà bạn gặp phải. Vì vậy, bất kỳ chương nào cũng có thể hữu ích cho bạn bất cứ lúc nào.

Hãy tưởng tượng rằng một thời điểm nào đó trong tương lai, bạn sẽ được cộng đồng địa phương yêu mến và tôn trọng. Bạn là người khôn ngoan, hào phóng và đầy tự tin; bạn có thể mang lại lợi ích to lớn cho những người xung quanh và mỗi khoảnh khắc trong cuộc sống của bạn đều tràn ngập sự hài lòng và hạnh phúc thực sự. Ít nhất theo quan điểm của Phật giáo, cuộc sống của bạn sẽ như thế này nếu bạn bắt đầu trau dồi những nguyên nhân của hạnh phúc ngay bây giờ, dù điều này là ở kiếp này hay kiếp sau. Như Đức Phật đã nói: 'Bạn là ai là những gì bạn đã làm, bạn sẽ là gì là những gì bạn làm bây giờ'. Từ góc độ này, chúng ta có thể coi cuốn sách này như một hướng dẫn để đạt được hạnh phúc trong nhiều kiếp, không chỉ kiếp này. Vì vậy, nếu bạn đã đưa ra một vài quyết định tồi tệ khi còn là thiếu niên, có thể lần sau bạn sẽ khôn ngoan hơn một chút!

Trong nhiều năm, tôi đã mong muốn viết một cuốn sách như thế này vì tôi nhận ra rằng nó có thể hữu ích biết bao khi tôi lớn lên. Tôi cũng nhận ra rằng nhiều vấn đề tôi gặp phải ở Tây Tạng cũng giống hệt như những vấn đề mà người phương Tây gặp phải, và nguyên nhân của hạnh phúc cũng giống nhau, bất kể chúng ta đến từ đâu, bao nhiêu tuổi hay chúng ta sở hữu bao nhiêu của cải. . Ngoài ra, tôi nhận thấy rằng ở phương Tây, chúng ta có một hệ thống giáo dục rất chú trọng đến việc trở nên thông minh, hiểu biết và làm việc hiệu quả nhưng lại ít chú trọng đến việc học cách xử lý cảm xúc và đưa ra những quyết định sáng suốt; điều này thường được để lại cho may rủi. Hơn nữa, dường như ngày nay không có nhiều "văn hóa trí tuệ" và mọi người hiếm khi có cơ hội thảo luận những câu hỏi lớn của cuộc sống. Tôi hy vọng rằng cuốn sách này sẽ góp phần nhỏ vào việc thu hẹp một số khoảng trống đó.

Bây giờ có ba lời khuyên cuối cùng mà tôi muốn để lại cho bạn. Đầu tiên, tôi mong bạn đừng bao giờ tìm kiếm hạnh phúc mà gây thiệt hại cho người khác. Thứ hai, tôi khuyến khích bạn hãy cố gắng hết sức có thể để mang lại lợi ích cho người khác. Cuối cùng, tôi xin bạn hãy nhớ rằng hạnh phúc hầu như luôn hoàn toàn phụ thuộc vào bạn và luôn phụ thuộc vào mức độ biết ơn và cảm kích trong lòng bạn. Mong muốn chân thành của tôi là bạn sẽ hiểu sâu sắc ý nghĩa của cuốn sách này và có cảm hứng để tận dụng tối đa cuộc sống làm người quý giá này. Tôi cầu nguyện rằng nó sẽ giúp hướng dẫn bạn hướng tới một cuộc sống giàu có, ý nghĩa và hạnh phúc hơn.

Tóm tắt lại các Bài tập

PHƯƠNG PHÁP THIỀN CĂN BẢN

Tất cả các loại thiền đều tuân theo cùng một phương pháp cơ bản và điều này bắt đầu bằng việc thư giãn cơ thể một cách có ý thức. Một cách tốt để đạt được điều này là thực hiện một số 'bài tập thư giãn' nhẹ nhàng trước khi thiền, chẳng hạn như lắc hoặc xoa bóp các bộ phận khác nhau trên cơ thể hoặc thực hiện các động tác yoga nhẹ nhàng. Sau đó, bạn nên buông bỏ một cách có ý thức mọi lo lắng về quá khứ và tương lai, quyết tâm trở thành một người 'không có lịch sử' trong khi đang thiền định. Tập trung tâm trí của bạn vào nhận thức về thời điểm hiện tại, bao gồm hơi thở, sự hiện diện vật lý của cơ thể, cảm giác trong cơ thể, âm thanh xung quanh và trạng thái của tâm trí bạn, chú ý đến cách tất cả những điều này phát sinh và biến mất.

Khi chánh niệm của bạn đã được thiết lập tốt, bạn có thể tiếp tục tập trung vào thời điểm hiện tại, được neo giữ bởi nhận thức về hơi thở trong toàn bộ cơ thể (và biết bạn đang thở một hơi thở dài hay một hơi thở ngắn). Ngoài ra, bạn có thể chuyển nhận thức của mình sang một đối tượng thiền cụ thể như hình ảnh, âm thanh, quán chiếu về một chủ đề như lòng từ hoặc nhận thức thuần túy về hơi thở ở tim hoặc chóp mũi.

Điều không thể tránh khỏi là các tư tưởng sẽ khởi lên, và bạn chỉ nên quan sát hay ghi nhận chúng bằng 'khía cạnh nhận biết' của tâm mà không bám chấp vào chúng, sau đó nhẹ nhàng quay trở lại đối tượng thiền. Âm thanh và những cảm giác khác sẽ vẫn còn đó ở phía sau; một phần tâm trí của bạn sẽ nhận biết được những cảm giác này, tuy nhiên chúng không cần phải quấy rầy chánh niệm của bạn nếu bạn có thể chỉ quan sát chúng mà không phản ứng. Bằng cách thực hành theo cách này, cuối cùng bạn sẽ đạt đến trạng thái cơ thể thư giãn, cảm xúc bình tĩnh và tâm trí trong sáng.

Lúc đầu, các buổi học ngắn và thường xuyên là cách tốt nhất để phát triển trạng thái tâm trí an tĩnh và cân bằng. Bằng cách đó, việc luyện tập sẽ trở nên thú vị và hấp dẫn và chắc chắn bạn sẽ nhận thấy sự khác biệt sau khi thực hiện một thời gian. Một trạng thái tâm tĩnh lặng sẽ cho phép bạn thực sự cảm nhận được tác dụng của hai thực hành tiếp theo và đạt được cái nhìn sâu sắc thực sự về ý nghĩa thực sự của chúng.

SUY NGẪM—ĐƯA RA QUYẾT ĐỊNH

Hãy nghĩ về bất kỳ quyết định lớn nào bạn đã thực hiện gần đây. Bạn làm nó như thế nào vậy? Bạn có hỏi ý kiến của những người có nhiều kinh nghiệm sống không? Bạn đã xem xét kỹ lưỡng tất cả hậu quả của quyết định của mình chưa? Kỳ vọng của bạn thực tế hay không thực tế? Bạn đã xem xét trường hợp xấu nhất chưa? Bạn có kế hoạch dự phòng nào không? Bạn có hoàn toàn thành thật với chính mình hay bạn đưa ra quyết định vì muốn gây ấn tượng với ai đó? Bạn đã xem xét tất cả các lựa chọn có thể?

Bây giờ hãy nghĩ đến bất kỳ quyết định nào bạn sắp đưa ra. Hãy suy nghĩ lại về tất cả những điều này và bảo đảm rằng bạn cân nhắc kỹ lưỡng tất cả các lựa chọn của mình. Bây giờ hãy ngồi thẳng với cột sống thẳng, thư giãn cơ thể, hít một vài hơi thật sâu và giúp đầu óc tỉnh táo. Nếu bạn thành thật với chính mình, quyết định tốt nhất là gì?

BÀI TẬP — SUY NGẪM VỀ MỘT NGÀY CỦA BẠN

Dành khoảng mười lăm phút mỗi buổi sáng và mỗi buổi tối. Mỗi buổi sáng, hãy kiểm tra thái độ của bạn trước khi bắt đầu ngày mới. Bạn có đánh giá cao rằng sáng nay bạn vẫn còn sống, đang sống ở một đất nước có điều kiện sống rất dễ dàng không? Bạn có quyết tâm sử dụng ngày này một cách khôn ngoan và thực hành lòng bi mẫn bất cứ khi nào có thể, trung thực với những giá trị sâu sắc nhất của mình không? Trong công việc và các mối quan hệ của mình, bạn có sẵn sàng kiên nhẫn nếu mọi việc không diễn ra như bạn mong đợi không?

Vào buổi tối, hãy suy ngẫm về một ngày vừa qua. Hãy nghĩ về những người bạn đã nói chuyện, những nơi bạn đã đến thăm và cả những điều tốt cũng như điều xấu đã xảy ra. Bạn có thể biết ơn điều gì? Bạn có thể muốn viết danh sách từ 5 đến 10 điều trong "nhật ký biết ơn".

Ngồi thẳng lưng, thư giãn tất cả các cơ và hít một hơi thật sâu. Hãy cố gắng nghỉ ngơi trong cảm giác hài lòng và vui vẻ tự nhiên, đồng thời suy nghĩ về cách bạn có thể khiến ngày hôm sau thực sự có ý nghĩa và đáng giá.

BÀI TẬP—HỌC HỎI TỪ KINH NGHIỆM SỐNG

Chúng ta đã tích lũy được nhiều kinh nghiệm trong cuộc sống hiện nay và có thể học được nhiều bài học quý giá nếu chúng ta suy ngẫm sâu sắc về những gì cuộc sống đã dạy chúng ta. Điều này thậm chí có thể khiến chúng ta phải đánh giá lại một số ưu tiên của mình.

Đầu tiên hãy nhớ đến một người mà bạn từng có mối quan hệ trong quá khứ. Người này không nhất thiết phải là đối tác - có thể là bạn bè, cha mẹ hoặc có lẽ là ai đó ở nơi làm việc. Động lực của bạn để có được mối quan hệ này là gì? Nó có diễn ra như bạn mong đợi không? Bạn đã thành công như thế nào trong việc vượt qua khó khăn? Giao tiếp của bạn cởi mở đến mức nào? Có lẽ nếu trải qua một khoảng thời gian vô cùng khó khăn, bạn có thể viết ra những gì bạn nhớ được - điều này có thể giúp bạn chấp nhận quá khứ và bước tiếp.

Sau đó, hãy nhớ lại công việc bạn từng làm trước đây và tự hỏi mình những câu hỏi tương tự. Động lực của bạn để làm loại công việc này là gì? Bạn còn học được gì từ kinh nghiệm của mình?

Bây giờ hãy nhìn vào tình hình hiện tại của bạn. Hãy tự hỏi: 'Làm thế nào tôi có thể áp dụng những bài học đã học? Làm thế nào tôi có thể sống cuộc sống của mình một cách khôn ngoan nhất có thể?

Ngồi thẳng với cột sống thẳng và đặt tay lên đùi, căng cơ thể và sau đó cảm thấy toàn thân thư giãn. Hãy thành thật tự hỏi bản thân xem bạn có muốn thay đổi điều gì ở giai đoạn này của cuộc đời không, sau đó nghĩ xem bạn có thể thực hiện điều này như thế nào.

BÀI TẬP—SUY NGẪM VỀ VÔ THƯỜNG

Hãy ghi nhớ một số mất mát và thay đổi mà bạn đã trải qua vào thời điểm này trong cuộc đời và suy ngẫm những suy nghĩ sau:

- Cái gì sinh ra cũng sẽ già và chết.
- Những gì đã được tập hợp sẽ bị phân tán.
- Những gì đã tích lũy sẽ cạn kiệt.
- Những gì đã được xây dựng sẽ sụp đổ.

Tình bạn và thù hận, vận may và nỗi buồn, tất cả những suy nghĩ chạy qua tâm trí chúng ta — mọi thứ luôn thay đổi.

Hãy nhắc nhở bản thân rằng vô thường đơn giản là sự thật về cuộc sống và do đó điều duy nhất chúng ta thực sự có là bây giờ, hiện tại. Sự hiểu biết này có thể giúp bạn đương đầu với sự mất mát người thân như thế nào? Làm thế nào nó có thể thay đổi quan điểm của bạn về những loại mất mát khác nhau mà chúng ta phải đối mặt—mất đi những người thân yêu, mất việc làm, mất đi bất cứ thứ gì chúng ta yêu quý? Cũng có thể hữu ích khi nhớ rằng những thay đổi không nhất thiết dẫn đến bất hạnh—đôi khi chúng có thể mang lại lợi ích lớn cho bạn, mặc dù lúc đầu điều này có thể không rõ ràng.

Suy ngẫm về tất cả những câu hỏi này, hãy ngồi thẳng lưng, cảm thấy cơ thể thư giãn và hít một vài hơi thở sâu và nhẹ nhàng. Sự thật về vô thường mang lại cho bạn bài học gì?

Các Ghi chú

CHƯƠNG 1: GIỚI THIỆU VỀ HẠNH PHÚC

1. Để có phần trình bày đơn giản về khái niệm giác ngộ của Phật giáo và cách chúng ta có thể đi theo con đường dẫn đến giác ngộ, hãy tham khảo: Shar Khentrul Jamphel Lodrö, Tiết lộ Sự thật Thiêng liêng Của bạn: Khám phá dần dần về sự giác ngộ thông qua Truyền thống Jonang-Shambala Kalachakra (Melbourne: Phật giáo Tây Tạng) Viện Rimé 2015).

2. Xem: Martin Seligman, Hạnh phúc đích thực (Sydney: Random House, 2002).

3. Câu hỏi về "Điểm đặt Hạnh phúc" là chủ đề chính được đề cập tại hội nghị giữa các nhà khoa học phương Tây và Đức Đạt Lai Lạt Ma vào cuối năm 2004 nhằm đề cập đến lĩnh vực mới thú vị về "sự dẻo dai thần kinh", được biên soạn trong: Sharon Begley (ed), Luyện Tâm Bạn, Thay đổi Bộ óc của Bạn (New York: Ballantine Books, 2007), 226-9. Vấn đề này cũng được thảo luận trong: Norman Doidge. Bộ não Tự Thay đổi (New York: Viking, 2007).

4. Một số quan điểm về hạnh phúc của các triết gia phương Tây được mô tả rất hay bằng thuật ngữ của người thường trong: Alain de Botton, Những An ủi của Triết học (London: Penguin

Books, 2001).

5. Một hướng dẫn thực tế về liệu pháp nhận thức có thể được tìm thấy trong: David Burns, Cảm thấy Dễ chịu: Liệu pháp Tâm trạng mới (New York: Avon Books, 1999).

6. Xem: P. Brickman, D. Coates và R. Janoff-Bulman, 'Những người trúng xổ số và các nạn nhân tai nạn: hạnh phúc có tương đối không?' Tạp chí Tâm lý Cá nhân và Xã hội 36 (1978): 917-27.

7. Xem: T. Elbert, C. Pantev, C. Wienbruch, B. Rockstroh, và E. Taub, 'Tăng sự biểu hiện vỏ não của các ngón tay trái ở người chơi đàn dây,' Science 270 (1995): 305-7.

8. Xem: A. Lutz, L.L. Greischar, N.B. Rawlings, M. Ricard và R.J. Davidson, 'Những người hành thiền lâu năm tự tạo ra sự đồng bộ gamma biên độ cao trong quá trình thực hành tâm linh', Kỷ yếu của Viện Hàn lâm Khoa học Quốc gia 101 (2004): 16369-73

9. Xem lại: Sharon Begley (ed), Rèn luyện Tâm trí, Thay đổi Bộ não của Bạn: 226-9.

CHƯƠNG 2: KHÁM PHÁ CÁC ĐIỀU KIỆN CỦA HẠNH PHÚC

10. Hiện tượng 'dòng chảy' đã được các nhà tâm lý học nghiên cứu kỹ lưỡng—xem: M. Csikszentmihalhyi, Finding Flow: The Psychology of Engagement with Everyday Life (Sách Cơ bản: 1998). Theo quan điểm của Phật giáo, điều này tương tự như việc đạt được trạng thái tập trung nhất tâm - mặc dù đây là trạng thái tâm trí hạnh phúc và sung sướng nhưng nó không tương đương với mức độ hạnh phúc sâu sắc nhất.

11. Lĩnh vực tâm lý học tích cực liệt kê sáu đức tính hoặc sức mạnh quan trọng được cho là phổ biến ở hầu hết mọi truyền thống: trí tuệ, lòng dũng cảm, tình yêu và lòng nhân đạo, công lý, tiết độ và siêu việt (hoặc tâm linh). Hiện nay, nỗ lực nâng cao phẩm chất đạo đức của con người được coi là một hình thức trị liệu tâm lý quan trọng. Xem: Martin Seligman, Hạnh phúc đích thực: 125-61.

12. Xem: Tal Ben-Shahar, Even Happier: Nhật ký Biết ơn về Niềm vui Hàng ngày và Sự Thỏa mãn Lâu dài (New York: McGraw-Hill, 2010): 11-9.

13. Đây là nguyên tắc cơ bản của một hình thức trị liệu tâm lý được gọi là ACT (Liệu pháp Chấp nhận và Cam kết). Nó sử dụng các nhiệm vụ chánh niệm để giải quyết trực tiếp vấn đề né tránh trải nghiệm, trong đó chúng ta gộp nỗi đau của mình bằng cách đấu tranh với những suy nghĩ và cảm xúc không mong muốn và hồi tưởng lại những sự kiện đau đớn. Đồng thời chúng tôi tập trung vào việc tạo ra một cuộc sống trọn vẹn và phong phú. Mặc dù việc giảm các triệu chứng của bệnh nhân không phải là mục tiêu của trị liệu nhưng chúng hầu như luôn được giảm bớt như một sản phẩm phụ. Xem: Russel Harris, 'Ôm lấy những con Quỷ của Bạn: Tổng quan về Liệu pháp Chấp nhận và Cam kết.' Tâm lý trị liệu ở Úc 12 (4): 2-8.

14. Phương pháp đạt được nhận thức hoặc hiểu biết sâu sắc về những xu hướng tiêu cực của chúng ta đã là trụ cột của liệu pháp tâm lý phương Tây trong nhiều năm. Liệu pháp nhận thức tìm cách giúp chúng ta xác định các kiểu suy nghĩ từng khoảnh khắc của mình và sau đó tìm kiếm những giả định tiềm ẩn làm nền tảng cho những suy nghĩ này. Mặt khác, phân tâm học nói về "các cơ chế phòng vệ" như phủ nhận, đàn áp, hoặc hành động nhằm ngăn chặn những trải nghiệm đau đớn trong quá

khứ; nhận thức và cái nhìn sâu sắc về những khuôn mẫu này có thể giúp chúng ta chấp nhận quá khứ và bước tiếp.

CHƯƠNG 3: TUỔI THƠ - GIEO HẠT GIỐNG HẠNH PHÚC

15. Tâm lý học hiện đại ủng hộ quan điểm cho rằng cha mẹ có vai trò quan trọng trong việc gieo hạt giống vào tâm trí con cái, ngay cả khi chúng không hề biết điều đó. Người ta thậm chí còn nói rằng trẻ em có thể 'ghi âm' những tin nhắn của cha mẹ hoặc cha mẹ có thể thôi miên con mình (xem: Steve Biddulph, Toàn bộ Bí mật của những Đứa trẻ Hạnh phúc [Sydney: Harper Collins, 1998]). Hy vọng rằng việc thảo luận những vấn đề quan trọng như những vấn đề được nêu ra trong những câu chuyện này sẽ giúp tạo ra một môi trường gia đình thuận lợi để trẻ nhận được những thông điệp tích cực.

16. Truyện Tình Bạn và Truyện Tình Thức đều được chuyển thể từ những câu chuyện về cuộc đời Đức Phật như đã trình bày trong: Thích Nhất Hạnh, Đường Xưa Mây Trắng: Đi Theo Dấu Chân Phật. (Berkley: Nhà xuất bản thị sai, 1991).

CHƯƠNG 4: THANH THIẾU NIÊN — ĐẶT RA ĐÚNG HƯỚNG

17. Tal Ben-Sahar nói về ba điều quan trọng cần cân nhắc khi lựa chọn nghề nghiệp hoặc cam kết thực hiện bất kỳ loại mục tiêu nào—sức mạnh, niềm vui, và ý nghĩa. Chúng ta nên tự hỏi: 'Điểm mạnh của chúng ta là gì?' 'Điều gì mang lại cho chúng ta niềm vui?' và 'Điều gì mang lại ý nghĩa cho chúng ta?' Anh ấy cũng đề nghị viết ra những điều bạn thực sự muốn làm (điều gì đó xuất phát từ niềm tin sâu sắc của cá nhân). hoặc sự quan tâm mạnh mẽ), sau đó kiểm tra xem liệu điều này có bị ảnh

hưởng bởi kỳ vọng của người khác hay không. Nếu bạn thực sự muốn làm điều gì đó thì việc người khác nghĩ gì không quan trọng. Xem: Tal Ben-Shahar, Hạnh phúc hơn: Tìm hiểu bí quyết để có được niềm vui hàng ngày và sự thỏa mãn lâu dài (New York: McGraw Hill, 2007): 103-105.

18. Trong truyền thống mật tông Phật giáo, chúng ta nói đến một hệ thống tâm sinh lý năng động bên trong cơ thể chúng ta, hệ thống này có thể được nhận thức trực tiếp sau nhiều năm luyện tập yoga. Nếu chúng ta coi cơ thể con người như một thành phố thì các kinh mạch là những con đường, không khí bên trong giống như một con ngựa và tâm trí giống như người cưỡi nó (được hình dung như những tinh chất vi tế ở những vị trí cụ thể trong cơ thể). Để có lời giải thích chi tiết hơn, xem: Sogyal Rinpoche, Sách Sống Chết của Tây Tạng (Sydney: Random House, 2002), 252-3.

CHƯƠNG 5: TUỔI THANH NIÊN - CƠ HỘI THỨ HAI ĐỂ PHÁT TRIỂN TRÍ TUỆ

19. Tâm lý học hiện đại cũng đồng ý rằng điều quan trọng là phải có cái nhìn chín chắn về tình yêu lãng mạn. Xem: Tal Ben-Shahar, Hạnh phúc hơn: Tìm hiểu bí quyết để có được niềm vui hàng ngày và sự thỏa mãn lâu dài (111-22).

20. Mức độ cảm xúc thông minh mà các cặp đôi có là yếu tố then chốt giúp họ ở bên nhau và củng cố mối quan hệ của họ, và theo John Gottman thì đây là một kỹ năng có thể học được. Điều này bao gồm: học cách tập trung vào những phẩm chất tích cực của nhau, tương tác thường xuyên và cởi mở, chia sẻ các giá trị và lợi ích cũng như giải quyết xung đột một cách chín chắn, luôn sẵn sàng thỏa hiệp. Xem: John Gottman & Nan Silver. Bảy Nguyên tắc Giúp Hôn nhân Thành công (New York:

Random House, 2000). Để có hướng dẫn thực tế về trí tuệ cảm xúc, hãy xem thêm: Jeanne Segal. Ngôn ngữ của Trí tuệ Cảm xúc: Năm Công cụ Thiết yếu để Xây dựng các Mối Quan hệ Bền chặt và Hiệu quả (New York: McGraw Hill, 2008).

21. Hiện nay có rất nhiều nghiên cứu mới trong lĩnh vực y học tâm trí-cơ thể nhằm xem xét mối liên hệ giữa một tâm trí bình yên và một cơ thể khỏe mạnh. Để có cuộc thảo luận thực tế về mối quan hệ giữa căng thẳng và trạng thái bệnh tật, hãy xem: Craig Hassed, Biết Bản thân: Chương trình Giảm Căng thẳng. (Melbourne: Nhà xuất bản Michelle Anderson, 2006, 18-22), và các tài liệu tham khảo trong đó.

22. Trong truyền thống Phật giáo Tây Tạng, hình thức từ bi cao nhất được gọi là Bồ đề tâm, mong muốn vị tha đạt được giác ngộ để dẫn dắt tất cả chúng sinh đến giác ngộ. Xem thêm: Shar Khentrul Jamphel Lodro, Tiết lộ Sự thật Thiêng liêng của Bạn.

23. Từ Digha Nikaya, Trường Bộ Kinh của Đức Phật (DN 31).

CHƯƠNG 6: TUỔI TRUNG NIÊN - TUỔI CỦA KINH NGHIỆM

24. Bát Thánh Đạo bao gồm: chánh kiến, chánh tư duy, chánh nghiệp, chánh ngữ, chánh mạng, chánh tinh tấn, chánh định, và chánh niệm. Hai giai đoạn đầu tiên tượng trưng cho trí tuệ, bốn giai đoạn sau tượng trưng cho kỷ luật và hai giai đoạn cuối cùng liên quan đến sự tập trung. Có nhiều cách tiếp cận khác nhau để hiểu giáo lý Phật giáo. Một góc nhìn giới thiệu hay được đưa ra bởi: Walpola Rahula, Những điều Đức Phật Dạy. (London: Gordon Fraser, 1978). Để biết mô tả về các giai đoạn trên con đường dẫn tới giác ngộ, hãy xem: Shar Khentrul

Jamphel Lodro, Tiết lộ Chân lý Thiêng liêng của Bạn.

25. Có rất nhiều câu chuyện về cuộc đời đáng kinh ngạc của Đức Karmapa thứ 16. Ví dụ, xem: Ken Holmes, Karmapa (Forres: Altea Publishing, 1995). Tôi cũng đề cập đến đạo sư gốc Kyabje Lobsang Trinley của tôi, người đã cống hiến không mệt mỏi vì lợi ích của người khác, cũng như nhiều dấu hiệu kỳ diệu trong cuộc sống và cái chết của ngài, tôi đã đích thân chứng kiến.

26. Để biết những hướng dẫn về cách tìm và đi theo một vị thầy tâm linh đích thực, hãy xem ví dụ: Đức Đạt Lai Lạt Ma. Trở nên Giác ngộ (New York: Atria Books, 2009), 31-36. Để có cuộc thảo luận chuyên sâu, hãy xem thêm Shar Khentrul Jamphel Lodro, Tiết lộ Sự thật Thiêng liêng của Bạn.

27. Từ Digha Nikaya, Trường Bộ Kinh của Đức Phật (DN 31). Trong bài kinh này, Đức Phật bàn luận về đạo đức và cách thực hành của người cư sĩ.

28. Kiến thức phổ thông trong tâm lý học phương Tây là đàn ông và phụ nữ nhìn thế giới theo những cách khác nhau một cách vi tế: Các ví dụ được đưa ra ở đây dựa trên: John Gray, Đàn ông đến từ sao Hỏa, Phụ nữ đến từ sao Kim: Hướng dẫn cổ điển để hiểu về Người Khác giới (New York: Harper Collins, 2004).

29. Một tài liệu tham khảo tuyệt vời dành cho các bậc cha mẹ, phù hợp với nhiều ý tưởng được trình bày ở đây, là: Steve Biddulph, Toàn bộ Bí mật của những Đứa trẻ Hạnh phúc (Sydney: Harper Collins, 1998).

30. Trong tâm lý học hiện đại, nguyên tắc then chốt để đạt được hạnh phúc trong công việc là biến công việc của một người

thành một 'tiếng gọi'. Chúng ta có thể xác định điều gì chúng ta thấy có ý nghĩa và điểm mạnh của mình là gì, sau đó học cách nhìn nhận công việc theo cách có ý nghĩa với cá nhân, đồng thời tập trung vào điểm mạnh hoặc phẩm chất tốt của chúng ta. Xem: Martin Seligman, Hạnh phúc đích thực, 165-184.

CHƯƠNG 7: TUỔI TRƯỞNG THÀNH - TUỔI CỦA TRÍ TUỆ

31. Để có cuộc thảo luận và suy ngẫm sâu sắc về cái chết và vô thường theo quan điểm Phật giáo, hãy xem: Shar Khentrul Jamphel Lodro, Tiết lộ Sự thật Thiêng liêng của Bạn.

32. Đây là câu chuyện về Krisha Gotami, như được kể lại trong: Sogyal Rinpoche, Sách Sống Chết của Tây Tạng, 28-9.

33. Chúng ta có thể chọn một truyền thống tâm linh hoặc một cộng đồng để giúp chúng ta trau dồi "đời sống nội tâm" và những phẩm chất tốt đẹp, tuy nhiên chúng ta cũng có thể tìm sự trợ giúp trong một số cuốn sách hoặc khóa học thực tế về tâm lý học (miễn là chúng có cơ sở nghiên cứu vững chắc). Một ví dụ điển hình về cuốn sách như vậy là: Tal Ben-Shahar, Even Happier: Nhật ký Biết ơn về Niềm vui Hàng ngày và Sự Thỏa mãn Lâu dài (New York: McGraw-Hill, 2010).

34. Xem: Sharon Begley, Rèn luyện Tâm trí, Thay đổi Bộ não của Bạn, 246-9 (và các tài liệu tham khảo trong đó). Xem thêm: Norman Doidge, Bộ não Tự Thay đổi. Ngày nay có rất nhiều sách thực hành hay và các tài liệu khác có thể giúp chúng ta cải thiện trí nhớ. Một nguồn như vậy là trang web www. lumosity.com, nơi cung cấp các bài tập trực tuyến nhằm cải thiện các lĩnh vực khác nhau của chức năng tâm thần, được hỗ

trợ bởi nghiên cứu khoa học tốt. Một nguồn thông tin hữu ích khác có thể mang lại lợi ích cho mọi người ở mọi lứa tuổi là: Tony Buzan, Dùng cái Đầu của Bạn: Kỹ thuật Học tập và Tư duy Đổi mới để Phát huy Tiềm năng Tinh thần của Bạn (Harlow: Nhà xuất bản giáo dục LLP, 2006).

35. Để thảo luận về lợi ích của việc phát triển lòng biết ơn, từ góc độ tâm lý học hiện đại, hãy xem: Martin Seligman, Hạnh phúc Đích thực, 70-5.

CHƯƠNG 8: TUỔI TRƯỞNG THÀNH MUỘN— RỜI KHỎI CUỘC ĐỜI NÀY

36. Để thảo luận sâu hơn về quan điểm của Phật giáo về nghiệp và tái sinh, bao gồm cả 'bằng chứng' hợp lý của cả hai nguyên tắc này, hãy xem: Shar Khentrul Jamphel Lodro, Tiết lộ Sự thật Thiêng liêng của Bạn.

37. Nhiều nghiên cứu đã được thực hiện về lợi ích tâm lý của việc giúp đỡ người khác; ví dụ, làm công việc tình nguyện có thể giúp giảm mức độ trầm cảm và lo lắng, đồng thời giúp người khác kiêng rượu có thể giúp ngăn ngừa tái nghiện ở những người từng nghiện rượu. Phần lớn nghiên cứu này được trình bày trong: Stephen Post, Why Good Things Happen to Good People (New York: Broadway, 2007).

38. Để có phần trình bày sâu sắc về quan điểm truyền thống của Phật giáo về đau khổ, hãy xem: Shar Khentrul Jamphel Lodro, Tiết lộ sự thật thiêng liêng của bạn.

39. Để thảo luận sâu hơn về các giai đoạn chúng ta trải qua khi đối mặt với chẩn đoán bệnh nan y, hãy xem: Elizabeth Kubler-Ross, Chết và Hấp Hối (London: Tavistock/Routledge, 1989).

Nghiên cứu của Kubler-Ross dựa trên một loạt các cuộc phỏng vấn sâu rộng với những bệnh nhân sắp chết, bản ghi lại những cuộc phỏng vấn này xuất hiện trong cuốn sách của cô.

40. Để có bản giải thích chi tiết hơn về quá trình tan rã bên ngoài và bên trong vào lúc chết, theo truyền thống Phật giáo Tây Tạng, xem: Sogyal Rinpoche, Sách Sống và Chết của Tây Tạng, 255-260. Xem thêm: Shar Khentrul Jamphel Lodro, Tiết lộ Sự thật thiêng liêng của bạn.

41. Một trong những đạo sư Tây Tạng vĩ đại nhất của thế hệ trước, Karmapa thứ 16 qua đời tại một bệnh viện phương Tây ở Hoa Kỳ vào năm 1981. Một số chi tiết đáng chú ý về cái chết của ngài, bao gồm lời kể của một trong những bác sĩ điều trị cho ngài, được kể lại trong: Reginald Ray, Bí mật của Thế giới Kim Cương (Boston: Shambala, 2001), p465-80.

42. Giai đoạn chuyển tiếp hay trạng thái trung gian giữa cái chết và sự tái sinh trong một cơ thể mới được vạch ra rất chi tiết trong truyền thống Phật giáo Tây Tạng. Xem: Sogyal Rinpoche, Sách Sống Chết của Tây Tạng, trang 291–302. Để có mô tả chi tiết hơn, hãy xem: Shar Khentrul Jamphel Lodro, Tiết lộ Sự thật thiêng liêng của bạn.

43. Một cuốn sách tham khảo hữu ích cho những ai mong muốn bắt đầu và duy trì việc thực hành thiền là: Graham Williams, Cuộc sống Cân bằng: Hướng dẫn về Thiền trong Dòng chảy Cuộc sống (Adelaide: Print Know How 2008). Các tài liệu tham khảo hay khác bao gồm: Ajahn Brahm, Mindfulness, Bliss and Beyond: A Meditator's Handbook (Somerville: Wisdom 2006) và B. Alan Wallace, The Notice Revolution: UnUnlocking the Power of the Focused Mind (Boston: Wisdom 2006). Xem thêm: Shar Khentrul Jamphel Lodro, Tiết lộ Sự thật thiêng liêng

của bạn.

44. Chi tiết đầy đủ hơn về thực hành tịnh hóa Vajrasattva truyền thống có thể được tìm thấy trong chương mười sáu của: Shar Khentrul Jamphel Lodro, Tiết lộ Chân lý Thiêng liêng của Bạn.

45. Có rất nhiều văn bản Phật giáo nói về thực hành Tịnh độ A Di Đà và các đặc điểm của Cực lạc mà bạn có thể muốn nghiên cứu; một số trong số này thực sự dựa trên tầm nhìn trực tiếp của các bậc thầy chứng ngộ cao. Một trong những văn bản quý giá nhất được sáng tác bởi Lạt ma Tsoknyi Gyamtso vào thế kỷ 19, bao gồm hơn một trăm trang văn bản Tây Tạng mô tả cõi tịnh độ này. Mong muốn sâu sắc của tôi là dịch văn bản này trong tương lai gần và phổ biến nó rộng rãi.

46. Ví dụ, để nghiên cứu về trải nghiệm cận tử, hãy xem: Kenneth Ring, Cuộc sống lúc chết: Cuộc Điều tra Khoa học về Trải nghiệm Cận tử (Boston: Arkana 1985).

47. Elizabeth Kubler-Ross, Hồi ký Sống và Chết: Bánh xe Cuộc đời (London: Bantam 1997).

48. Elizabeth Kubler- Ross, Bánh xe Cuộc Đời, trang 288.

49. Trong thời gian gần đây, một số người phương Tây đã được công nhận là những người tái sinh: Xem: Vickie MacKenzie, Tái sinh ở phương Tây: Các bậc thầy tái sinh (London: Bloomsbury 1995).

50. Trong nhiều năm, Tiến sĩ Ian Stevenson đã thu thập bằng chứng chi tiết về hơn hai nghìn trường hợp trẻ em nhớ lại kiếp trước. Xem: Ian Stevenson, Hai mươi trường hợp gợi ý về sự tái sinh (Charlottesville: Univ. of Virginia Press, 1974); và Jane

Henry (chủ biên), Nghiên cứu cận tâm lý học về những trải nghiệm đặc biệt (London: Routledge 2005). Thật không may, nghiên cứu như vậy thường bị bác bỏ vì nó không được coi là 'chính thống' - tuy nhiên, tôi tin rằng sẽ có lợi cho chúng ta rất nhiều nếu đánh giá nó với tư duy phê phán nhưng cởi mở, như chúng ta làm trong khoa học 'chính thống'.

Nguồn Tài liệu

SÁCH THỰC HÀNH DỰA TRÊN TÂM LÝ HỌC HIỆN ĐẠI

Tal Ben-Shahar. Even Happier: A Gratitude Journal for Daily Joy and Lasting Fulfillment (New York: McGraw-Hill, 2010).

Tal Ben-Shahar. Happier: Learn the Secrets to Daily Joy and Lasting Fulfillment (New York: McGraw-Hill, 2007).

Steve Biddulph. The Complete Secrets of Happy Children (Sydney: Harper Collins,1998).

John Bradshaw. Healing the Shame that Binds You (Deerfield Beach: Health Communications, 1988).

David Burns. Feeling Good: the New Mood Therapy (New York: Avon Books, 1999).

John Gottman & Nan Silver. The Seven Principles for Making Marriage Work (New York: Random House, 2000).

Russ Harris. The Happiness Trap: Stop Struggling, Start Living (Wollombi: Exisle Publishing, 2007).

Craig Hassed. Know Thyself: the Stress Relief Program (Melbourne:

Michelle Anderson Publishing, 2006).

Jeanne Segal. The Language of Emotional Intelligence: The Five Essential Tools for Building Powerful and Effective Relationships (New York: McGraw Hill, 2008).

Martin Seligman. Authentic Happiness (Sydney: Random House, 2002).

Timothy Sharp. The Happiness Handbook (Sydney: Finch, 2007).

TÀI LIỆU VỀ ĐỜI SỐNG TÂM LINH (THEO QUAN ĐIỂM PHẬT GIÁO)

Bikkhu Bodhi (ed). In the Buddha's Words: An Anthology of Discourses from the Pali Canon (Boston: Wisdom 2005).

Ajahn Chah. A Still Forest Pool: The Insight Meditation of Ajahn Chah. Compiled by Jack Kornfield and Paul Breiter (New York: Quest, 1986).

His Holiness the Dalai Lama. Becoming Enlightened (New York: Atria Books, 2009).

His Holiness the Dalai Lama. How to Practise: The Way to a Meaningful Life (Rider: London, 2002).

Philip Kapleau. The Three Pillars of Zen: Teaching, Practice and Enlightenment (Anchor Books: New York, 2000).

Walpola Rahula, What the Buddha Taught. (London: Gordon Fraser, 1978).

Shar Khentrul Rinpoche Jamphel Lodro, A Secret Incarnation: Reflections on the Life of a Tibetan Lama. (Me lbourne: TBRI 2014)

Shar Khentrul Rinpoche Jamphel Lodro. Unveiling Your Sacred Truth: A Gradual Discovery of Enlightenment through the

Jonang-Shambala Kalachakra Tradition. (Melbourne: TBRI 2014)

Giới thiệu về Tác giả

Khentrul Rinpoche là bậc Đạo sư Bất Bộ phái của Phật giáo Tây Tạng. Ngài đã cống hiến cuộc đời mình cho nhiều phương pháp thực hành tâm linh khác nhau, học tập với hơn 25 đạo sư từ tất cả các truyền thống lớn của Tây Tạng. Trong khi Ngài thực sự tôn trọng và đánh giá cao tất cả các hệ thống tâm linh, Ngài có niềm tin và kinh nghiệm lớn nhất với con đường riêng của mình về Mật điển Kalachakra như được dạy trong *Truyền thống Jonang-Shambhala*.

Rinpoche mang một tâm trí nhạy bén và ham học hỏi vào mọi việc ngài làm. Những lời dạy của ngài vừa dễ tiếp cận vừa trực tiếp, thường nhấn mạnh tính nhạy cảm rất thực tế. Trong nhiều năm, Rinpoche đã viết nhiều cuốn sách khác nhau để hướng dẫn các đệ tử của mình. Ngài đặc biệt nỗ lực rất nhiều trong việc dịch thuật và đưa ra lời bình luận về các văn bản trình bày các giai đoạn tuần tự của *Con Đường Kalachakra*.

Rinpoche tin rằng thế giới của chúng ta chắc chắn có tiềm năng phát triển hòa bình và hòa hợp thực sự trong khi vẫn bảo tồn được môi trường và nhân loại. Thời đại Hoàng kim của Shambhala này có thể thực hiện được thông qua việc nghiên cứu và thực hành Hệ thống Kalachakra. Để đạt được mục tiêu này, Rinpoche đã bắt đầu du hành khắp thế giới để chia sẻ kiến thức của mình về dòng truyền thừa độc đáo này, thoát khỏi thành kiến bộ phái.

Shar Khentrul Jamphel Lodrö

Tầm Nhìn của Rinpoche

Dzokden được thành lập với mục đích rõ ràng là hỗ trợ Khentrul Rinpoche thực hiện tầm nhìn của ngài nhằm mang lại Thời đại Hoàng kim của hòa bình và hòa hợp trên thế giới này. Khi cộng đồng của chúng tôi tiếp tục tăng trưởng và phát triển, ngày càng có nhiều người tham gia vào nỗ lực phi thường này.

Để giúp bạn hiểu được phạm vi tầm nhìn của Rinpoche, chúng tôi có thể nói về tám mục tiêu phản ánh những ưu tiên ngắn hạn và dài hạn của Rinpoche:

MỤC TIÊU TRƯỚC MẮT

Nói cho cùng, hạnh phúc đích thực, lâu dài chỉ có thể đạt được thông qua sự chuyển hóa cá nhân sâu sắc. Hơn bao giờ hết, chúng ta cần những phương pháp để phát triển trí tuệ và hiện thực hóa tiềm năng lớn nhất của mình. Vì lý do này mà Rinpoche đặt ưu tiên lớn cho việc bảo tồn Dòng Jonang Kalachakra. Có bốn cách mà Rinpoche đề xuất để thực hiện điều này:

1. **Tạo cơ hội kết nối với dòng truyền thừa Kalachakra đích thực** và đầy đủ với sự cộng tác chặt chẽ với các thiền giả tận tâm hết lòng ở Tây Tạng xa xôi. Mục tiêu của chúng tôi là tạo ra tất cả sự hỗ trợ cho việc thực hành Kalachakra phù hợp với các đạo sư truyền thừa đích thực đã duy trì truyền thống này trong hàng ngàn năm. Chúng tôi thực hiện điều này

bằng cách đặt làm tượng và tranh vẽ, viết sách và giảng dạy trên khắp thế giới. Chúng tôi đặc biệt chú trọng đến việc bảo đảm tính xác thực của tài liệu, dựa trên kinh nghiệm sâu sắc của những thiền giả có chứng ngộ cao đang cống hiến cả cuộc đời cho những thực hành này.

2. **Thành lập các trung tâm nhập thất quốc tế để nghiên cứu và thực hành Kalachakra.** Để tích hợp giáo lý vào tâm thức, điều quan trọng là có cơ hội tham gia vào các giai đoạn thực hành chuyên sâu. Vì vậy, chúng tôi đang nỗ lực tạo ra cơ sở hạ tầng cần thiết để hỗ trợ và nuôi dưỡng các thành viên trong cộng đồng của chúng tôi tham gia vào các khóa tu ngắn hạn và dài hạn. Điều này bao gồm việc mua đất và xây dựng mọi thứ cần thiết để tiến hành các khóa tu tập thể và biệt tu. Mục tiêu lâu dài của chúng tôi là phát triển mạng lưới các trung tâm như vậy trên khắp thế giới, hình thành một cộng đồng toàn cầu hỗ trợ nhiều học viên khác nhau.

3. **Dịch và xuất bản các văn bản độc đáo và hiếm có của các bậc thầy Kalachakra.** Hệ thống Kalachakra đã là chủ đề của vô số kinh điển trong suốt lịch sử lâu dài của Tây Tạng. Cho đến nay, chỉ một phần nhỏ những văn bản này được dịch và có thể tiếp cận được ở phương Tây. Mặc dù các văn bản lý thuyết rất quan trọng nhưng chúng tôi muốn tập trung đặc biệt vào những hướng dẫn cốt tủy để hướng dẫn những hành giả tận tâm đạt được trải nghiệm sâu sắc hơn về những giáo lý sâu sắc này.

4. **Phát triển các công cụ và chương trình cho trải nghiệm học tập có cấu trúc.** Với các nhóm học viên phân bổ trên khắp thế giới, chúng tôi tin rằng điều quan trọng là tận dụng tối đa các công nghệ hiện đại để tạo điều kiện thuận lợi cho quá trình học tập của học viên. Mục tiêu của chúng tôi là

phát triển một nền tảng giáo dục trực tuyến mạnh mẽ cho phép cộng đồng quốc tế của chúng tôi tiếp cận các chương trình học tập chất lượng, trực quan, có cấu trúc và hấp dẫn.

MỤC TIÊU DÀI HẠN

Trong khi mỗi chúng ta nỗ lực hướng tới việc đạt được sự bình yên và hòa hợp tối thượng trong tâm trí mình, chúng ta không được đánh mất sự thật rằng chúng ta tồn tại trong bối cảnh của một thế giới tràn ngập sự đa dạng lớn về các cá nhân. Những cá nhân này tạo ra nhiều niềm tin và thực hành khác nhau, từ đó định hình cách chúng ta liên hệ và tương tác với nhau. Trong thực tế phụ thuộc lẫn nhau này, điều quan trọng là tìm ra các chiến lược khả thi để thúc đẩy sự khoan dung và tôn trọng nhiều hơn. Để đạt được mục tiêu này, Rinpoche đề xuất bốn lĩnh vực hoạt động cụ thể:

1. **Thúc đẩy sự phát triển của Triết lý Rimé thông qua đối thoại với các truyền thống khác.** Với mong muốn trở thành thành viên mang tính xây dựng của một xã hội đa nguyên, chúng ta cần học cách dung hòa những khác biệt của mình. Để đạt được mục tiêu này, chúng tôi mong muốn giúp mọi người phát triển những phẩm chất tích cực nhằm thúc đẩy thái độ tôn trọng lẫn nhau, cởi mở với những ý tưởng mới và mong muốn ham học hỏi để vượt qua sự thiếu hiểu biết của mình.

2. **Phát triển những người kiểu mẫu có uy tín cao bằng cách cung cấp hỗ trợ tài chính cho những hành giả thật tâm.** Để đảm bảo tính xác thực của các truyền thống tâm linh của chúng ta, điều bắt buộc là phải có những người hiện thực hóa những nhận thức cao nhất. Vì vậy, chúng tôi mong muốn tạo ra một chương trình học bổng tài chính nhằm tạo điều kiện cho những học viên chân chính mong muốn cống

hiến cuộc đời mình cho sự phát triển tâm linh, bất kể hệ thống thực hành của họ là gì. Bằng cách giúp mọi người hiện thực hóa những lời dạy, họ trở thành những tấm gương tích cực cho những người xung quanh, truyền cảm hứng và hướng dẫn các thế hệ mai sau.

3. **Hiện thực hóa tiềm năng to lớn của các học viên nữ bằng cách phát triển các chương trình đào tạo chuyên biệt.** Văn hóa Tây Tạng có một lịch sử lâu dài trong việc đào tạo những bậc thầy có chứng ngộ cao thông qua việc đào tạo chuyên sâu những người được công nhận là có tiềm năng to lớn. Thật không may, việc tìm kiếm tiềm năng thường chỉ tập trung vào các ứng cử viên nam. Rinpoche tin rằng việc có những người phụ nữ kiểu mẫu mạnh mẽ, có nhận thức cao, có thể giúp mang lại sự cân bằng hơn cho thế giới của chúng ta ngày càng trở nên quan trọng. Vì lý do này, chúng tôi đang nỗ lực phát triển một chương trình đào tạo độc đáo nhằm mang đến cho phụ nữ cơ hội phát huy tiềm năng tâm linh của họ. Mục đích của chúng tôi là thiết kế một chương trình giảng dạy chuyên biệt cũng như cơ sở hạ tầng tài chính để hỗ trợ đầy đủ mọi khía cạnh giáo dục của họ.

4. **Thúc đẩy sự linh hoạt hơn của tâm trí và sự hiểu biết rộng hơn về thực tế thông qua các chương trình giáo dục hiện đại.** Trong một thế giới đang phát triển nhanh chóng, chúng ta cần suy nghĩ lại về các loại kỹ năng mà chúng ta đang dạy con mình. Những cấu trúc cứng nhắc trong quá khứ thường không được trang bị đầy đủ để chuẩn bị cho học sinh những thách thức mà họ sẽ gặp phải trong cuộc đời. Vì vậy, chúng tôi mong muốn phát triển nhiều chương trình giáo dục khác nhau có thể giúp trẻ em trở nên linh hoạt hơn và có khả năng thích ứng tốt hơn với bối cảnh của chúng. Một phần quan trọng của các chương trình này là phát triển nhận thức

sâu sắc hơn về vai trò của tâm trí chúng ta trong trải nghiệm hàng ngày của chúng ta. Chúng tôi cũng mong muốn mang lại những cải cách trong hệ thống giáo dục tu viện để giúp chúng phù hợp hơn với thế giới hiện đại này.

LÀLM THẾ NÀO BẠN CÓ THỂ CỐNG HIẾN HỖ TRỢ CỦA BẠN?

Những điều trên sẽ không thể thực hiện được nếu không có sự hỗ trợ và tham gia của các bạn. Tầm nhìn tầm cỡ này đòi hỏi rất nhiều công đức và sự hào phóng từ nhiều nhà hảo tâm trong nhiều năm. Nếu bạn muốn đề nghị hỗ trợ, xin vui lòng liên lạc với chúng tôi.

Dzokden
3436 Divisadero Street
San Francisco, California 94123
United States of America
www.dzokden.org